AF762537

INSIGHT PUBLICA®

Kozhikode, Kerala, India 673011
www.insightpublica.com
e-mail: insightpublica@gmail.com

Basheeril Kandath

(Malayalam)

M.N. Vijayan

First Insight Publica Edition: December 2020

ISBN 978-93-90404-10-0
Published by
InsightinPublica Printers & Publishers Pvt. Ltd.

എം.എൻ.
വിജയൻ

ബഷീറിൽ കണ്ടത്

INSIGHT PUBLICA

എം.എൻ.
വിജയൻ

കൊടുങ്ങല്ലൂരിനടുത്ത് ലോകമലേശ്വരത്ത് പതിയാശ്ശേരിൽ നാരായണമേനോന്റെയും മൂളിയിൽ കൊച്ചമ്മുഅമ്മയുടെയും മകനായി 1930 ജൂൺ 8-ന് ജനിച്ചു. പതിനെട്ടരയാളം എൽ.പി.സ്കൂളിലും കൊടുങ്ങല്ലൂർ ബോയ്സ് ഹൈസ്കൂളിലും എറണാകുളം മഹാരാജാസ് കോളേജിലും എറണാകുളം ഗവ. ലോ കോളേജിലും പഠിച്ചു. 1951-ൽ മദിരാശി സർവ്വകലാശാലയിൽ നിന്ന് പ്രൈവറ്റായി മലയാളം എം.എ. പാസ്സായി.

എം.എൻ.വിജയന്റെ രാഷ്ട്രീയബന്ധം സ്കൂൾ വിദ്യാഭ്യാസ കാലം മുതൽ ആരംഭിക്കുന്നുണ്ട്. കൊടുങ്ങല്ലൂർ ബോയ്സ് ഹൈസ്കൂളിലായിരുന്നപ്പോൾ വിദ്യാർത്ഥി കോൺഗ്രസിന്റെ സജീവപ്രവർത്തകനായിരുന്നു. മഹാരാജാസ് കോളേജ് വിദ്യാർത്ഥിയായിരിക്കെ സ്വാതന്ത്ര്യസമരത്തിലും ഉത്തരവാദഭരണത്തിനായുള്ള പ്രക്ഷോഭത്തിലും പങ്കെടുത്തു. 1947 ആഗസ്റ്റ്-14 ന് കോളേജിൽ ദേശീയപതാക ഉയർത്താൻ തീരുമാനിച്ച വിദ്യാർത്ഥികളുടെ മുൻനിരയിൽ എം.എൻ.വിജയനും ഉണ്ടായിരുന്നു.

ആനാപ്പുഴയിലെ കെ.പി.കറുപ്പൻ സ്മാരക വായനശാലയുടെ ഭാഗമായ ഗ്രന്ഥാലയത്തിലെ മതഗ്രന്ഥങ്ങളും ആധ്യാത്മിക ഗ്രന്ഥങ്ങളും ചെറുപ്രായത്തിൽതന്നെ വായിച്ച് സന്ന്യാസത്തിൽ താല്പര്യം തോന്നിയതു കാരണം സ്കൂൾ പരീക്ഷ കഴിഞ്ഞപ്പോൾ നേരത്തെ കത്തുവഴി പരിചയമുണ്ടായിരുന്ന ആഗമാനന്ദ സ്വാമികളെ കാണാനായി കാലടിയിലേക്കു പോയി. കാലടി ശ്രീകൃഷ്ണാശ്രമത്തിൽ ഏതാനുംനാൾ കഴിഞ്ഞ ശേഷം തിരികെവന്നു.

1946-ൽ യുക്തിവാദിയും മിശ്രവിവാഹസംഘം സ്ഥാപകനും പത്രപ്രവർത്തകനുമായ ചൊവ്വര പരമേശ്വരനുമായി പരിചയപ്പെട്ടു. ചൊവ്വരയുടെ പൊതുപ്രവർത്തനങ്ങളിലെല്ലാം അടുത്ത സഹചാരിയായിരുന്നു എം.എൻ.വിജയൻ. *കേരളപത്രിക*യുടെ പത്രാധിപരായിരുന്ന എബ്രഹാം മാടമാക്കലും ഇക്കാലത്ത് വലിയൊരു സ്വാധീനമായിരുന്നു. പതിനഞ്ചാം വയസ്സിൽ *കൊച്ചിൻ ടൈംസിൽ* പ്രസിദ്ധീകരിച്ച 'ആധ്യാത്മിക വിപ്ലവ'മായിരുന്നു എം.എൻ.വിജയന്റെ ആദ്യലേഖനം. *കേരളപത്രിക, തിലകം, സാഹിത്യപരിഷത്ത് മാസിക* എന്നീ പ്രസിദ്ധീകരണങ്ങളിലാണ് തുടർന്ന് എഴുതിയത്. 1948-'49 ൽ സിഗ്മണ്ട് ഫ്രോയ്ഡിനെക്കുറിച്ചുള്ള എട്ട് ലേഖനങ്ങൾ പ്രസിദ്ധപ്പെടുത്തി.

1952-ൽ മദിരാശി *ന്യൂ കോളേജി*ലെ മലയാളം അധ്യാപകനായാണ് എം.എൻ.വിജയൻ ഔദ്യോഗിക ജീവിതം ആരംഭിച്ചത്. 1959-ൽ തിരുവനന്തപുരം യൂണിവേഴ്സിറ്റി കോളേജിൽ അധ്യാപകനായി

നിയമനം ലഭിച്ചതോടെ കേരളത്തിലേക്ക് തിരിച്ചുവന്നു. യൂണിവേഴ്സിറ്റി കോളജിലെ ജോലി ഒരു മാസം കഴിഞ്ഞപ്പോൾ നഷ്ടപ്പെട്ടു. 1960 ഫെബ്രുവരിയിൽ തലശ്ശേരി ഗവ.ബ്രണ്ണൻ കോളേജിൽ നിയമിതനായി. 1985-ൽ അധ്യാപകവൃത്തിയിൽ നിന്നു വിരമിക്കുന്നതുവരെ അവിടെത്തന്നെ തുടർന്നു.

1957 ജൂൺ 9-ന് വിവാഹം. ഭാര്യ: ശാരദ. മക്കൾ: വി.എസ്.അനിൽ കുമാർ, ഡോ. വി.എസ്. സുജാത, വി.എസ്. സുനീത. മരുമക്കൾ: രത്നമ്മ ടി., ഡോ. പി.വി. ബാലചന്ദ്രൻ, സി. രാജഗോപാലൻ. പേരക്കുട്ടികൾ: അപർണ, അശ്വതി, സിദ്ധാർത്ഥ്, സുകൃതി, പ്രകൃതി.

കേരള സാഹിത്യ സമിതിയുടെ പ്രധാന സംഘാടകരിൽ ഒരാളായിരുന്ന എം.എൻ. വിജയൻ പിന്നീട് നേതൃത്വപദവി ഏറ്റെടുത്തു പ്രവർത്തിക്കുന്നത് പുരോഗമന കലാ സാഹിത്യ സംഘത്തിലാണ്. 1987 ജനുവരി 4-ന് കോട്ടയത്തുവെച്ചു നടന്ന സമ്മേളനത്തിൽ പുരോഗമന കലാ സാഹിത്യ സംഘത്തിന്റെ വൈസ് പ്രസിഡണ്ടായി. 1992 ഏപ്രിൽ 21-ന് പെരുമ്പാവൂർ സമ്മേളനത്തിൽ വെച്ച് പുരോഗമന കലാ സാഹിത്യ സംഘത്തിന്റെ പ്രസിഡണ്ടായി. 1994 ജൂണിൽ *ദേശാഭിമാനി വാരിക*യുടെ പത്രാധിപരായി. 2000-ൽ *പാഠം മാസിക*യുടെകൂടി പത്രാധിപരായി. 2000 ജൂൺ 1-ന് പുരോഗമന കലാ സാഹിത്യ സംഘത്തിന്റെ പ്രസിഡണ്ട് സ്ഥാനം രാജിവെച്ചു. 2005 ഫെബ്രുവരി 23-ന് *ദേശാഭിമാനി വാരിക*യുടെ പത്രാധിപസ്ഥാനവും രാജിവെച്ചു.

അധ്യാപകൻ, നിരൂപകൻ, പ്രഭാഷകൻ, പത്രപ്രവർത്തകൻ എന്നീ നിലകളിൽ ദശാബ്ദങ്ങൾ പ്രൊഫ. എം.എൻ. വിജയൻ മലയാള സാംസ്കാരികരംഗത്ത് നിറഞ്ഞുനിന്നു. കേരളത്തിൽ അങ്ങോളമിങ്ങോളം ആയിരക്കണക്കിന് വേദികളിൽ വിവിധ വിഷയങ്ങളെക്കുറിച്ച് അദ്ദേഹം പ്രഭാഷണങ്ങൾ നടത്തിയിരുന്നു. 1945-ൽ ഉത്തരവാദപ്രക്ഷോഭത്തിന്റെ ഭാഗമായി കൊടുങ്ങല്ലൂർ കാവ് മൈതാനത്ത് തുടർച്ചയായി ചെയ്തുവയാണ് ആദ്യ പ്രസംഗങ്ങൾ.

കൃതികൾ: *ചിതയിലെ വെളിച്ചം* (പൂർണ്ണ പബ്ലിക്കേഷൻസ് കോഴിക്കോട്, 1981) *ഫാഷിസത്തിന്റെ മനഃശാസ്ത്രം* (സമീക്ഷ, കളപ്പുറം, 1986) *എം.എൻ. വിജയൻ പ്രഭാഷണങ്ങൾ* (സഹൃദയ സംഘം, കോഴിക്കോട്, 1986) *കവിതയും മനഃശാസ്ത്രവും* (മാതൃഭൂമി, കോഴിക്കോട്, 1987) *ശീർഷാസനം* (അകം സമിതി, തലശ്ശേരി, 1989) *അടയുന്ന വാതിൽ തുറക്കുന്ന വാതിൽ* (മൾബറി, കോഴിക്കോട്, 1990) *വർണ്ണങ്ങളുടെ സംഗീതം* (പെൻ ബുക്സ്, വടകര, 1987) *എം.എൻ. വിജയൻ പ്രബന്ധങ്ങൾ പ്രഭാഷണങ്ങൾ സ്മൃതിചിത്രങ്ങൾ* (ബോധി

പബ്ലിഷേഴ്സ്, കോഴിക്കോട്, 1993) *കാഴ്ചപ്പാട്* (ചിന്ത പബ്ലിഷേഴ്സ്, തിരുവനന്തപുരം,1992) *മരുഭൂമികൾ പൂക്കുമ്പോൾ* (കലാക്ഷേത്രം, കാസർകോട്, 1993) *വാക്കും മനസ്സും* (കലാക്ഷേത്രം, കാസർകോട്, 1994) *കലയിലെ സ്വാതന്ത്ര്യം* (പുരോഗമന കലാ സാഹിത്യ സംഘം, കണ്ണൂർ, 1994) *നൂതന ലോകങ്ങൾ* (കറന്റ് ബുക്സ്, തൃശ്ശൂർ, 1994) *പുതിയ വർത്തമാനങ്ങൾ* (ഇംപ്രിന്റ്, കൊല്ലം, 1995) *സംസ്കാരവും സ്വാതന്ത്ര്യവും* (ചിന്ത പബ്ലിഷേഴ്സ്, തിരുവനന്തപുരം, 1996) *അടയാളങ്ങൾ* (ചിന്ത പബ്ലിഷേഴ്സ്, തിരുവനന്തപുരം, 1997) *മനുഷ്യർ പാർക്കുന്ന ലോകങ്ങൾ* (പ്രവാസി ദോഹ, 1997) *കലയും ജീവിതവും* (ചിന്ത പബ്ലിഷേഴ്സ്, തിരുവനന്തപുരം, 1998) *കവിതയുടെ ലോകപദം* (സമീക്ഷ, കുളപ്പുറം, 2000) *അധിനിവേശത്തിന്റെ വഴികൾ* (ലഫ്റ്റ് വ്യൂസ്, കോഴിക്കോട്, 2000) *പ്രതിരോധങ്ങൾ* (ചിന്ത പബ്ലിഷേഴ്സ്, തിരുവനന്തപുരം, 2001) *ഭയവും അഭയവും* (ചിന്ത പബ്ലിഷേഴ്സ്, തിരുവനന്തപുരം, 2002) *ഫാസിസം സിദ്ധാന്തം, പ്രയോഗം, പ്രതിരോധം* (ചിന്ത പബ്ലിഷേഴ്സ്, തിരുവനന്തപുരം, 2003) *പ്രകൃതിപാഠങ്ങൾ* (സമയം പബ്ലിക്കേഷൻസ്, കണ്ണൂർ, 2003) *വിയോജിക്കാനുള്ള സ്വാതന്ത്ര്യം* (ലഫ്റ്റ് വ്യൂസ്, കോഴിക്കോട്, 2005) *ചുമരിൽ ചിത്രമെഴുതുമ്പോൾ* (ഗ്രീൻ ബുക്സ്, 2003) *കാലിഡോസ്കോപ്* (നിശാഗന്ധി പബ്ലിക്കേഷൻസ്, തൃശ്ശൂർ, 2006) *ഒളിച്ചുകടത്തിയ ആയുധങ്ങൾ* (കൈരളി ബുക്സ്, കണ്ണൂർ, 2006) *എഴുത്തും പ്രത്യയശാസ്ത്രവും* (നിശാഗന്ധി പബ്ലിക്കേഷൻസ്, ഇരിങ്ങാലക്കുട, 2007) *സ്വാതന്ത്ര്യത്തിന്റെ അർത്ഥം* (നിശാഗന്ധി പബ്ലിക്കേഷൻസ്, ഇരിങ്ങാലക്കുട, 2007)

ഇവയ്ക്ക് പുറമേ *സംഭാഷണങ്ങൾ* (മാങ്ങാട് രത്നാകരൻ, കറന്റ് ബുക്സ് തൃശ്ശൂർ, 2001) *അധികാരം അനുരാഗം ആത്മരഹസ്യങ്ങൾ* (എഡി. താഹമാടായി, ചിന്ത പബ്ലിഷേഴ്സ്, തിരുവനന്തപുരം, 2002) *കലാപത്തിന്റെ ഉത്തരങ്ങൾ* (എം.എസ്. ബനേഷ്, ഫാബിയൻ ബുക്സ്, നൂറനാട്, 2004) എന്നീ അഭിമുഖ സമാഹാരങ്ങളും.

എം.എൻ.വിജയൻ എഡിറ്റു ചെയ്ത കൃതികൾ: *നമ്മുടെ സാഹിത്യം നമ്മുടെ സമൂഹം* (കേരള സാഹിത്യ അക്കാദമി, തൃശ്ശൂർ, 2000) *കേസരിയുടെ സാഹിത്യവിമർശനങ്ങൾ* (എസ്.പി.സി.എസ്, കോട്ടയം, 1984) *നവീന ചിത്രകല* (കേസരി ബാലകൃഷ്ണപ്പിള്ള, കേരള ലളിതകലാ അക്കാദമി, തൃശ്ശൂർ, 1990) *എം.ആർ.ബി, ജീവിതം, കൃതികൾ, ദർശനം* (കറന്റ് ബുക്സ്, തൃശ്ശൂർ, 2004) *കേസരിയുടെ ലോകങ്ങൾ* (അകം സമിതി, തലശ്ശേരി 1989), *കഥയുടെ നൂറ്റാണ്ട്*- രണ്ട് വാല്യം, *കവിതയുടെ നൂറ്റാണ്ട്*-രണ്ട് വാല്യം (എസ്.പി.സി.എസ്, കോട്ടയം, 2000-2001)

2007 ഒക്ടോബർ 3-ന് അന്തരിച്ചു.

ഉള്ളടക്കം

വൈക്കം മുഹമ്മദ് ബഷീർ

അക്ഷരം മുഴുവനറിയാത്ത ഒരു ചെറുപ്പക്കാരൻ അരനൂറ്റാണ്ടു മുമ്പ് നമ്മുടെ സാഹിത്യത്തിലെ വർണ്ണവ്യവസ്ഥ തിരുത്തിത്തുടങ്ങി. ബഷീർ എഴുതുമ്പോൾ വാക്കുകൾ വിറച്ചിരുന്നു. തന്റെ അനുഭവം കുറിക്കാനുള്ള അടയാളങ്ങൾ തേടിയാണ് അദ്ദേഹം വാക്കുകളിൽ തടഞ്ഞുവീണിരുന്നത്.

ഭാരതം ഒരിതിഹാസമാണെന്നും ഇതിഹാസം പഴയതാണെന്നും അറിയുവാനുള്ള പാണ്ഡിത്യം ബഷീറിനുണ്ടായിരുന്നില്ല. പക്വത എന്ന വാർധക്യവും ഉണ്ടായിരുന്നില്ല. അതുകൊണ്ട് തിളച്ചമറിയുന്ന തന്റെ ഭാരതത്തിലൂടെ അദ്ദഹം ഉഴറിനടക്കുകയും ഇവിടെ പാകം ചെയ്യുന്നതാണ് ചരിത്രമെന്ന്, താനാണ് തന്റെ നാടിന്റെ ചരിത്രമെന്ന് അറിയുകയും ചെയ്തു. താൻ ഉച്ചരിക്കുന്നതാണ് വാക്കെന്നും താനെഴുതുന്നതാണ് സാഹിത്യമെന്നും ബഷീർ തെളിയിച്ചു.

അനുഭവത്തിന്റെ ഒരു പുതിയ വൻകരയാണ് ബഷീർ മലയാളത്തിലേക്കെത്തിച്ചത് എന്ന് നാം അറിഞ്ഞുവരുന്നതേയുള്ളൂ. നമ്മുടെ ലാവണ്യശാസ്ത്രത്തെത്തന്നെ ഒരജ്ഞാനി എത്രമേൽ അട്ടിമറിച്ചു എന്ന് നാം അറിഞ്ഞിട്ടേ ഇല്ല. വികാരങ്ങളുടെ പഴയ അടയാളങ്ങളെ ബഷീർ തന്റെ സ്ലേറ്റിൽ മായ്ച്ചെഴുതിയിരിക്കുന്നു. സ്വന്തം മൂക്കിന്റെ വിശ്വവൈരൂപ്യത്തെയും കഷണ്ടിയുടെ ആജന്മശൂന്യതയെയും അദ്ദേഹം തിരിച്ചിട്ടു എന്നതല്ല ഇതുകൊണ്ടുദ്ദേശിക്കുന്നത്. നുള്ളിപ്പറിക്കുന്ന വേദനകളോട് കിന്നാരം പറയുന്ന, ചെയ്യാക്കുറ്റത്തിന് ശിക്ഷയേല്ക്കുവാൻ തന്നെത്തന്നെ നിവർത്തിവിരിച്ചിടുന്ന ഐറണിയുടെ അപൂർവ്വമായ ഭാഷ ബഷീർ നമ്മെ പഠിപ്പിച്ചു. ഞാനാണ് എന്റെ ഭാഷ എന്ന് അദ്ദേഹം നമ്മെ ഓർമ്മിപ്പിച്ചു.

കർക്കശക്കാരനും വാത്സല്യനിധിയുമായ പിതാവിനോടുള്ള രാഗദ്വേഷമാണ് ബഷീറിന്റെ ജീവിതവീക്ഷണത്തെ നിയന്ത്രിക്കുന്നതെന്ന്

കേസരി സൂചിപ്പിച്ചിട്ടുണ്ട്. ഇതദ്ദേഹം അംഗീകരിക്കുമെന്ന് ഞാൻ കരുതുന്നില്ല. വാസ്തവങ്ങൾ നാം അറിയാതെ നമ്മെ കവിഞ്ഞു നില്ക്കുന്നു. പഴയ നിയമത്തിലെ ഇയ്യോബിനെപ്പോലെ തെറ്റ് ചെയ്യാത്ത തന്റെ പീഡനത്തെക്കുറിച്ച് ചിന്തിച്ചും പറഞ്ഞും ദൈവനീതിയുടെ ബിന്ദുവിലേക്ക് അദ്ദേഹം ഇപ്പോൾ തിരിച്ചെത്തിയിരിക്കുന്നു. ഒരു സെമെറ്റ് വൃത്തം പൂർത്തിയാക്കി എന്നും പറയാം. ഇണങ്ങിയും പിണങ്ങിയും ഒടുവിൽ ഇണങ്ങിച്ചേരുന്ന ഒരു വൃത്തം. തെറിച്ച ശങ്കരനേപ്പോലെ തന്റെ ഭൂമിയിലേക്ക് ബഷീർ തിരിച്ചു വന്നിരിക്കുന്നു. ഏതാണദ്ദേഹത്തിന്റെ ജീവിതവൃത്തം എന്നതിനെക്കുറിച്ച് ഞങ്ങൾക്ക് സംശയമേ ഇല്ല. വിരാമത്തെ വാക്യമായി, വിശ്രമത്തെ ജീവിതമായി തെറ്റിദ്ധരിച്ചുകൂടാ.

അസമാനമായ തന്റെ യാത്രയിൽ ബഷീറിനെപ്പോലെ ലാവണ്യത്തിന്റെ ഒരു മറുലോകം മലയാളത്തിലെ മറ്റൊരു എഴുത്തുകാരനും ഈ നൂറ്റാണ്ടിൽ സൃഷ്ടിച്ചിട്ടില്ല. അവരെല്ലാം നമ്മുടെ ജീവിതശില്പത്തിൽ ചെറിയ കോറലുകളും തിരുത്തലുകളും മാത്രമേ വരുത്തിയിട്ടുള്ളൂ. എല്ലാ ദർശനവും ബഷീറിന് മാത്രമേ ഉള്ളൂ. ഇത് നാം അറിയാത്തത് കോഴിക്കോട്ടു നിന്ന് ബേപ്പൂരിലേക്കുള്ള ദൂരം കുറവായതുകൊണ്ടാണ്, ജന്മവർഷങ്ങളുടെ അകലം ചെറുതായതു കൊണ്ടാണ്.

ബഷീറിനെ പരാജയപ്പെടുത്താൻ ഇന്ന് ബഷീറിന് മാത്രമേ കഴിയൂ. നമ്മുടെ വിധികർത്താക്കൾക്കത് കഴിയുമെന്ന് ഞാൻ കരുതുന്നില്ല. അവർ എവിടെ ഒളിച്ചിരിക്കുന്നു?

1989

പാത്തുമ്മയുടെ ആട്

ആടിനെ പട്ടിയാക്കുന്ന കലാവിദ്യ നമ്മുടെ സാഹിത്യത്തിൽ ഇതിനുമുമ്പും പരീക്ഷിച്ചിട്ടുള്ളതാണ്. അന്നും ഇത് സംഘമായാണ് പരീക്ഷിച്ചത്. ഇതൊരു വലിയ ഭീരുതയാണ്. ആടിനെ പോറ്റാനോ ആടിനെ നേടാനോ കഴിയാത്തവരാണ് വഞ്ചനകൊണ്ട് ആടിനെ മോഷ്ടിച്ച്, ശുദ്ധബ്രാഹ്മണരെ വഞ്ചിച്ച് ഭക്ഷണം പാകം ചെയ്യുന്നത്.

ഇതിനെ അപവാദവ്യവസായം എന്നു പറയാം. പലപ്പോഴും വളരെ ലാഭമുള്ള വ്യവസായം. ഒരു പതിറ്റാണ്ടിലോ രണ്ടു പതിറ്റാണ്ടിലോ ആവർത്തിക്കാവുന്ന ഒരു വിളവെടുപ്പ്. പൂച്ചക്കുഞ്ഞുങ്ങളെ പിടിക്കുന്നതുപോലെ ഏറ്റവും മുന്തിയതിനെ പിടിക്കുക എന്നതാണിതിലെ സാമർത്ഥ്യം. അതുകൊണ്ട് ചുട്ട ചോറ് ആര് വാരുന്നു എന്നതല്ല, ആര് വാരിക്കുന്നു എന്നതാണ് പ്രധാന കാര്യം. ഭീരുതയുടെ അംശം ഇതിലാണ്. തന്റെ കൈ പൊള്ളാതെ, തന്റെ കൈ നനയാതെ ലാഭമുണ്ടാക്കാനുള്ള കൗശലം. ഏറെ പക്വത വന്നവർക്ക് മാത്രമേ ഇതു ചെയ്യാൻ കഴിയൂ.

അന്ന്, ഇരുപത്തഞ്ച് വർഷം മുമ്പ് കള്ളനും പോലീസും കളിക്കുമ്പോൾ ആടിനു അവതാരിക എഴുതിയത് ഗുപ്തൻ നായരായിരുന്നു. അതുകൊണ്ട് പുതിയ അവതാരികയിലെ ഐറണി ശ്രദ്ധേയമായിത്തീരുന്നു.

"കഴിഞ്ഞ കാൽനൂറ്റാണ്ടായി കാര്യമായി ഒരു സാഹിത്യരചനയും അദ്ദേഹം ചെയ്തിട്ടില്ല'' എന്നും "ബഷീറിനു നോവലെഴുതാൻ കഴിവുണ്ടെന്ന് ഇതുവരെ തെളിയിട്ടിച്ചില്ല'' എന്നുമുള്ള നസ്യങ്ങൾ ഏതു വിധികർത്താവിനെ സ്വാധീനിക്കാനുള്ള സാക്ഷ്യങ്ങളാണെന്നു മനസ്സിലാക്കാവുന്നതേയുള്ളൂ. തൊണ്ടിയും സാക്ഷിയും ആയുള്ള ഈ തിരക്കിട്ട കളിയുടെ അർത്ഥം മറ്റൊന്നല്ല. വലിയ മഹർഷികളും വലിയ

സാക്ഷികളും വിധിയെ സ്വാധീനിക്കുന്നു. അവരുടെ വാക്കിന്റെ പിന്നിൽ ഫലം ഓടിവരുമെന്ന് അവരെങ്കിലും വിശ്വസിക്കുകയും ചെയ്യുന്നു.

ബഷീർ അടുക്കളക്കാര്യമേ പറഞ്ഞിട്ടുള്ളു, കുടുംബകഥയേ പറഞ്ഞിട്ടുള്ളു, എഴുതിയതെല്ലാം അശ്ലീലമാണ്, ഇതിവൃത്തമില്ല എന്നൊക്കെയാണ് ഇപ്പോഴത്തെ വാദങ്ങൾ!

ചന്തുമേനോൻ നായർസമുദായത്തിന്റെ കഥയാണെഴുതിയത്. നായർ മേധാവിത്വത്തിന്റെ പതനത്തിന്റെ കഥ എന്നും പറയാം. ചന്തുമേനോൻ ചിത്രീകരിച്ചതിനേക്കാൾ വളരെയധികം ആ സമുദായത്തെക്കുറിച്ച് വിശദീകരിക്കാൻ പിന്നെയും ബാക്കിയുണ്ടായിരുന്നു. വ്യാസനെപ്പോലെ സർവ്വതും പറയുന്നവനല്ല സാഹിത്യകാരൻ. വ്യാസൻ നായന്മാരുടെ കഥ പറഞ്ഞിട്ടില്ല. അതുകൊണ്ടാണ് ചന്തുമേനോന് പറയേണ്ടിവന്നത്. ചന്തുമേനോന്റെ നോവലുകൾ നായരും പട്ടരും നമ്പൂതിരിയുമല്ലാതെ മറ്റു സമുദായങ്ങൽ കേരളത്തിലുണ്ട് എന്ന് ഓർത്തിട്ടില്ല. ഇതിനർത്ഥം ചന്തുമേനോൻ പുരോഗമനവാദിയല്ലെന്നല്ല. തന്റെ അനുഭവത്തിന്റെയും ഭാവനയുടേയും മണ്ഡലത്തെയാണ് ഓരോ എഴുത്തുകാരനും ചിത്രീകരിക്കുക.

ചന്തുമേനോനേക്കാൾ എത്രയോ വിപുലമായ, തീക്ഷ്ണമായ ജീവിതാനുഭവങ്ങൾ ബഷീറിനുണ്ട്. ചന്തുമേനോൻ ഒരു കോടതിമുറിയിലാണ് ഒരു വ്യവസ്ഥയുടെ തകർച്ച കാണിക്കാൻ ശ്രമിച്ചത്. ഒരു കുടുംബരംഗത്തിൽ വച്ച്, ഒരു വ്യവസ്ഥയുടെ വൈരുധ്യങ്ങൾ അതിനെത്തന്നെ എങ്ങനെ തകർക്കുന്നുവെന്ന് ബഷീർ കാണിച്ചു തന്നു. അങ്ങനെ ചെയ്യുമ്പോൾ എന്താണ് ആത്യന്തികമായ നന്മയും എന്താണ് അകൈതവമായ നീതിയും എന്ന മൗലികമായ ചോദ്യങ്ങൾ ഉന്നയിക്കുന്നതുകൊണ്ടാണ് ബഷീർ മനഃസാക്ഷിയുടെ മുഴക്കമായിത്തീരുന്നത്. നന്മ ചെയ്യുന്നവന് എന്തുകൊണ്ട് നന്മ തിരിച്ചുകിട്ടുന്നില്ല എന്ന ഉത്തരമില്ലാത്ത ചോദ്യം. ഇയ്യോബിന്റെയും കർണ്ണന്റെയും ചോദ്യം, ബഷീറിന്റെ കൃതികൾ വീണ്ടും ഉന്നയിക്കുന്നു.

ബഷീറിന്റെ കഥകൾ സഭ്യമല്ല എന്ന ആരോപണത്തിന് ഉത്തരം പണ്ടേ നല്കപ്പെട്ടിട്ടുള്ളതാണ്. സമുദായത്തെ അതിന്റെ അധാർമ്മികമായ മയക്കത്തിൽ നിന്ന് ഞെട്ടിച്ചുണർത്തുവാൻ വേണ്ടി എഴുതപ്പെടുന്ന ആ കൃതികൾ സഭകളിൽ വെച്ച് വായിക്കാനുള്ളതല്ല. ബഷീർ അവതരിപ്പിച്ച കഥാപാത്രങ്ങളും നമ്മുടെ മനുഷ്യവ്യവസ്ഥയുടെ ഒരു ഭാഗമാണ്.

കൊല്ലുന്ന പട്ടാളക്കാരെക്കൊണ്ടാണ് നാം സമാധാനവാദികളായി ത്തീരുന്നത്. നീതിയുടെ അതിരുകളിൽ വൈകൃതങ്ങളുള്ളതുകൊണ്ടാണ് തലസ്ഥാനനഗരങ്ങളിൽ നാം 'സുകൃതി'കളായിരിക്കുന്നത്.

മാര്യേജ് ആൻഡ് മോറൽസ് പോലുള്ള കൃതികൾ ചൂണ്ടിക്കാട്ടി, താങ്കൾ എന്താണ് അശ്ലീലം തെരഞ്ഞെടുത്തെഴുതുന്നതെന്ന് ചോദിച്ച പ്പോൾ ബെർട്രൻഡ് റസ്സൽ പറഞ്ഞ മറുപടി, "ഞാനാകെ എഴുതിയ തിന്റെ രണ്ടു ശതമാനമേ അശ്ലീലം വരൂ, നിങ്ങൾ ആ രണ്ടു ശതമാനം മാത്രം തെരഞ്ഞെടുത്ത് വായിക്കുന്നു,'' എന്നാണ്. ഇവിടെ തന്റെ അശ്ലീലതാല്പര്യം നിരൂപകൻ ബഷീറിൽ ആരോപിക്കുന്നു.

ലോകം ഇന്ന് അറിയുന്ന ലൈംഗികവിദ്യ അഭ്യസിപ്പിച്ചു തുടങ്ങിയത് ഭാരതീയരും മറ്റു പൗരസ്ത്യമാണ്, കിൻസെ അല്ല. കിൻസെയുടേത് ലൈംഗികമായ പെരുമാറ്റത്തെക്കുറിച്ചുള്ള രണ്ട് റിപ്പോർട്ടുകൾ മാത്രമാണ്. വാത്സ്യായനും കോക്കോകനും അമേരിക്കക്കാരല്ല. കോണാർക് പാരീസിലുമല്ല. ഋഗ്വേദമോ ഭാരതമോ *കുമാരസംഭവം* പോലുമോ വായിച്ചിട്ടുള്ളവർക്ക് ഇങ്ങനെയൊന്നും പറയാൻ വയ്യാ ത്തതാണ്. നാഗരികന്മാരുടെ രതിപരിമളംപൂണ്ട ശിലാഗൃഹങ്ങളെ 'മനോഹരമായി' വർണ്ണിച്ചിട്ടുള്ള കാളിദാസനെ ഇവർ മറന്നിരിക്കുന്നു.

"ജ്ഞാതാ സ്വാതോ വിവൃതജഘനാം
കോ വിഹാതും സമർത്ഥഃ''

എന്നെഴുതിയതു നമ്മുടെ മഹാകവി തന്നെയുമാണല്ലോ. എങ്കിലും നമ്മുടെ വിദ്വാന്മാർ രതിയെപ്പറ്റി പറയുന്നതാണ് അശ്ലീലം എന്ന് ധരിച്ചു വച്ചിരിക്കുന്നതായി തോന്നുന്നു. അജീർണ്ണമുള്ളവന് ഏത് ഭക്ഷണവും വിഷമാണ് എന്ന് തോന്നും. "പോർണോഗ്രാഫിക് നിഘണ്ടുവിൽ നൽകിയ നിർവചനം'' കൂടി വായിക്കുമ്പോൾ അങ്ങനെയാണല്ലോ കരുതേണ്ടത്.

ബഷീറിന്റെ കൃതികളും കിൻസെ റിപ്പോർട്ടും വായിച്ചിട്ടാണ് ലൈംഗിക വൈകൃതം പരക്കുന്നത് എന്ന് കരുതുന്ന ശുദ്ധാത്മാക്കൾ പഴയനിയമമോ സോദോമിന്റെ കഥയോ റോമാചരിത്രമോ വായിച്ചി രിക്കാൻ ഇടയില്ല. ദൈവം ബഷീറിന് മുമ്പുതന്നെ ജനങ്ങളെ ശപിച്ചു കഴിഞ്ഞതാണ്.

എം.പി.പോളും കേസരിയും ബഷീറിനെ പ്രശംസിച്ചതിന്റെ പ്രേരണ നിരൂപണത്തിന്റ ഭാഗമാകുമോ? പോൾ ബാല്യകാലസഖിയെ പുകഴ്ത്തി യത് വാത്സല്യം കൊണ്ടാണ് എങ്കിൽ ഗുപ്തൻനായർ അതിനെ നിന്ദിക്കു ന്നതിന്റെ മോട്ടിവേഷനെക്കുറിച്ചും അന്വേഷിക്കുന്നത് സ്വാഭാവികമല്ലേ?

“കേസരി ചാരുകസാലയിൽ കിടന്ന് താപസോചിതമായ താടി തടവി ക്കൊണ്ട് എഴുതിവിട്ടതാണ്'' എന്നു പറയുന്നതിന്റെ അർത്ഥം താൻ പറയുന്നതിന്റെ ഉത്തരവാദിത്തം കേസരിക്ക് ഇല്ലെന്നാണോ?

വാരരുട്ടി പറയുന്നതാണ് മലയാളം എന്ന ക്ലാസ്സും വ്യാകരണത്തേ യും, ‘ ഠോ നാറാണാ’ എന്ന നമ്പൂതിരി വ്യാകരണത്തെയും അതിക്രമി ക്കുന്ന മറ്റൊരു വ്യാകരണമുണ്ട് എന്നാണ് പോൾ ബഷീറിനെക്കൊണ്ട് ഉദാഹരിച്ചത്. ശീലമായിത്തീർന്ന സ്വന്തം അശ്ലീലം ഓരോ സമുദായവും ശ്ലീലമായിക്കരുതുന്നു.

എൻ.പി. മുഹമ്മദ്, വി.പി. മുഹമ്മദ്, പി.എ. മുഹമ്മദ്കോയ എന്നിവരെക്കുറിച്ചുള്ള തലകീഴായ പ്രശംസ അവർക്ക് മനസ്സിലാകും. ബുദ്ധിശാലികൾക്കുള്ള ഒരു ദോഷം തനിക്ക് മാത്രമേ ബുദ്ധിയുള്ളൂ എന്ന ബുദ്ധിശൂന്യതയാണ്.

ബഷീർ ഔചിത്യം ദീക്ഷിച്ചിട്ടില്ലെന്നതാണ് ഒരു കണ്ടുപിടിത്തം. ഔചിത്യത്തിന്റെ പ്രശ്നം ജീവിതബോധത്തിന്റെ പ്രശ്നമാണ്. പരിമിത മായ ജീവിതബോധമുള്ളവർക്ക് അച്ചടിച്ച ഔചിത്യത്തിന്റെ രൂപങ്ങൾ മാത്രമേ തിരിച്ചറിയാൻ കഴിയൂ. രാത്രി ഉണർന്നിരിക്കുന്നവർക്ക് മാത്രമേ രാത്രി ഉണ്ടെന്നറിയൂ. യഥാർത്ഥ എഴുത്തുകാരൻ സുഖത്തിൽ മയങ്ങി ഇരിക്കുന്നവനല്ല. ജീവിതത്തിന്റെ ജീർണ്ണതയിൽ ഉണർന്നിരിക്കുന്നവ നാണ്. മാന്യന്മാർക്ക് അമാന്യമായ രാത്രികളെക്കുറിച്ചറിയില്ല.

ചന്തുമേനോന്റെ ഇന്ദുലേഖയിലും ശാരദയിലുമൊക്കെ കുടുംബത്തി ന്റെ കഥ പറഞ്ഞിട്ടു തന്നെയാണ് ഒരു വ്യവസ്ഥയുടേയും ഒരു നാലുകെ ട്ടിന്റെയും ഒരു സമുദായത്തിന്റെയും ഒക്കെ രൂപാന്തരം, തകർച്ച ചിത്രീക രിക്കുന്നത്. അത് കലയുടെ സാമാന്യമായ രീതിയാണെന്ന് കലയുമായി പരിചയപ്പെട്ടിട്ടുള്ള എല്ലാവർക്കുമറിയാം. അറിഞ്ഞില്ലെങ്കിലും വലിയ കുഴപ്പമൊന്നുമില്ല.

ഒരു സാധാരണക്കാരനായ എഴുത്തുകാരൻ ഒരു കുടുംബത്തിന്റെ കഥയെഴുതുമ്പോൾ ആ കുടുംബത്തിന്റെ കഥ മാത്രമേ അതിലുണ്ടാകൂ എന്നു വരാം. അതുപോലെതന്നെ പഴയ വാക്കുപയോഗിച്ച് പറഞ്ഞാൽ, സഹൃദയനല്ലാത്ത വായനക്കാരൻ ഒരു കൃതി വായിക്കു മ്പോൾ ബാഹ്യമായ അർത്ഥം, വാച്യമായ അർത്ഥം മാത്രം ഉൾക്കൊ ണ്ടു എന്നും വരാം.

ഒരു കൃതിയുടെ ധ്വനികൾ എങ്ങനെ ഒരു കുടുംബത്തിന്റെ കഥവസുധ യുടെ തന്നെ കഥയായിത്തീരുന്നു എന്നും, ഒരു കാലഘട്ടത്തിന്റെ കഥയാ യിത്തീരുന്നു എന്നും മനസ്സിലാക്കാൻ പരിമിതമായ അവബോധം

ആവശ്യമാണ്. നാം അറിഞ്ഞോ അറിയാതെയോ ജനവർഗ്ഗം ഇത്തരം ധ്വനനങ്ങൾ ഉൾക്കൊള്ളുകയും ചെയ്യും.

ബഷീറിന്റെ 'കുടുംബ'കഥകളിൽ ഉള്ളതും ഇതേ ചോദ്യമാണ്. എങ്ങനെ ഒരു കുടുംബത്തിന്റെ നീതി അനീതിയായിത്തീരുന്നു, എങ്ങനെ രക്ഷകന്മാർ തന്നെ ശിക്ഷകരായിത്തീരുന്നു എങ്ങനെ താൻ ആരാധിക്കുന്ന യഹോവയായ ദൈവം തന്നെ പീഡിപ്പിക്കുന്ന യഹോവയായിത്തീരുന്നു എന്നുള്ള പ്രാചീനമായ ചോദ്യം. ഇത് നന്മയുടെ ഒരു വ്യവസ്ഥ എങ്ങനെ തിന്മയായിത്തീരുന്നു എന്നുള്ള ചോദ്യമായി രൂപാന്തരം പ്രാപിക്കുന്നു. ഇതാണ് അതിന്റെ ഏറ്റവും വലിയ ധ്വനി.

നന്മ വിതച്ചാൽ എന്തുകൊണ്ട് നന്മ വിളയുന്നില്ല, എന്തുകൊണ്ട് തിന്മ വിതച്ചാൽ തിന്മയല്ലാത്ത മറ്റെന്തോ വിളയുന്നു എന്ന നൈതികമായ ചോദ്യം ഉന്നയിക്കുകയാണ് ഓരോ കാലഘട്ടത്തിലെയും എഴുത്തുകാരന്റെ പ്രാഥമികമായ ചുമതലകളിൽ ഒന്ന്. അങ്ങനെയാണ് വ്യാസൻ ഭാരതത്തിൽ ചെയ്തിട്ടുള്ളത്. ഈഡിപ്പസ്സിൽ സോഫോക്ലിസ് ചെയ്തിട്ടുള്ളതും അതുതന്നെ. അങ്ങനെയാണ് ബഷീറിന്റെ കൃതികളിൽ ബഷീറും ഒരു പക്ഷേ താനറിയാതെ ചെയ്യുന്നത്. ഇത് ബഷീറിന്റെ കുടുംബത്തിന്റെ കഥയാണ് എന്നു തോന്നും. ഇത് കുടുംബത്തിന്റെ കഥയാണ്. പക്ഷേ ഈ കുടുംബത്തിന്റെ കഥ നമ്മുടെ നൈതികവ്യവസ്ഥയിൽ ഉള്ള ആഭ്യന്തരവൈരുധ്യത്തെ തുറന്നുകാട്ടുന്നതുകൊണ്ട് അത് കുടുംബത്തെ കവിഞ്ഞു നിൽക്കുന്ന നമ്മുടെ സമുദായത്തിന്റേയും നമ്മുടെ ചരിത്രസങ്കല്പങ്ങളുടേയും ഒരു പക്ഷേ മനുഷ്യൻ പകർത്തിയെടുക്കുന്ന എല്ലാ നൈതിക സംവിധാനങ്ങളുടേയും നേരെയുള്ള ഒരു ചോദ്യമായിത്തീരുന്നുണ്ട്. ഇതാണ് ആശാൻ ചോദിച്ചത്. എങ്ങനെയാണ് നീതി നയമായിത്തീരുന്നത്.

"അതു കേൾ നീതി,
ഇതോർക്ക സൗഹൃദം..."

എങ്ങനെയാണ് നീതിയും സൗഹൃദവും രണ്ടായിത്തീരുന്നത്. എങ്ങനെയാണ് പ്രകൃതിയും നിയമവും രണ്ടായിത്തീരുന്നത്, എങ്ങനെയാണ് ധർമ്മം തന്നെ അധർമ്മമായിത്തീരുന്നത് എന്നുള്ള ചോദ്യം കാലാകാലങ്ങളിൽ ചോദിച്ചുകൊണ്ടിരിക്കുകയാണ് എല്ലാ യഥാർത്ഥ സാഹിത്യകാരന്മാരും ചെയ്തുകൊണ്ടിരിക്കുന്നത്. അതാണ് ബഷീറും തന്റെ കാലഘട്ടത്തോട് ചോദിച്ചത്. എങ്ങനെയാണ് മാന്യന്മാർക്ക് അമാന്യതയും അമാന്യന്മാർക്ക് മാന്യതയും ലഭിക്കുന്നത് എന്ന് തുരുതുരെ ചോദിക്കാനുള്ള യത്നം ബഷീറിന്റെ കൃതികളിൽ കാണാം. ഇതിനെ അനുരാഗഭംഗം എന്നോ അനുരാഗവൈകൃതം എന്നോ പറയാം. ഏതോ

ചില ഘടകങ്ങൾ നമ്മുടെ ജീവിതത്തെ, പ്രകൃതിയെ വികൃതിയാക്കി, വൈകൃതമാക്കി മാറ്റിക്കൊണ്ടിരിക്കുന്നു. ഈ ഘടകം എന്താണ് എന്ന് നമ്മെക്കൊണ്ട് ചോദിപ്പിക്കുകയും നമ്മെ ഉണർത്തുകയും ചെയ്യുക യാണ് എഴുത്തുകാരന്റെ ദർശനപരമായ പ്രവർത്തനങ്ങളിൽ മുഖ്യമായ ഒന്ന്. അത് നാം അറിയാതെ നമ്മുടെ ഉണ്മയെ, നമ്മുടെ ജീവിതത്തിന്റെ അബോധാത്മകമായ ആന്തരവൈരുധ്യത്തെ അനുസ്മരിപ്പിക്കുന്നു. ബഷീർ തന്റെ കൃതികളിൽ ഇത് ചെയ്യുന്നുണ്ട്. അത് വളരെ സരളമായ ഒരു ചിഹ്നത്തിൽക്കൂടിയാണ് എന്നതാണ് പാത്തുമ്മയുടെ ആട് എന്ന കൃതിയുടെ മൗലികമായ സവിശേഷത. എങ്ങനെയാണ് ഒരു കുടുംബത്തിലെ സമ്പത്തിന്റെ വിഭജനം ലോകത്തിലെ സമ്പത്തിന്റെ വിഭജനത്തെ ധ്വനിപ്പിക്കുന്നത് എന്ന് ആ കൃതിയിൽ കാണാം. അതും കാണാം എന്നർത്ഥം.

എഴുത്തിന്റെ ദൈർഘ്യത്തെക്കുറിച്ചാണ് ചിലർക്ക് വിമർശനം. എഴുത്തിന്റെ ദൈർഘ്യമല്ല, സാന്ദ്രതയാണ് സാഹിത്യത്തെ ഉദാത്തമാക്കുന്നത്. സാന്ദ്രമായ ഒരു കൃതി അതിന്റെ ധ്വനനശേഷികൊണ്ടാണ് വലുതാവുന്നത്. നീട്ടി എഴുതാൻ കഴിയാഞ്ഞിട്ടാണോ എലിയറ്റ് വേസ്റ്റ് ലാൻഡ് എഴുതിയത്? മലയാളത്തിലെ ഒരു നിരൂപകന്റെ ഒരു വാക്യം കൊണ്ട് താൻ ഒരു പ്രബന്ധം എഴുതാമെന്ന് മറ്റൊരു നിരൂപകൻ പറഞ്ഞതിനു കാരണവും മറ്റൊന്നായിരിക്കാനിടയില്ല.

ബഷീർ നൂറുപേജിൽ പറഞ്ഞ കാര്യങ്ങൾ നാലായിരമോ അയ്യായി രമോ പേജിൽ വിസ്തരിക്കുകയും വിസ്തരിച്ച് പരാജയപ്പെടുകയും ചെയ്യാം. ഇത് ഒരു കലാകാരൻ സ്വീകരിക്കുന്ന സാങ്കേതികമാർഗ്ഗത്തിന്റേയും സാങ്കേതിക കൗശലത്തിന്റെയും വിലയിരുത്തലാണ്. ഒരു ഗ്രന്ഥത്തി ന്റെ വലിപ്പം അതിന്റെ മൂല്യമാണ്. വണ്ണം നോക്കി മൂല്യനിർണ്ണയം നടത്തുന്നത് മറ്റൊരു ഗത്യന്തരവുമില്ലാത്തപ്പോൾ ചില അധ്യാപകർ ചെയ്യുന്ന സൂത്രമാണ്. പരീക്ഷക്കടലാസ് നോക്കുമ്പോൾ ഗത്യന്തരമി ല്ലാതെ അധ്യാപകർ ചെയ്യുന്ന എളുപ്പപ്പണി!

~ഒരു എഴുത്തുകാരന് എന്തു നൽകാൻ കഴിയും എന്നും അയാൾ എന്തു നൽകുന്നു എന്നും ആണ് പരിശോധിക്കേണ്ടത്. അയാൾ എന്തല്ല എന്നുള്ള അന്വേഷണമല്ല നിരൂപണത്തിന്റെ മൗലികമായ മാർഗ്ഗം. നമ്മുടെ നിരൂപകന്മാർ പലപ്പോഴും അന്വേഷിക്കുന്നത്. അയാളുടെ കൃതികളിൽ 'എന്തില്ല' എന്നാണ്. ഇതിന്റെ തെറ്റായ അർത്ഥം ഒരു വ്യക്തിയുടെ കൃതിയിൽ എല്ലാം ഉണ്ടാകും എന്നാണ്. ജീവിതം ഒരാളേക്കാൾ അല്പം കൂടി വലുതാണ്. ചരിത്രം ഒരു ജീവച രിത്രത്തേക്കാൾ കുറച്ചും കൂടി നീണ്ടതാണ്. ഭൂമി നാം താമസിക്കുന്ന

വീട്ടുവളപ്പിനേക്കാൾ വിസ്താരമുള്ളതാണ്. അതുകൊണ്ട് ലോകത്തിലെ പഴയതോ പുതിയതോ ആയ ഒരെഴുത്തുകാരനും തന്റെ മുഴുവൻ ജീവിതം ഉപയോഗിച്ചുകൊണ്ടു പോലും ജീവിതത്തിലെ സാകല്യം എന്നു പറയുന്ന ബഡായി അവതരിപ്പിക്കാൻ കഴിയില്ല. ബഷീറിന്റെ കൃതികളിൽ ആദിമ ധ്യാന്തപ്പൊരുത്തമുള്ള ജീവിതമില്ല, ജീവിതത്തിന്റെ സാകല്യമില്ല എന്നു പറയുന്നത് നിരൂപകന് ജീവിതത്തെക്കുറിച്ചുള്ള ബോധക്കുറവുകൊണ്ടും സാഹിത്യത്തെക്കുറിച്ചുള്ള പരിചയക്കുറവുകൊണ്ടും ആണ്.

ജീവിതത്തിന്റെ സാകല്യം എന്നു പറയുന്നത് വലിയ കാര്യമാണ്. അതു മിക്കപ്പോഴും അമൂർത്തമായ ഒരു കാര്യവുമാണ്. ഒരു കാരണം, ഞാൻ മാത്രമല്ല ജീവിച്ചിരിക്കുന്നത് എന്നതാണ്. മറ്റൊന്ന്, എന്നോടു കൂടി ജീവിതം അവസാനിക്കുന്നില്ല എന്നതാണ്.

നായികാനായകന്മാരെ മറന്നുപോകുന്നു, അവരെ കൈവിട്ടാൽ സാഹിത്യമാകുമോ എന്നതാണ് ഒരു ചോദ്യം.

സാഹിത്യത്തിലെ ഒരു ചുരുങ്ങിയ കാലഘട്ടത്തിൽ മാത്രം ജീവിച്ചിരുന്ന ആളുകളെ സംബന്ധിച്ചിടത്തോളം, സാഹിത്യത്തിൽ നായികാനായകന്മാരുണ്ട് എന്നു തോന്നും. മഹാഭാരതത്തിലെ നായികാനായകന്മാരെ നാം അന്വേഷിക്കാറില്ല. കുറച്ചു കഴിയുമ്പോൾ രാമായണത്തിൽ നായികാ നായകന്മാരുണ്ട് എന്നു തോന്നാം. പിന്നീടുള്ള കാലഘട്ടങ്ങളിൽ, മഹാകാവ്യ കാലഘട്ടങ്ങളിൽ, നായകനും നായകനും നായികയും ഉണ്ട് എന്നു മാത്രമല്ല, അവർ രാജാക്കന്മാരും രാജ്ഞിമാരും ആയിരിക്കണം എന്നും മറ്റുള്ളവരാരും നായകനും നായികയും ആകാൻ അർഹരല്ല എന്നും വരും. ഇതു വിട്ടിട്ട്, ഒരു വ്യക്തി നായകനാകുക എന്നുള്ള സങ്കല്പം അവസാനിക്കുന്ന ഒരു യുഗം ലോകസാഹിത്യത്തിൽ ഉണ്ടായിട്ടുണ്ട് എന്നറിയാത്തവരെ സംബന്ധിച്ചിടത്തോളം പിന്നെയും ഈ പഴയ യുഗത്തിന്റെ ചോദ്യം ബാക്കിനില്ക്കും. ആരാണ് നായകൻ, ആരാണ് നായിക എന്ന ചോദ്യം.

'ഇതിവൃത്തത്തെക്കുറിച്ചുള്ള സംശയ'വും പുതിയതല്ല. നിരൂപകന്റെ പരിമിതിതന്നെയാണ് ഇവിടെയും പ്രശ്നം. കുമാരനാശാന് ഒരു ഇതിവൃത്തം രചിക്കാൻ കഴിയുകയില്ല എന്ന് വള്ളത്തോൾ ലീലാനിരൂപണത്തിൽ പറഞ്ഞു. അതിനു കാരണം ലീലയിലോ നളിനിയിലോ അതുപോലുള്ള മറ്റു കാവ്യങ്ങളിലോ കുമാരനാശാൻ എന്താണ് ചെയ്തുകൊണ്ടിരിക്കുന്നത് എന്നതിനെക്കുറിച്ചുള്ള അവബോധം അന്നു വള്ളത്തോളിന് ഉണ്ടായിരുന്നില്ല എന്നതാണ്. ഒരു മഹാകാവ്യം പോലെ കഥ പറഞ്ഞു പോകാൻ വേണ്ട യാഥാസ്ഥിതിക കാവ്യപരിജ്ഞാനം കുമാരനാശാന് ഉണ്ടായിരുന്നു. ജീവിതത്തെക്കുറിച്ചുള്ള ബോധം കൊണ്ട്

തന്റെ കാവ്യം അതല്ല എന്ന് അറിഞ്ഞതുകൊണ്ടാണ് ആശാൻ തന്റെ കാവ്യത്തിന്റെ, അല്ലെങ്കിൽ ഇതിവൃത്തത്തിന്റെ പൂർവ്വാപര്യങ്ങളെ തെറ്റിക്കുന്നത്, ജീവിതരംഗങ്ങളെക്കുറിച്ചുള്ള തന്റെ പുതിയ തെരഞ്ഞെടുപ്പുകൾ അവതരിപ്പിക്കുന്നത്. ജീവിതബോധത്തെക്കുറിച്ചുള്ള തന്റെ തെരഞ്ഞെടുപ്പുകൾ കൊണ്ട് ഉള്ള ഒരു മൊസൈക്ക് ഉണ്ടാക്കുകയാണ് യഥാർത്ഥ കലാകാരൻ ചെയ്യുന്നത്.

വൈക്കം മുഹമ്മദ് ബഷീറിനെ എല്ലാവരും ചേർന്ന് ഒരു 'കൾട് ഫിഗർ' ആക്കിയിരിക്കുന്നുവെന്നതിൽ മുഷിഞ്ഞിട്ടു കാര്യമില്ല. തനിക്കിഷ്ടപ്പെടുന്ന നേതാവിനെയും എഴുത്തുകാരനെയും ആരാധിക്കുക എന്നത് സാമാന്യമായ മനുഷ്യസ്വഭാവമാണെന്നു മനസ്സിലാക്കാത്ത ആളുകൾ ഇപ്പോഴും ജീവിച്ചിരിക്കുന്നുണ്ട് എന്നുള്ളതാണ് അത്ഭുതം.

ജനങ്ങൾ ചങ്ങമ്പുഴയെയും വള്ളത്തോളിനെയും ആശാനെയും തുഞ്ചത്തെഴുത്തച്ഛനെയും ഒക്കെ ആദരിച്ചിട്ടുണ്ട്. ആദരിക്കുന്നുണ്ട്, ഇങ്ങനെ ആദരിക്കപ്പെടുന്ന ആളുകൾ വിമർശിക്കപ്പെട്ടേക്കാം. അങ്ങനെ വിമർശിക്കുന്നതും സ്വാഭാവികമാണ്. കാളിദാസനെ വിമർശിച്ചിട്ടുണ്ട്. ഷേക്സ്പിയറെ നിസ്സാരനാണെന്നു പറഞ്ഞ് 'തള്ളിക്കളഞ്ഞിട്ടുണ്ട്'.

'Shut your Shakespeare and, Open your shaw' എന്ന മുദ്രാവാക്യം ഒരു കാലത്ത് ഇംഗ്ലീഷ് ഭാഷയിൽ പ്രചരിച്ചിരുന്നു. ഇത് പലപ്പോഴും നാം ഓർക്കാറില്ല. അതും സ്വാഭാവികമാണ്.

ഇങ്ങനെ അനുകൂലവും പ്രതികൂലവുമായ രണ്ടഭിപ്രായങ്ങളിൽ പകുതിയാണ് ശരിയെന്ന വാദത്തിൽ പകുതി ശരിപോലുമില്ല എന്നതാണ് നിരൂപണത്തിലെ ഒരു പ്രധാന വസ്തുത. ഇത് ശലമോന്റെ നീതിന്യായമാണ്. ഒരു കുട്ടിക്ക് രണ്ടമ്മമാരുണ്ടെന്ന വാദം വരികയാണെങ്കിൽ രണ്ടുപേർക്കും തുല്യമായി വീതിച്ചുകൊടുക്കുന്നതുപോലെ യുക്തയുക്തവുമാണ്.

ഒരാളെ പ്രശംസിക്കുകയും നിന്ദിക്കുകയും ചെയ്യുന്ന രണ്ടു കക്ഷികൾക്കിടയിൽ പകുതി പ്രശംസിക്കുകയും പകുതി നിന്ദിക്കുകയും ചെയ്യുക എന്നുള്ള ഉന്നത മധ്യവർഗ്ഗസിദ്ധാന്തം ബുദ്ധന്റെ മധ്യമാർഗ്ഗ സിദ്ധാന്തമാണ് എന്ന് തെറ്റിദ്ധരിക്കുന്ന ആളുകളുണ്ടാകാം. ഇത് ബുദ്ധന്റെ മധ്യമാർഗ്ഗമല്ല . 'സമത്വം'എന്ന യോഗമല്ല, ഭീരുവിന്റെ രക്ഷാമാർഗ്ഗമാണ്. "ഞാനപ്പോഴേ പറഞ്ഞില്ല" എന്നു പറഞ്ഞ് രക്ഷപ്പെടാനുള്ള ഉപായം. നിരൂപണത്തിലെ ഭീരുതയാണിത്. സ്വന്തം അഭിപ്രായം പറയാൻ കഴിവില്ലാത്ത, സ്വന്തം അഭിപ്രായമില്ലായ്മയുടെ ഒരു രൂപം. ഇടത്തും വലത്തുമില്ലെങ്കിൽ മധ്യമില്ല എന്ന് സാമാന്യമായി നാം

വാദപ്രതിവാദത്തിനിടയ്ക്ക് മറന്നുപോകാറുണ്ട്. നിരൂപണത്തെ സംബന്ധിച്ചിടത്തോളം മധ്യമാർഗ്ഗം, രണ്ടു കാലിൽ നിൽക്കാൻ ഭയന്നിട്ട് നാലു കാലിൽ നിൽക്കാനുള്ള ശ്രമമാണ്. അതു വാസ്തവത്തിൽ നിലനില്പിന്റെ പ്രശ്നമാണ്.

'എന്താണ് സാഹിത്യം' എന്നും 'സാഹിത്യോചിതമായ ഭാഷ' എന്നുമുള്ള പഴയ 'പ്രശ്നങ്ങൾ' ഇപ്പോഴും ഉയർന്നുവരുന്നത് കൗതുകകരം തന്നെ. ബഷീറിന്റെ ഭാഷ സാഹിത്യോചിതമല്ലെന്നും ബഷീറിന്റെ ലോകം അടുക്കളയാണെന്നും ഉള്ള വിമർശനം നമ്മുടെ നോവലിന്റെ ചരിത്രത്തെക്കുറിച്ച് അധികം ആലോചിക്കാത്തതുകൊണ്ടു വരുന്ന തെറ്റിദ്ധാരണയാണ്. മലയാളത്തിലെ ആദ്യത്തെ നോവലുകൾ പുറത്തുവരുന്ന കാലത്ത് അത് സാഹിത്യോചിതമാണെന്നോ അതിൽ ഉപയോഗിക്കുന്ന ഭാഷ സാഹിത്യോചിതമാണെന്നോ കൈകാര്യം ചെയ്യുന്ന കഥാപാത്രങ്ങൾ സാഹിത്യത്തിന് അർഹരനാണെന്നോ അതെഴുതിയവർക്കുപോലും തോന്നിയിരുന്നില്ല. അങ്ങനെ തോന്നാതിരിക്കാൻ കാരണം, അവർ അവരറിയാതെതന്നെ ഒരു ജനാധിപത്യയുഗത്തിലേക്ക്, ബൂർഷ്വാ ജനാധിപത്യയുഗത്തിലേക്ക് പരിവർത്തനം ചെയ്യപ്പെടുകയായിരുന്നുവെന്നതാണ്.

തന്റെ നോവൽ ഒരു ശുദ്ധസാഹിത്യകൃതിയാണ് എന്ന് അല്ലെങ്കിൽ ഒരു യഥാർത്ഥ സാഹിത്യകൃതിയണ് എന്ന് ചന്തുമേനോൻ കരുതിയിരുന്നില്ല. അദ്ദേഹം കരുതിയിരുന്നത് മയൂരസന്ദേശമാണ് യഥാർത്ഥ കാവ്യമാതൃക എന്നാണ്. പിന്നീട് അത് സാഹിത്യനിരൂപണത്തിലെ ഒരു പ്രശ്നമേ അല്ലാതായിത്തീരുന്നുണ്ട്. അതിനർത്ഥം, ഇന്ദുലേഖയും ശാരദയും എഴുതുമ്പോൾ ചന്തുമേനോൻ മനുഷ്യജീവിതത്തിന്റെ ഒരു പുതിയ മണ്ഡലത്തെ സാഹിത്യത്തിലേക്ക് കൊണ്ടുവരികയും, നമ്മുടെ സാഹിത്യത്തിൽ ഇതുവരെ ഉപയോഗിക്കാത്ത ഒരു ആഖ്യാനശൈലി മലയാളത്തിലേക്ക് ആവാഹിക്കുകയും അതുവഴി ഭാഷയെ തിരുത്തുകയും ചെയ്യുകയായിരുന്നു എന്നുള്ളതാണ്. നോവലിന്റെ കാര്യത്തിൽ ഇത് ചന്തുമേനോൻ തനിച്ച് ചെയ്യുന്നു എന്ന് കരുതേണ്ടതില്ല.

ബഷീർ വലിയ എഴുത്തുകാരനാണ്. അനുഭവത്തിന്റെ ഒരു ഭൂഖണ്ഡത്തെത്തന്നെ സാഹിത്യത്തിലേക്ക് കൊണ്ടുവരാൻ ബഷീറിന് കഴിഞ്ഞു. അനുഭവത്തിന്റെ ആ പുതിയ മണ്ഡലത്തെ ചിത്രീകരിക്കാൻ അന്നുവരെ നിലവിലില്ലാതിരുന്ന പുതിയ ഭാഷയേയും കൊണ്ടുവരുന്നു. ഓരോ പുതിയ ഭാവനാലോകവും ഓരോ പുതിയ യാഥാർത്ഥ്യത്തിന്റെ ലോകവും അതിന്റേതായ ഭാഷ സൃഷ്ടിക്കുന്നു. നോവൽ വരുമ്പോൾ അതിന്റേതായ ഭാഷ സൃഷ്ടിക്കുന്നു. നോവൽ വരുമ്പോൾ കഥ മാത്രമല്ല

വരുന്നത്. അനുഭവങ്ങൾ അടുക്കുന്ന പുതിയൊരു രീതിയും കഥ പറയുന്ന ഭാഷയും സാഹിത്യത്തിന്റേതായിത്തീരുന്നു. അത് സാഹിത്യപരവും ഭാഷാപരവുമായ ഒരു വിപ്ലവമാണ്.

നമ്മുടെ സാഹിത്യാസ്വാദകർക്ക് അന്നുവരെ അപരിചിതമായിരുന്ന ഒരു പുതിയ രീതി, ഭാഷാശൈലി, തന്റെ അനുഭവലോകത്തിന്റെ ചിത്രീകരണത്തിനായി ബഷീർ മലയാളത്തിലേയ്ക്ക് കൊണ്ടുവന്നു. വളരെക്കാലത്തേക്ക് മലയാളത്തിൽ ബഷീറല്ലാതെ മറ്റാരും ഇത്തരം ഭാഷാപരമായ വിപ്ലവം ഉണ്ടാക്കിയിട്ടില്ല. അദ്ദേഹം ഒരു സമുദായത്തിന്റെ മാത്രമല്ല, ഒരു വ്യത്യസ്തമായ അനുഭവമണ്ഡലത്തിലന്റെ മുഴുവൻ വ്യഥകൾ ആവാഹിക്കാൻ കഴിയുന്ന ഭാഷ കൊണ്ടുവന്നു. ചെറിയ കാര്യമെന്ന് തോന്നാമെങ്കിലും അതിൽ വലിയ കാര്യം കൂടിയുണ്ട്.

കാന്താരിയും ഉപ്പും കൂട്ടി അരച്ച് കപ്പയിൽ തൊട്ടുന്ന അഭിരുചി, പുട്ടിൽ വച്ച് പുഴുങ്ങിയ മുട്ട- ഇത് വിളമ്പുമ്പോൾ വാസ്തവത്തിൽ ബഷീർ അനുരാഗത്തിന്റെ ഒരു പുതിയ ചിഹ്നം, അനുരാഗത്തിന്റെ ഒരു പുതിയ ഭാഷ്യം അനുരാഗത്തെ വിനിമയം ചെയ്യുവാനുള്ള ഒരു പുതിയ നാണയ വ്യവസ്ഥ കണ്ടുപിടിക്കുകയാണ് എന്നു നാം പിന്നീട് മനസ്സിലാക്കും.

എഴുത്തുകാരൻ നമ്മുടെ അനുഭവത്തെ ചിത്രീകരിക്കാൻ പുതിയ ഒരു ലോകത്തെ, ചിഹ്നങ്ങളുടെ ലോകത്തെ കണ്ടെത്തുന്നു. ഒരു എഴുത്തുകാരന്റെ മൗലികമായ സംഭാവന അതാണ്.

വാസ്തവത്തിൽ, തന്റെ കൃതികളിൽ ബഷീർ നമുക്ക് കേട്ടുപരിചയമുള്ള അനുഭവങ്ങളെ ചിത്രീകരിക്കുവാൻ, അതിനേക്കാൾ രൂക്ഷമായ, അതിനേക്കാൾ സമ്പന്നമായ, അതിനേക്കാൾ സജീവമായ പുതിയ ഒരു വ്യവസ്ഥ ഭാഷയിലേക്ക് സംക്രമിപ്പിച്ചിട്ടുണ്ട്. അതുകൊണ്ടുതന്നെ ബഷീർ മലയാളത്തിലെ അതുല്യനായ എഴുത്തുകാരനാണ്.

1989

മരണവുമായുള്ള സംവാദം

അനർഘനിമിഷം എഴുതിയത് ബഷീറാണ്. സൂഫികളുടെ കൂടെ നടന്നത് ബഷീറിന്റെ അംശമാണ്. സന്യാസികളുടെ കൂടെ നടന്നതും ബഷീറിന്റെ ഒരംശമാണ്. മരുന്നു കച്ചവടം നടത്തി എന്നതും ബഷീറിന്റെ ഒരംശമാണ്. ലോക്കപ്പിലിട്ടിട്ട് പോലീസുകാർ തല്ലി എന്നതും ബഷീറിന്റെ ഒരംശമാണ്. ഒടുവിൽ ഭ്രാന്തുവന്നതും ബഷീറിന്റെ ഒരംശമാണ്. ഇതിന്റെയൊക്കെ ആകെ തുകയാണ് ബഷീറിന്റെ കൃതികൾ. എല്ലാം കൂടിച്ചേരുമ്പോഴാണ് എഴുത്തുകാരന്റെ ആവിഷ്കരണത്തിന്റെ അളവ് നാം കാണുന്നത്. അതിൽ സ്വപ്നങ്ങളും ഭാവനകളും അയാൾ സഞ്ചരിച്ച ലോകങ്ങളും മുഴുവൻ വ്യക്തിത്വത്തിന്റെയും ലോകമാണ്. യഥാർത്ഥത്തിൽ ജീവിക്കുകയും യഥാർത്ഥത്തിൽ ഭാവനകൾ ഉണ്ടാക്കിയെടുക്കുകയും ചെയ്യുന്ന ജീവിയാണ് മനുഷ്യൻ.

നമ്മുടെ ജീവിതം ഒരു ഫാന്റസിയാണ്. ഈ ഫാന്റസിയെ ഭൂമിയിലേക്ക് കൊണ്ടുവരികയാണ് മനുഷ്യന്റെ ശ്രമം. യാഥാർത്ഥ്യത്തിൽ നിന്നും സങ്കല്പത്തെ സൃഷ്ടിക്കുവാനും സങ്കല്പത്തിൽ നിന്നും യാഥാർത്ഥ്യത്തെ സൃഷ്ടിക്കുവാനുമുള്ള കഴിവാണ് വൈരുധ്യാത്മക പുരോഗതിയുടെ അടിസ്ഥാനം. ഈ ലോകവും മനുഷ്യനും തമ്മിലുള്ള ബന്ധം അപാരതയും, മനുഷ്യനും തമ്മിലുള്ള ബന്ധം, ഇതുരണ്ടും ബഷീറിന്റെ കൃതികളുടെ മുഖമുദ്രയാണ്. എന്റെ കാലടിപ്പാടുകൾ ആരാണ് മായ്ച്ചുകളയുന്നത് എന്നാണ് ബഷീർ ഇപ്പോഴും ചോദിക്കുന്നത്. ഇത് അനശ്വരതയുടെ പ്രശ്നമാണ്. മരണവുമായുള്ള സംവാദമാണ് ഏറ്റവും വലിയ ദാർശനികപ്രശ്നം. ഓരോ ദാർശനികപ്രശ്നങ്ങളും ജീവിതത്തിന്റെ ഭാഗമാണ്. കാറൽ മാർക്സിനുണ്ടായത് ഭൗതികമായ ദാർശനികതയാണെങ്കിൽ മറ്റുള്ളവർക്കുണ്ടായത് ആധ്യാത്മികമായ മുഴുവൻ വ്യക്തിത്വത്തിന്റെയും ദാർശനികത ആയിരുന്നു. ഒരു മൃഗത്തിന് മരണഭയമില്ല. ഈ

മരണഭയത്തിൽ നിന്നാണ് കഠോപനിഷത്തും ഒരു അനർഘനിമിഷവും പിറന്നുവീഴുന്നത്.

ഒരു വലിയ തുണിമില്ലിൽ ജോലിചെയ്യുന്നവന് ഈ ലോകത്തിൽ താനെത്ര നിസ്സാരനാണെന്ന് ഉള്ള ഭയത്തേക്കാൾ വലിയത് യന്ത്രത്തിന് മുമ്പിൽ നിൽക്കുമ്പോഴുണ്ടാവുന്ന ഭയമാണ്. ഒരു നെയ്ത്തുമില്ലിൽ ജോലി ചെയ്യുന്നവന് അങ്ങനെയുണ്ടാവുന്നില്ല. കാരണം, അവൻ സ്വയം സൃഷ്ടിക്കുന്നു. യന്ത്രമില്ലിലാണെങ്കിൽ അയാളവിടെ നിൽക്കുന്നതേയുള്ളു. ഇങ്ങനെ ലോകത്തിലുള്ള മനുഷ്യന്റെ സ്ഥാനം സ്ഥാപിച്ചെടുക്കുക എന്നുള്ള പ്രശ്നവും കാലത്തിലെ മനുഷ്യന്റെ അസ്തിത്വം രൂപപ്പെടുത്തുക എന്നതും മൗലികമായ ദാർശനിക പ്രശ്നമാണ്. 'ഞാൻ മരിക്കും, ഞാൻ മരിക്കും മറ്റുള്ളതൊന്നും നശിക്കില്ല എന്ന് പറയുന്നതിന്റെ അർത്ഥം മരിക്കാൻ പാടില്ല എന്നാണ്. ഇതാണ് ബഷീർ തന്റെ കൃതികളിൽ അവസാനം വരെ അന്വേഷിക്കുന്നത്. അനശ്വരതയ്ക്കു വേണ്ടിയുള്ള ദാഹം വരുമ്പോൾ മരണം ഭയാനകമായ അവസ്ഥയായിത്തീരുന്നു. ഇതാണ് മനുഷ്യവർഗ്ഗത്തിന്റെ ആധ്യാത്മികവിധി. ബോധം കൂടുന്നതിനനുസരിച്ച് ഭാരം കൂടും. തീക്ഷ്ണമായ അനുഭവങ്ങളാണ് അനർഘനിമിഷത്തിലുള്ളത്. ഇത് എല്ലാവർക്കുമില്ല. കുറേപേർ ജനിക്കും, പ്രായമാകും, മരിക്കും, മറ്റു ചിലർ അനശ്വരതയ്ക്കു വേണ്ടി ദാഹിക്കും. ഇത്തരം ദാർശനിക സമസ്യകൾക്ക് ഉത്തരം കണ്ടെത്താൻ ശ്രമിക്കുന്നവനെയാണ് മിസ്റ്റിക് എന്നു വിളിക്കുന്നത്. ഒരു മതത്തിൽ നിന്നോ ഒരു ഋഷിയിൽനിന്നോ നേരിട്ടു കിട്ടുന്ന അനുഭവത്തിനു പകരം സ്വയം അറിവിൽ നിന്നു കിട്ടുന്ന അനുഭവത്തിനുപകരം സ്വയം അറിവിൽ നിന്നു കിട്ടുന്ന ബോധത്തിൽ നിന്നാണ് ഒരു മിസ്റ്റിക് ജനിക്കുന്നത്.

ഒരു വിധത്തിൽ പറഞ്ഞാൽ, ദൈവം എന്നു വിളിക്കാം. നമ്മൾ പറയുന്നു ദൈവം അമ്പലത്തിലുണ്ട്, പള്ളിയിലുണ്ട്. പക്ഷേ മിസ്റ്റിക്കിന് പള്ളിയില്ല, മതമില്ല, ദൈവമില്ല. ഒരു ഋഷിക്ക് ഉപദേശിക്കാൻ വേറൊരു ഋഷി വേണ്ട. അവൻ തന്നെയാണ് അവന്റെ ഗുരുവും ശിഷ്യനും. ഇതിനെയാണ് അപരോക്ഷാനുഭൂതി എന്ന് നമ്മൾ വിളിക്കുന്നത്. അറിവിനു പകരം നേരിട്ടനുഭവിക്കുന്നത്. അനുഭവങ്ങൾ കൂടുന്തോറും പുസ്തകങ്ങളിലുള്ള താല്പര്യം കുറയുന്നു. പുസ്തകങ്ങളെന്നാൽ മറ്റുള്ളവരുടെ അനുഭവങ്ങളുടെ റിപ്പോർട്ടുകളാണ്. ഋഷികളെന്നു പറയുന്നത് സാധാരണ വായിക്കാത്തവരും പഠിക്കാത്തവരുമാണ്. വേദം പഠിക്കുന്നവൻ വിവരമില്ലാത്തവനാണ്.

എത്ര വലിയ ദാർശനിക കാര്യങ്ങൾ പറഞ്ഞാലും ബഷീർ ഖുർ ആൻ ഒന്നും ഉദ്ധരിക്കാറില്ല. നമ്മളേപ്പോലുള്ളവരാണെങ്കിൽ വിദുരവാക്യം ഉദ്ധരിക്കും. അനുഭവങ്ങളാണ് ബഷീർ ഉദ്ധരിക്കാറ്.

1989

മരുഭൂമികൾ പൂക്കുമ്പോൾ

1945-ലാണ് ഞങ്ങൾ ബഷീറിനെ ആദ്യമായി കാണുന്നത്. അന്നദ്ദേഹം അറിയപ്പെടുന്ന ഒരെഴുത്തുകാരനായി മാറിക്കഴിഞ്ഞിരുന്നു. പക്ഷേ ബഷീറിനെ ഞങ്ങൾ കണ്ടത് പുസ്തകത്തിന്റെ താളുകളിലല്ല, നിരൂപണത്തിന്റെ പംക്തികളിലല്ല, എറണാകുളത്തെ ബോട്ടുജെട്ടിയിൽ ഒരു ചെറിയ പെട്ടിക്കട, ഒരു പുസ്തകക്കട നടത്തുന്ന കച്ചവടക്കാരനായിട്ടാണ്. അന്ന് രണ്ടാംലോകമഹായുദ്ധം അവസാനിക്കുന്ന കാലമാണ്. ലോകം മരണമെന്താണെന്നും, വിശപ്പ് എന്താണെന്നും, യുദ്ധം എന്താണെന്നും, സമാധാനം എന്താണെന്നും അറിയുകയും അന്വേഷിക്കുകയും ചെയ്യുന്ന കാലമാണ്. അവിടെ, ഇന്നും വലിയ മാറ്റമൊന്നുമില്ലാത്ത, ആ പഴയ ബോട്ടുജെട്ടിയിൽ ചുവരിൽ തറച്ച ഒരു ഷെൽഫിൽ ഏതാനും പുസ്തകങ്ങളും താഴെ ഒരു മടക്കു കസേരയും- അന്നതിന് അശോക ചെയർ എന്നാണ് പറഞ്ഞിരുന്നത്- ഇട്ടിരിക്കുന്ന ഒരു പ്രഭുവായ കച്ചവടക്കാരനായിരുന്നു അന്ന് ബഷീർ. പിന്നീട് പത്തിരുപത്തിയഞ്ചുവർഷം കൂടി കഴിഞ്ഞിട്ടാണ് അമേരിക്കയിൽ തകരപ്പലകൾ കൊണ്ടുണ്ടാക്കിയ ഷെഡ്ഡിൽ പ്രസിദ്ധ അമേരിക്കൻ കവി ലോറൻസ് ഫെർലിംഗ്ഗെട്ടി പുസ്തകക്കച്ചവടം നടത്തിയത്. അത് ലോകത്തിലെ വളരെ പ്രസിദ്ധമായ സംഭവമായിരുന്നു. എം.ടി.വാസുദേവൻ നായർ അമേരിക്കയിൽ പോയപ്പോൾ ഫെർലിംഗ്ഗെട്ടിയുടെ പുസ്തകക്കച്ചവടം റിപ്പോർട്ട് ചെയ്യുന്നുണ്ട്. ഇത് ഒരു കാലാകാരന്റെ അവസ്ഥയെക്കുറിച്ചുള്ള പ്രഖ്യാപനമാണ്. ഒരു എഴുത്തുകാരൻ എങ്ങനെ ജീവിക്കുന്നു എന്ന്, എങ്ങനെ അംഗീകൃത സമുദായത്തിന്റെ പുറംതളങ്ങളിൽ ജീവിക്കുന്നു എന്ന്, എങ്ങനെ തിരസ്കൃതനായ ഒരു കലാകാരൻ തന്റേതായ ഒരു മറുലോകം ഉണ്ടാക്കുന്നു എന്ന് 1960-കളിൽ ഫെർലിംഗ്ഗെട്ടി കണ്ടെത്തുന്നതിനും ഒരു തലമുറ മുമ്പ് ഇത്തരം ഒരു മറുലോകത്തെക്കുറിച്ചുള്ള

സങ്കല്പം ബഷീറിനും അല്പമകലെ താമസിച്ചിരുന്ന ചങ്ങമ്പുഴ കൃഷ്ണപി ള്ളക്കും ഉണ്ടായിരുന്നു. അതാണവരുടെ അർത്ഥം. അതാണവരുടെ ഗ്രന്ഥങ്ങളുടെ അർത്ഥം. അതാണവരുടെ ജീവിതത്തിന്റെ അർത്ഥം.

ജനത്തിരക്കുള്ള ഒരു സങ്കേതത്തിൽ ഒരു കസേരയിട്ട് ബഷീർ ഇരിക്കുമ്പോൾ ജനത്തിരക്കുള്ള മറ്റൊരു തുണിക്കടയിൽ--ഞാനോർ ക്കുന്നത് വൈറ്റ്ഹാൾ എന്ന എറണാകുളത്തെ തുണിക്കടയാണ്-- പെട്ടെന്നു കയറിവരുന്ന ചങ്ങമ്പുഴ ഒരു കസേര വലിച്ച് ഹാളിന്റെ നടുവിലേയ്ക്കിട്ട്, തന്റെ സ്വർണ്ണക്കണ്ണട ഇടയ്ക്കിടക്ക് തുടച്ചുകൊണ്ട് "ഞാൻ, ചങ്ങമ്പുഴ ഇവിടെ വന്നിട്ടുണ്ടേ''ന്ന് ലോകത്തോട് പറയുമായി രുന്നു. ഇതു രണ്ടും ഏതാണ്ട് ഒരേ കാലത്താണ് നടക്കുന്നത്. ഏതാണ്ട് ഇതിന് അല്പം മുമ്പാണ് ഈ ലോകം ജീവിക്കാൻ പറ്റിയ ഇടമല്ല, ഈ ലോകം മരിക്കാനേ കൊള്ളൂ എന്നു തീർച്ചയാക്കി ഇടപ്പള്ളി തന്റെ അവസാന കവിതയും എഴുതി ഒരു തപാൽപ്പെട്ടിയിൽ നിക്ഷേപിച്ച്, ലോകത്തോട് യാത്രപറഞ്ഞ് പോയത്. ഇവരെല്ലാം പല സ്ഥലങ്ങളിലേ യ്ക്ക് പോയവരാണ്. അതായത് ഇടപ്പള്ളി നമ്മുടെ ഭൂമിയെ ഉപേക്ഷിച്ചു, ചങ്ങമ്പുഴ തന്റെ ലോകത്തിന്റെ മാന്യതയെ ധിക്കരിച്ചു, വൈക്കംമു ഹമ്മദ് ബഷീർ വലിയ തടിക്കച്ചവടക്കാരനും ചെറിയ ഒരു പ്രഭുവുമാ യിരുന്ന തന്റെ പിതാവിന്റെ പാരമ്പര്യം ഉപേക്ഷിച്ചു. ഇവയൊന്നും വ്യക്തിയുടേയൊ കുടുംബത്തിന്റേയൊ മാത്രം സംഭവമല്ല, മറിച്ച്, മാറി ക്കൊണ്ടിരിക്കുന്ന ചരിത്രത്തിലെ, മാറ്റേണ്ട ചരിത്രത്തിലെ സംഭവങ്ങൾ ആയിരുന്നു. അതാണ് നാം ഇന്നു മനസ്സിലാക്കുന്നത്. അതുകൊണ്ടാണ് മണിനാദത്തിന്റെ വളരെ പ്രസിദ്ധമായ അവതാരികയിൽ കേസരി ബാലകൃഷ്ണപിള്ള ഈ ലോകത്തിലെ മഹത്തായ മൂന്നുനാല് ആത്മഹ ത്യകളിൽ ഒന്ന് ഇടപ്പള്ളിയുടേതാണെന്നു പറഞ്ഞത്. ആയിടയ്ക്കാണ് പ്രശസ്ത റഷ്യൻ കവിയായ യെസനിൻ ഒരു വാട്ടർപൈപ്പിന്റെ മേലെ കെട്ടിത്തൂങ്ങി മരിച്ചത്. അക്കാലത്തു തന്നെയാണ് മയക്കോവ്സ്കിയും ആത്മഹത്യ ചെയ്തത്. എന്തിനു കലാകാരന്മാർ മരിക്കുന്നു എന്നത്, അതായത് അവർ മരിക്കുമ്പോൾ അത് മരണരജിസ്റ്ററിലുണ്ടാകുന്ന പുതു എൻട്രി മാത്രമല്ല എന്നും അതു നമ്മുടെ ചരിത്രപരിണാമത്തിലെ ഒരു എൻട്രിയാണെന്നും തിരിച്ചറിയുന്നതാണ് വാസ്തവത്തിൽ കേസരിയുടെ നിരൂപണമെന്ന് നാം ഇന്ന് മനസ്സിലാക്കിയിരിക്കുന്നു.

ഒരു മരണത്തിന്റെ ലാക്ഷണികമായ അർത്ഥം, ഒരു മരണം എന്തിന്റെ ലക്ഷണമാണെന്നും, ഒരു പ്രതിഷേധം എന്തിന്റെ ലക്ഷ ണമാണെന്നും, ഒരു വ്യാകരണഭംഗം എന്തിന്റെ ലക്ഷണമാണെന്നും ഒരക്ഷരത്തെറ്റ് എന്തിന്റെ ലക്ഷണമാണെന്നും തിരിച്ചറിയുന്ന ഒരാൾക്കു

മാത്രമേ നിത്യസംഭവങ്ങളിൽ നിന്ന് ചരിത്രസംഭവങ്ങളുടെ അർത്ഥം ഉണ്ടാക്കിയെടുക്കാൻ പറ്റൂ. ബഷീർ അവിടെ ചെയ്തിരുന്നതും ഇടപ്പള്ളി മരണം കൊണ്ട് കാണിച്ചതും ചങ്ങമ്പുഴ തന്റെ നാനാമുഖമായ പ്രവർത്തനങ്ങൾകൊണ്ടു തെളിയിച്ചതുമായ കാര്യങ്ങൾ, തിരിഞ്ഞുനോക്കുമ്പോൾ ഈ ലോകത്തിനു നേരെയുള്ള പരമമായ പുച്ഛവും പരമമായ അമർഷവും മറ്റൊരു ലോകം സ്ഥാപിക്കാനുള്ള വെമ്പലും ആണെന്ന് നാം ഇന്നു മനസ്സിലാക്കുന്നുണ്ട്. അത് അന്ന് മനസ്സിലാക്കിയിരുന്നില്ല എന്നതാണ്, കവിത്വത്തിന്റെ അവരുടെ മഹത്വത്തിന്റെ ഒരടയാളം. അവർ ജീവിച്ചിരിക്കുന്ന കാലഘട്ടത്തിലെ ജനങ്ങൾ അവരെ മനസ്സിലാക്കിയിരുന്നെങ്കിൽ അതിനർത്ഥം, വാസ്തവത്തിൽ അവർക്കൊന്നും പറയാനുണ്ടായിരുന്നില്ല എന്നതാണ്. ഇത് വളരെ ചെറിയ കാര്യമാണ്. എങ്കിലും ഇത് ഒരു വളരെ പ്രധാനപ്പെട്ട കാര്യം കൂടിയാണ്. അതായത് ഒരു എഴുത്തുകാരൻ അയാളെ പൂർണ്ണായി 'കമ്മ്യൂണിക്കേറ്റ്' ചെയ്യുന്നുണ്ടെങ്കിൽ, പൂർണ്ണമായി നിങ്ങളുമായി ഒരു എഴുത്തുകാരൻ സംവദിക്കുന്നുണ്ടെങ്കിൽ അതിനർത്ഥം അയാൾക്ക് കൺവെൻഷനലായിട്ടുള്ള, സാങ്കേതികമായിട്ടുള്ള, പരമ്പരാഗതമായിട്ടുള്ള കാര്യങ്ങൾ മാത്രമേ നിങ്ങളോട് പറയാനുള്ളൂ എന്നാണ്. അങ്ങനെ പരമ്പരാഗതബന്ധങ്ങളെപ്പറ്റി പറയുന്നതിനെയാണ് നമ്മളിപ്പോൾ 'പൈങ്കിളി' പറയുന്നത്. അയാൾ ലോകത്തിലെ, ലോകചരിത്രത്തിലെ ഒരു സിഗ്നലും, ചരിത്രത്തിന്റെ ഒരു ഭാവിനിരീക്ഷണവും നമ്മുടെ മുമ്പിൽ എത്തിക്കുന്നില്ല എന്നതാണിതിനർത്ഥം. പരിചിതമായ കാര്യങ്ങളെ അപരിചിതമായ ഭാഷയിൽ പറയുകയോ അപരിചിതമായ കാര്യങ്ങളെ പരിചിതമായ ഭാഷയിൽ പറയുകയോ ചെയ്യുന്ന ഒരു വിദ്യ മാത്രമേ അത്തരം എഴുത്തുകാർ പലപ്പോഴും പ്രയോഗിക്കാറുള്ളൂ.

ചങ്ങമ്പുഴയോ വൈക്കം മുഹമ്മദ് ബഷീറോ എഴുത്തിന്റെ മേഖലയിലേക്കു മാത്രമല്ല പോയത്. അവർ ജീവിതത്തിന്റെ പല അതിരുകളിലേക്കും യാത്ര ചെയ്യുകയും അവർ അനുഭവങ്ങളെ തേടിപ്പോവുകയും ഒരു പക്ഷേ ഏകാദശി നോറ്റ കാക്കയെപ്പോലെ തങ്ങളുടെ കാലിൽ മുള്ളുകൊണ്ട് കുത്തി മുറിവേല്പിക്കുകയും ചെയ്തു. എന്തിനാണ് ഒരാൾ അനുഭവങ്ങൾ അന്വേഷിച്ചു പോകുന്നത് എന്നും ലോകത്തിൽ ഇപ്പോൾത്തന്നെ ദുരിതങ്ങൾ നിറഞ്ഞിരിക്കെ ഇനിയും എന്തിനാണ് സാഹിത്യകൃതികൾ കൊണ്ട് കൂടുതൽ ദുരിതമുണ്ടാക്കുന്നത് എന്നും വളരെ ശുദ്ധാത്മാക്കളായ ആളുകൾ അന്ന് ചോദിക്കുമായിരുന്നു. സഞ്ജയൻ ഇത് ചോദിച്ചിരുന്നു. മാരാർ ചോദിച്ചിരുന്നു. അവരെല്ലാം പറഞ്ഞിരുന്നത് ഇവരെല്ലാം കക്കൂസ് കവികളാണെന്നും മുനിസിപ്പൽ

കവികളാണെന്നുമാണ്. പക്ഷേ, ഇങ്ങനെ പറയുന്നവർ ഇതു പറഞ്ഞു കൊണ്ടിരിക്കെത്തന്നെ ബുദ്ധനെ വന്ദിക്കുകയും ബുദ്ധൻ എന്തിനാണ് തന്റെ കൊട്ടാരത്തിൽ നിന്ന് ഇറങ്ങിത്തിരിച്ചതെന്നും എന്തിനാണ് കൊട്ടാരത്തിന്റെ പടിക്കൽവെച്ച് തന്റെ മുടി അരിഞ്ഞുകളഞ്ഞതെന്നും എന്തിനാണ് കുതിരിപ്പുറത്തേറി വളരെ ദൂരം സഞ്ചരിച്ചതെന്നും എന്തിനാണ് പട്ടിണി കിടന്നതെന്നും എന്തിനാണ് മരത്തണലിൽ ഇരുന്നതെന്നും പട്ടിണിയുടെ അവസാനത്തിൽ സുജാതയുടെ കൈയിൽ നിന്ന് പാനീയം വാങ്ങിക്കുടിച്ചതെന്നും അന്വേഷിക്കാതിരിക്കുകയും ചെയ്യു. ബുദ്ധന്റെ ദുഃഖം ബുദ്ധൻ നേടിയെടുത്ത ദുഃഖമാണ്, ആധുനികകവിയെപ്പറ്റി പറയുമ്പോൾ മാനംമര്യാദയായി ജീവിക്കാൻ വകയുള്ള ഒരു പയ്യൻ, മര്യാദയ്ക്ക് പഠിച്ച പാസ്സാകേണ്ട ഈ കുട്ടി എന്തിനാണ് സ്ഥാനം തെറ്റിപ്പോകുന്നതെന്നും, എന്തിനാണ് വരി തെറ്റി ഇരിക്കുന്നതെന്നും, എന്തിനാണ് വ്യാകരണം തെറ്റി സംസാരിക്കുന്നതെന്നും പലപ്പോഴും സംശയിക്കാറുണ്ട്. ഈ സംശയം വളരെ ദീർഘമായ ചരിത്രത്തിലെ ഒരു സംഭവമാണ് എന്നു നാം ഓർക്കാറേയില്ല. ചരിത്രത്തിലെ അപഭ്രംശങ്ങൾ,ചരിത്രത്തിലെ വ്യത്യസ്തകൾ, ന്യൂനതകൾ ആണ് ഒരു പുതിയ ചരിത്രം സൃഷ്ടിക്കുന്നതെന്നും നിയമം ഉണ്ടാക്കുവാനല്ല നിയമം ലംഘിക്കുവാനാണ് ഗാന്ധിജി പറഞ്ഞതെന്നും നാം ഈയിടെയായി മറന്നുപോയിട്ടുണ്ട്. നിയമം അനുസരിക്കാൻ പറയുന്ന വക്കീലായിട്ടാണ് ഗാന്ധിജി തുടങ്ങിയതെങ്കിലും തന്റെ കോട്ടഴിച്ച് ഒരു പെഗ്ഗിൽ തൂക്കുകയും ഇനി നുണ പറയാൻ ഞാനില്ല തീരുമാനിക്കുകയും നിയമം ലംഘിക്കുന്നവനാണ് ഒരു മനുഷ്യൻ എന്ന് പ്രഖ്യാപിക്കുകയും ചെയ്യുന്നു. ഈ ഗാന്ധിജിയെ എന്തു ചെയ്യാൻ കഴിഞ്ഞുവോ അതെല്ലാം നാമിന്ന് എഴുത്തുകാരോടും ചെയ്യുന്നു. അതായത് നാം ജീവിച്ചുകൊണ്ടിരുന്ന വ്യവസ്ഥയിൽ നിന്നു വ്യത്യസ്തമായ ഒരു വ്യവസ്ഥ ഉണ്ട് എന്നതും, നാം ഉടുത്തുകൊണ്ടിരിക്കുന്ന മുണ്ടിൽ നിന്നും വ്യത്യസ്തമായ ഒരു മുണ്ടുണ്ട് എന്നതും ഗാന്ധിജി പറഞ്ഞ കാര്യമാണ്. അത് ബഷീറിന്റെ കാര്യത്തിലും വരുന്നു. ബഷീർ ഖദർ ഉടുത്തപ്പോൾ ബഷീറിന്റെ ഉമ്മ ചോദിച്ചത് നിന്റെ ഗാന്ധിക്ക് ഈ 'ചകലാസ്' എവിടുന്നു കിട്ടി എന്നാണ്. നമുക്ക് ഉടുക്കാൻ മറ്റൊരു മുണ്ട് ഉണ്ട് എന്നും, നമുക്ക് സംസാരിക്കാൻ മറ്റൊരു ഭാഷയുണ്ട് എന്നും, നമുക്കു കിടക്കാൻ മറ്റൊരു നിലം ഉണ്ട് എന്നും, നമുക്കു പാർക്കാൻ മറ്റൊരു വീട് ഉണ്ട് എന്നും ആണ് വാസ്തവത്തിൽ ബഷീർ പറഞ്ഞുകൊണ്ടേയിരുന്നത്.

ഭാഷയിലെ നിയമം തെറ്റിക്കുമ്പോഴോ സമുദായത്തിലെ നിയമം ലംഘിക്കുമ്പോഴോ ഒരു എഴുത്തുകാരനോ ഒരു വിപ്ലവകാരിയോ

ചെയ്യുന്നത് ഒരു ലംഘനത്തിലൂടെ, ഒരു നശീകരണത്തിലൂടെ മറ്റൊരു ലോകം ഉണ്ടാക്കിത്തീർക്കുവാൻ ശ്രമിക്കുകയാണ് എന്ന് സാമാന്യ ലോകം വളരെ വൈകിയേ മനസ്സിലാക്കുകയുള്ളൂ. ഇതാണ് ബഷീറിന്റെ പഴയ ഖദർമുണ്ടിന്റെ അർത്ഥം. താൻ ഈ മുണ്ട് ഉപേക്ഷിച്ചത്, ഈ മുണ്ടിനെ നിന്ദിച്ചുകൊണ്ട് എനിക്കു പരിചയമുള്ള ഒരു വിദ്വാൻ, ബ്രിട്ടീഷുകാരുടെ ചെരിപ്പ് തിന്നിരുന്ന ദേഹം, ഖദർമുണ്ടുടുത്ത് മന്ത്രിയായപ്പോഴാണ് എന്ന് ബഷീർ രേഖപ്പെടുത്തിയിട്ടുണ്ട്. ഒരു വിപ്ലവവും ശാശ്വതമല്ല എന്നാണ് അതിന്റെ അർത്ഥം. ഒരു തീയും കെടാത്ത തീയല്ലാത്തതു പോലെ, ഒരു വിപ്ലവവും, ഒരു വ്യാകരണഭംഗവും ശാശ്വതമല്ല എന്നും എല്ലാ വിപ്ലവങ്ങളും തിരിഞ്ഞു വരുമെന്നും, അതിനുള്ള പകരം മറ്റൊരു വിപ്ലവമാണെന്നുമാണ് തീർച്ചയായും ഖദർമുണ്ടിന്റെ ചരിത്രവും തത്ത്വശാസ്ത്രവും നമ്മെ ബോധ്യപ്പെടുത്തുന്നത്. അതായത് എല്ലാ വിപ്ലവങ്ങൾക്കും ഒരു 'റിലാക്സേഷൻ' ഉണ്ട് എന്നും എല്ലാ ഓട്ടങ്ങളും പലപ്പോഴും പിന്തിരിഞ്ഞോട്ടങ്ങളായിത്തീരുന്നു എന്നുകൂടി നാം ഓർക്കണം. ഒരു പ്രധാനകാര്യം പറയുവാൻ വേണ്ടിയാണിത് സൂചിപ്പിച്ചത്. ബഷീർ ആരാണ് എന്ന ചോദ്യത്തിന് ഇന്ന് ബേപ്പൂരിൽ താമസിക്കുന്ന ബഷീർ അല്ല ബഷീർ എന്നതാണ് അതിന്റെ സാമാന്യമായ ഉത്തരം. ബേപ്പൂരിലേക്ക് തിരിച്ചു വന്ന ഒരു ബഷീറാണ് അവിടെയുള്ളത്. നാം ഇന്ന് അദ്ദേഹത്തെ ബഹുമാനിക്കുന്നത്, കോഴിക്കോട് സർവ്വകലാശാല അദ്ദേഹത്തിന് ഡോക്ടറേറ്റ് നൽകുന്നത്, അദ്ദേഹത്തിന് പത്മശ്രീ ലഭിക്കുന്നത്, അദ്ദേഹത്തിന് സ്വാതന്ത്ര്യസമര പെൻഷൻ കിട്ടുന്നത് അദ്ദേഹം ഇനി വിപ്ലവകാരിയായിരിക്കുകയില്ല എന്നും അദ്ദഹം നമ്മുടെ സമുദായത്തിന്റെ ഭിത്തികളെ ഇനിയൊരിക്കലും ഭേദിക്കുകയില്ല എന്നും, അദ്ദേഹം ഒരിക്കലും നമ്മുടെ ഭാഷയേയും നമ്മുടെ കുടുംബവ്യവസ്ഥിതിയേയും ചോദ്യം ചെയ്യുകയില്ല എന്നും ഇവിടുത്തെ സനാതന സാമൂഹ്യ രീതികൾക്ക് മനസ്സിലായതുകൊണ്ടാണ്. അതാണ് സാമാന്യമായ അംഗീകാരം. എല്ലാ സമ്മാനങ്ങളും വാസ്തവത്തിൽ ഭൂമിയിൽ വന്ന് വാങ്ങുന്നതാണ് എന്നു പറയാറുണ്ട്. കമ്പത്തിൽ നടക്കുന്ന ഒരാളെ ആരും കമ്പത്തിൽ വെച്ച് ബഹുമാനിക്കാറില്ല. നൂലിന്മേൽ നടക്കുന്ന ആളെ നൂലിന്മേൽ വെച്ചല്ല ബഹുമാനിക്കുന്നത്, അയാൾ ഭൂമിയിൽ ഇറങ്ങി വരുമ്പോൾ ആണ്. അതുകൊണ്ട് പല ആളുകളും വിചാരിക്കുന്നത് വാസ്തവത്തിൽ ഭൂമിയിൽ ഇറങ്ങിവന്ന ആൾക്കാണ് സമ്മാനം എന്നാണ്. മറിച്ച്, തന്റെ വീട്ടിൽ നിന്ന് ഒരു ദിവസം "നീ ഇറങ്ങിപ്പോ," എന്നു പറഞ്ഞുകൊണ്ട് ഉപ്പയുടെ ആട്ടേറ്റ് ഇറങ്ങിപ്പോയ ബഷീർ ഏതെല്ലാം ലോകങ്ങൾ താണ്ടിയാണ് ജീവിതത്തിന്റെ പരമമായ

അർത്ഥതലങ്ങൾ കണ്ടെത്തിയതെന്ന് മറക്കുവാൻ നമുക്കുള്ള മാർഗ്ഗം അദ്ദേഹത്തെ വലിയ മാന്യതകൾ കൊടുത്ത് സ്വീകരിക്കുകയാണ്. ഇതു ഞാൻ പറയാൻ കാരണം ഇന്നിവിടെ കൂടിയിരിക്കുന്ന ഈ സമ്മേളനം വളരെ വില പിടിച്ച ഒരു ഹാളിലാണ് നടക്കുന്നത് എന്നതിനാലാണ്. ഞാൻ നേരത്തെ പറഞ്ഞ ബഷീർ ഇരുന്നിരുന്നത് ജനങ്ങൾ വന്നും പോയും കൊണ്ടിരുന്ന മൂത്രത്തിന്റെ വാടയടിക്കുന്ന എറണാകുളത്തെ ബോട്ടുജെട്ടിയിലെ ഒരു പൊളിഞ്ഞ കസേരയിലാണ്.

തന്റെ ജീവിതം കൊണ്ട്, തന്റെ നെഞ്ചു കൊണ്ട്, തന്റെ വാക്യങ്ങൾ കൊണ്ട്, തന്റെ ഭാഷകൊണ്ട് ചരിത്രത്തെ അളന്ന ഒരാളായതുകൊണ്ട് ബഷീറിനെ ഒരു വലിയ ബഷീറായി നാം ഇന്നു ബഹുമാനിക്കുന്നു. ഞങ്ങൾ കണ്ട ബഷീർ മറ്റൊരു ബഷീർ ആയിരുന്നുവെന്ന് ഞങ്ങൾക്കോർക്കാതിരിക്കാൻ കഴിയില്ല. ഈ ബഷീറിനോടാണ് അദ്ദേഹത്തിന്റെ പുസ്തകങ്ങൾ എല്ലാം കൂടി വീട്ടിൽകൊണ്ടെത്തിച്ച്, വ്യാകരണം പഠിച്ച അനുജൻ അബ്ദുൾഖാദർ വായിച്ചുനോക്കുകയും വായിച്ചു നോക്കിയതിനുശേഷം “ചേട്ടാ, ഇതിൽ ഒരു പാട് വ്യാകരണത്തെറ്റുകൾ ഉണ്ട്, ഇതു നിങ്ങൾ തിരുത്തണം, നിങ്ങൾക്കു പഠിക്കാൻ വ്യാകരണപുസ്തകങ്ങൾ തരാം,'' എന്നു നിർദ്ദേശിക്കുകയും ചെയ്തത്. ഈ അബ്ദുൾ ഖാദർ എന്നു പറയുന്നത് ഞാനും ഇവിടെയിരിക്കുന്ന ആളുകളും തന്നെയാണ്. വ്യാകരണം പഠിക്കുകയാണ് ജീവിതത്തിന്റെ മോക്ഷം എന്നു കരുതുന്ന ആളുകൾ തന്നെയാണ് ഭാഷ എന്നത് എ.ആർ.രാജരാജവർമ്മ ഉണ്ടാക്കുന്നതാണ് എന്നു ധരിക്കുന്നത്. അതേ അബ്ദുൾഖാദറാണ് പിന്നീട് ബഷീർ കൊണ്ടുവന്ന മുച്ചീട്ടുകളിക്കാരന്റെ മകൾ എന്നുള്ള പുസ്തകത്തിന്റെ പത്തുകോപ്പികളിൽ ഒമ്പതു കോപ്പികൾ എടുത്തുകൊണ്ടുപോയി അങ്ങാടിയിൽ വിൽക്കുന്നതും “അതിന്റെ പണം എനിക്കു വേണം ഇക്കാ,'' എന്നു പറയുന്നതും. ഇതാണ് ചരിത്രത്തിൽ വന്ന ഒരു പ്രധാനപ്പെട്ട മാറ്റം. അതായത് ബഷീറിന് വ്യാകരണത്തെറ്റുണ്ട് എന്നു പറഞ്ഞിരുന്ന വ്യാകരണപണ്ഡിതർ, പിന്നീട് ബഷീറിന്റെ പുസ്തകങ്ങൾ വില്ക്കുന്ന കച്ചവടക്കാരായി മാറുകയും ബഷീർ അംഗീകൃതനായ ഒരു എഴുത്തുകാരനായിത്തീരുകയും ചെയ്യുന്നു.

ഭാഷയിൽ വരുന്ന മാറ്റം, ജീവിതത്തിന്റെ ഭാഷയിൽ വരുന്ന മാറ്റം ബഷീറിന്റെ കൃതികളിലുടനീളം കാണാൻ കഴിയുന്ന ഒന്നാണ്. ബാല്യകാലസഖി ബഷീർ ആരെയെല്ലാം കാണിച്ചിരുന്നു എന്ന് ഞങ്ങൾക്കറിയാം. 1940-കളിൽ എറണാകുളത്തുള്ള പണ്ഡിതന്മാരുടേയും അർധപണ്ഡിതന്മാരുടേയും വലിയ ഒരു ഗൗരവം “ബഷീർ ബാല്യകാലസഖി എന്നെ കാണിച്ചിട്ടുണ്ട്,'' എന്നു പറയുകയായിരുന്നു.

"എന്റെ തിരുത്തോട്ടുകൂടിയാണ് ബഷീർ ബാല്യകാലസഖി പ്രസിദ്ധപ്പെടുത്തിയ"തെന്ന് മൂന്നു നാല് പണ്ഡിതന്മാരെങ്കിലും എന്നോട് പറഞ്ഞിട്ടുണ്ട്. ബഷീർ പാത്തുമ്മയുടെ ആട് എഴുതിയപ്പോൾ "മാതാവേ, അല്പം ശുദ്ധജലം തരൂ" എന്നുപറഞ്ഞ അബ്ദുൾ ഖാദറിനെ ഉമ്മ തവികൊണ്ട് നാലടിച്ചു എന്ന് ബഷീർ രേഖപ്പെടുത്തിയിട്ടുണ്ട്. "ആരാണ് നിന്നെ ഇങ്ങനെ പറയാൻ പഠിപ്പിച്ചത്" എന്നു പറഞ്ഞുകൊണ്ട്, "നീ ഉമ്മ എന്നു വിളിക്കാൻ ഇനിയും പഠിച്ചിട്ടില്ലേ" എന്നു ചോദിച്ചുകൊണ്ട്. അപ്പോൾ അച്ഛൻ അതിനെ അംഗീകരിക്കുകയും നീ അങ്ങനെയൊക്കേപ്പറഞ്ഞോ എന്നു പറയുകയും ചെയ്തു. അപ്പോൾ അബ്ദുൾഖാദർ ഉപ്പയെ "പിതാവേ" എന്നാണ് വിളിക്കുന്നത്. അതിനും ഉമ്മ ഒരടികൊടുക്കുന്നുണ്ട്. ഇതിന്റെ അർത്ഥം നമ്മുടെ മാതൃഭാഷ എന്താണ് എന്നാണ്. എന്താണ് അമ്മയുടെ ഭാഷ എന്ന ചോദ്യം മലയാളത്തിൽ ഉന്നയിച്ച പ്രധാനപ്പെട്ട ഒരെഴുത്തുകാരൻ ബഷീർ ആയിരുന്നു.

എന്റെ ഉമ്മയുടെ ഭാഷ വിലപ്പെട്ടതാണോ എന്നും എന്റെ ഉമ്മയുടെ ഭാഷയാണോ ഞാൻ സംസാരിക്കേണ്ടത് എന്നും എന്റെ ഉമ്മയുടെ ഭാഷയാണോ മാതൃഭാഷയെന്നും എന്റെ ഉമ്മയുടെ അനുഭവമാണോ മാതൃത്വത്തിന്റെ അനുഭവമെന്നും ഞാൻ കുടിച്ച ഉമ്മയുടെ മുലയാണോ ലോകത്തിന്റെ മുലയെന്നും ചോദിക്കുകയാണ് ബഷീർ തന്റെ കൃതികളിൽ ചെയ്യുന്നത്. ഞാൻ എന്റെ ഉമ്മയുടെ മുല മാത്രമല്ല നങ്ങേലിയുടെ മുല കൂടി കുടിച്ചിട്ടുണ്ടെന്നും ഇന്നാട്ടിലെ ഹിന്ദുക്കളും ക്രിസ്ത്യാനികളുമായ ഒരു പാട് അമ്മമാരുടെ മുല കുടിച്ചിട്ടുണ്ടെന്നും ബഷീർ പറയുന്നുണ്ട്. ഈ കുടിച്ച മുലകൾ അനുഭവത്തിന്റെ മുലകളാണെന്ന് ഒരു പക്ഷേ, ഹിന്ദുക്കൾക്ക് നേരത്തെ അറിയാമായിരുന്നു. മുല കുടിക്കുകയെന്നുള്ളത് ലോകത്തെ ഉൾക്കൊള്ളുക എന്ന കുട്ടിയുടെ ആദ്യത്തെ അനുഭവമാണെന്നും മുല കുടിച്ച്, മുല കുടിച്ച് ശ്രീകൃഷ്ണൻ വായ തുറന്നപ്പോൾ ഈരേഴ പതിനാലു ലോകവും അതിൽ കണ്ടു എന്നുമാണ് ഹിന്ദുക്കളുടെ പുരാണങ്ങളിൽ പറയുന്നത്. ബഷീർ കുടിച്ച വലിയ മുല ലോകമെന്ന വലിയ ഗോളമാണെന്നും ലോകത്തിന്റെ എല്ലാ അതിരുകളിലും പോയി അദ്ദേഹം ഈ മുല കുടിച്ചുകൊണ്ടേയിരുന്നു എന്നതുമാണ് തീർച്ചയായും ബഷീറിന്റെ വ്യക്തിത്വത്തിലെ ഏറ്റവും പ്രധാനപ്പെട്ട ഘടകമായിത്തീർന്നത്. ഇതെല്ലാം കഴിഞ്ഞിട്ട് തന്റെ വീട്ടിൽ വന്ന് ബിരിയാണി കഴിക്കുന്ന ബഷീർ അല്ല, മറിച്ച് തന്റെ മുറി പുറത്തുനിന്ന് പൂട്ടിയതിനുശേഷം അകത്തു പട്ടിണി കിടക്കുകയും 'വിശപ്പ്' എന്ന കഥയെഴുതുകയും ചെയ്യുന്ന ബഷീറാണ് ഒരു പുതിയ ലോകത്തെ സൃഷ്ടിച്ച വൈക്കം മുഹമ്മദ് ബഷീർ എന്ന് നാം മറക്കുന്നു.

ബഷീർ ഇന്ന് നമുക്കും മാന്യനായ ഒരു ദേവനായിത്തീർന്നിരിക്കുന്നു. ഒരു കാലത്ത്, 1947-ൽ ശബ്ദങ്ങൾ പ്രസിദ്ധീകരിച്ചപ്പോൾ ഇത് സാഹിത്യമാണെങ്കിൽ ചേർത്തല പൂരപ്പാട്ട് ഭഗവദ് ഗീതയാണെന്ന് നമ്മുടെ പ്രസിദ്ധനായ ഒരു നിരൂപകൻ പറയുകയുണ്ടായി. ആ നിരൂപകൻ പിന്നീടും രംഗത്തു വരുന്നുണ്ടെന്നു നമുക്കറിയാം. ഉപ്പൂപ്പാന്റെ കുയ്യാനകൾ എഴുതിയപ്പോൾ അവതാരകൻ അദ്ദേഹമായിരുന്നു. അതായത് ബഷീർ ശബ്ദങ്ങൾ പ്രസിദ്ധീകരിച്ചപ്പോൾ യുദ്ധാനന്തരലോകവും അല്ലെങ്കിൽ യുദ്ധലോകവും മനുഷ്യസമുദായത്തിന്റ പുറംപോക്കിൽ ചിത്രീകരിച്ചപ്പോൾ എറണാകുളത്തെ മാത്രമല്ല 'കേരളത്തിലെ മാത്രമല്ല' മലയാളമറിയാവുന്ന എല്ലാ മനുഷ്യരുടെ തലയിലും ആകാശം ഇടിഞ്ഞു വീഴുന്ന പ്രതീതിയാണുണ്ടായിരുന്നത് എന്ന് ഇപ്പോൾ ഓർക്കുന്നവർ വളരെ കുറവാണ്. തന്റെ കുഞ്ഞിനെ അവിടെ കിടത്തിയിട്ട്, തന്റെ മുണ്ടഴിച്ചിട്ട് "ഈ ചുമരിൽ ചാരിനിന്നാൽ പോരേ'' എന്നു ചോദിക്കുന്ന ഒരു ഭാരതീയസ്ത്രീയെ അവതരിപ്പിക്കാൻ കഴിഞ്ഞ ബഷീറാണ് ഇന്ത്യൻ സ്ത്രീത്വം എന്താണ് എന്ന് കണ്ടെത്തിയത് എന്നു പറയാം. ആരുടെ ചുമലിലാണ്, ആരുടെ തലയിലാണ് നമ്മുടെ സീതയും നമ്മുടെ നളിനിയും ഇരക്കുന്നത് എന്ന് 'നമ്മുടെ സംസ്കാരം' എത്ര സംസ്കാരവിരുദ്ധമായ അടിത്തറയിലാണ് സൃഷ്ടിക്കപ്പെട്ടിരിക്കുന്നത് എന്ന് ഈ ലോകത്തോടു വിളിച്ചു പറയുന്ന മലയാളഭാഷയിലെ ഒരു പക്ഷേ ആദ്യത്തെ കൃതി ശബ്ദങ്ങൾ ആണെന്ന് ഇന്ന് നമുക്കറിയാം.

പകൽ ഉണർന്നിരിക്കുന്നവൻ ലോകം എന്താണ് എന്നറിയുന്നില്ലെന്നും പൊളിഞ്ഞ വീടുകളിൽ, പൊളിഞ്ഞ അമ്പലങ്ങളിൽ, പൊളിഞ്ഞ വഴിയമ്പലങ്ങളിൽ എന്തു ജീവിതമാണ് നടക്കുന്നത് എന്ന് രാത്രിയിൽ ഉണർന്നിരിക്കുന്നവർക്ക് മാത്രമേ അറിയുകയുള്ളൂ എന്നും ബഷീറിനറിയാം. ജീവിതത്തിൽ നിന്നും അടിച്ചോടിക്കപ്പെട്ട ഒരു പട്ടാളക്കാരന്റെ അനുഭവമായിട്ടാണല്ലോ ബഷീർ ആ കൃതിയിൽ വർണ്ണിക്കുന്നത്. അതിലെ നായകന് അച്ഛനുമില്ല, അമ്മയുമില്ല. നിങ്ങളുടെ അച്ഛനും അമ്മയും ആരാണ് എന്ന് അയാളോട് സാഹിത്യകാരൻ ചോദിക്കുമ്പോൾ അയാൾ മറുപടി പറയുന്നത് "എനിക്കറിയില്ല,'' എന്നാണ്. "പിന്നെ നിങ്ങളെങ്ങനെയുണ്ടായി?'' എന്നാണ് നമ്മുടെ സാഹിത്യകാരന്മാരും അല്ലാത്തവരുമായ സാമാന്യമനുഷ്യരുടെ ചോദ്യം. നിങ്ങളൊക്കെ ഉണ്ടായതുപോലെ ഞാനും ഉണ്ടായി എന്നാണ് ഇതിലെ തന്തയില്ലാത്ത കഥാപാത്രം മറുപടി പറയുന്നത്. അത് ഷെനെ പിന്നീട് പറഞ്ഞ വലിയ ചരിത്രത്തിന്റെ തുടക്കമാണ് എന്നു കാണാം. അച്ഛനും അമ്മയുമില്ലാത്തവൻ ഈ ലോകത്തെ എങ്ങനെ കാണുന്നു എന്ന്

നിങ്ങളോടു പറയുവാൻ വാസ്തവത്തിൽ ഒരു ബഷീർ മാത്രമേ ഉണ്ടായുള്ളൂ.

നിങ്ങളുടെ അച്ഛനും നിങ്ങളുടെ അമ്മയും നിങ്ങളെ ഓവുചാലിൽ വലിച്ചെറിഞ്ഞു എന്നതിന്റെ അർത്ഥം നിങ്ങൾ പഠിക്കുന്ന പിതൃത്വം എന്ന പദത്തിന് മറ്റെന്തോ അർത്ഥം ആണ് ഉള്ളത് എന്നാണ്. അതുകൊണ്ട് ഒരു എഴുത്തുകാരൻ ജീവിതത്തിൽക്കൂടി വാക്കുകളുടെ അർത്ഥം തിരുത്തിയെഴുതുന്നു എന്ന് നാം മനസ്സിലാക്കുന്നു. ഇത് ഒരു ചെറിയ കാര്യമല്ല. അതായത് ആരാണ് അമ്മ എന്നും ആരാണ് അച്ഛൻ എന്നും അമ്മയുടെ സ്നേഹം എത്ര വലുതാണ് എന്നും അമ്മ, തന്റെ ഉമ്മ എന്തു പറയുമ്പോഴും, അവസാനം "മോനേ നീ എനിക്ക് എട്ടണ താ," എന്ന് പറഞ്ഞ് അവസാനിപ്പിക്കുന്നുവെന്നും ബഷീർ തന്റെ എല്ലാ നോവലുകളിലും എല്ലാ കഥകളിലും പ്രഖ്യാപിക്കുന്നു. എന്തു സംസാരിച്ചാലും, വസ്തുത്തെക്കുറിച്ചായാലും ലോകസമാധാനത്തെക്കുറിച്ചായാലും, ബഷീറിന്റെ ഉമ്മ ബഷീറിനോട് സംസാരിച്ച് അവസാനിപ്പിക്കുന്നത് "മോനേ നീ എനിക്ക് എട്ടണ അല്ലെങ്കിൽ ഒരുറുപ്പിക താ,"എന്നു പറഞ്ഞുകൊണ്ടാണ്. അവർ ഇരുപത്തിയഞ്ച് രൂപ ചോദിച്ചപ്പോൾ ഇരുപത്തിയഞ്ച് കൊടുത്ത ബഷീറിന്റെ അരികിൽ നിന്ന് മാറിയിരുന്ന് അവർ ആലോചിക്കുന്നത്, ഞാൻ എന്ത് പൊട്ടത്തിയാണ്, എനിക്ക് നൂറുരൂപ ചോദിക്കാമായിരുന്നു എന്നാണ്. അമ്മയുടെ ഈ മറുപുറത്തെക്കൂടെക്കൂടെ നമുക്കു കാണിച്ചു തരുന്ന ബഷീർ നമ്മുടെ ഭൗതിക ജീവിതസങ്കല്പത്തെ ടോർപ്പിഡോ ചെയ്യുകയാണ് എന്ന് നമുക്കു നമസ്സിലാക്കാം. ഇന്ന് ഉമ്മയെപ്പറ്റി ബഷീർ അങ്ങനെ എഴുതി എന്നു വരില്ല. അതായത് പഴയ പട്ടാളക്കാരൻ ശബ്ദങ്ങളിലെ പട്ടാളക്കാരൻ തന്റെ ഇല്ലാത്ത അമ്മയെക്കുറിച്ച് ചിന്തിച്ചിരുന്നതുപോലെ, അമ്മയുടെ അർത്ഥത്തെക്കുറിച്ച് ചിന്തിച്ചിരുന്നതുപോലെ ബഷീർ ഉമ്മയെപ്പറ്റി ചിന്തിച്ചിരുന്ന ഒരു കാലം ഉണ്ടായിരുന്നു. അന്നാണ് അദ്ദേഹം തന്റെ അനുഭവങ്ങളിൽക്കൂടി ഉമ്മ ആര് എന്ന് നിർവചിക്കാൻ ശ്രമിക്കുന്നത്. ഈ ഒരു തലത്തെക്കുറിച്ച് മാത്രമല്ല ബഷീർ നമ്മോട് സംസാരിച്ചത്. ഇതേ അമ്മ തന്നെയാണ് താൻ ദീർഘകാലം ജയിലിൽ കിടന്നു നരകിച്ച് വീട്ടിൽ വരുമ്പോൾ തനിക്കെന്നും ഭക്ഷണം വിളമ്പി കാത്തുനിൽക്കുന്ന ഉമ്മയെന്ന് ബഷീർ തിരിച്ചറിയുന്നത്. ജീവിതത്തിന്റെ ഈ രണ്ടു തലങ്ങളേയും തിരിച്ചറിയുന്നു എന്നതാണ്, ജീവിതത്തിലെ സ്നേഹത്തിന്റെയും വൈരുദ്ധ്യങ്ങളുടേയും രണ്ടു മുഖങ്ങളേയും തിരിച്ചറിയുന്നു എന്നതാണ് തീർച്ചയായും ബഷീർ നടത്തിയ പര്യടനങ്ങളുടെ മുഖ്യമായ ഒരു സ്വഭാവം. ഇതും നമുക്ക് അത്ര പരിചിതമായ കാര്യം അല്ല. എങ്ങനെയാണ് എഴുത്തുകാരനായത് എന്ന ചോദ്യത്തിന് എനിക്ക് പറയാൻ ഒരുപാടുണ്ട്, വേറൊരു

പണിയുമില്ലാത്തപ്പോൾ തോന്നിയതുകൊണ്ടാണ് എന്നാണ് ബഷീർ പറഞ്ഞത്. അതായത് താൻ പല കച്ചവടങ്ങളും നടത്തി, ഹോട്ടലിൽ കൂലിവേല ചെയ്ത്, മേശ തുടച്ച്, സ്പോർട്ട്സ് സാധനങ്ങൾ വിറ്റ് അവസാനം ഒരു സൈക്കിൾ അപകടത്തിൽപ്പെട്ട് അവശനായിക്കിടന്ന് എഴുന്നേറ്റ് പാപ്പരായി അലഞ്ഞുതിരിയുമ്പോഴാണ്, ഭക്ഷണം കഴിക്കാൻ നിവൃത്തിയില്ലാതെ ജോലിയന്വേഷിച്ച് അവസാനമായി ഒരു അച്ചുകൂടത്തിൽ എത്തിച്ചേരുമ്പോഴാണ്, തനിക്ക് ഒരുപാട് അനുഭവങ്ങളുണ്ടെന്നും അനുഭവം പറയുന്നതാണ് സാഹിത്യം എന്നും ബഷീർ തിരിച്ചറിയുന്നത്. ബഷീറിന്റെ സാഹിത്യം ഒരു ആകസ്മികത്വം ആണെന്നു പറയാം. ഇതും നമ്മുടെ സാഹിത്യസങ്കല്പത്തിന്റെ ഒരു വലിയ നിഷേധമായിരുന്നു എന്ന് നാം മനസ്സിലാക്കുന്നു. നമ്മുടെ എല്ലാ കവികളും എല്ലാ എഴുത്തുകാരും ഇന്നു വിചാരിച്ച പോരുന്നത് അവർ സാധാരണമനുഷ്യരല്ല എന്നാണ്. സ്വർഗ്ഗത്തിൽ നിന്നും സ്വർഗ്ഗസുഗന്ധമുള്ള ചുണ്ടുകളാൽ തന്നെ ഏതോ ദേവത ചുംബിച്ചിരിക്കുന്നുവെന്നും ഈ ദേവതയുടെ ചുംബനമേറ്റ് താൻ കവിയായിത്തീർന്നിരിക്കുന്നുവെന്നും മലയാളത്തിലെ എല്ലാ കവികളും ഏതെങ്കിലും ഒരു ഭാഷയിൽ പറഞ്ഞുവെച്ചിട്ടുണ്ട്. ബഷീർ മാത്രമേ അങ്ങനെ പറയാത്ത ഒരു മലയാളസാഹിത്യകാരനായിട്ടുള്ളൂ. ഞാൻ സാഹിത്യകാരനായില്ല എങ്കിൽ എനിക്കു മറ്റു പല പണികളും അറിയാം, എനിക്ക് ഗുജറാത്തി ഭക്ഷണവും മറാത്തി ഭക്ഷണവും മലയാളി ഭക്ഷണവും ഉണ്ടാക്കാൻ അറിയാം എന്നും ഞാൻ ഏതെങ്കിലും ഹോട്ടിലിലെ പാത്രം കഴുകുന്ന പണി നടത്തുകയോ അല്ലെങ്കിൽ മനുഷ്യന് ചെയ്യാവുന്ന മറ്റേതെങ്കിലും പണിയിൽ ഏർപ്പെടുകയോ മീൻ പിടിക്കുകയോ ചെയ്യുമായിരുന്നു എന്നും ബഷീർ പറയുന്നുണ്ട്. ഇതിന്റെ അർത്ഥം സാഹിത്യം എന്നുള്ളത് ഒരു മനുഷ്യൻ മറ്റു മനുഷ്യർക്കായി ഉണ്ടാക്കുന്ന ഒരു സാധനമാണ് എന്നാണ്. താൻ ഒരു തൊഴിലാളിയാണെന്നും തന്റെ ഉപകരണം മാത്രമാണ് ഭാഷയെന്നും അതുകൊണ്ട് തന്റെ "റോ മെറ്റീരിയൽ'' ആയ ജീവിതത്തിൽ നിന്നും താൻ ഉണ്ടാക്കിയെടുക്കുന്ന സാധനങ്ങൾ കൊണ്ട് ലോകത്തിൽ വില്പന നടത്തുന്ന ഒരു നിർമ്മാതാവും വ്യവസായിയുമാണ് താൻ എന്നുമുള്ള ഭൗതികമായ ജീവിതബോധം ബഷീറിനുമാത്രമേ മലയാളത്തിൽ ആദ്യന്തം ഉണ്ടായിട്ടുള്ളൂ. എങ്ങനെ എഴുതണമെന്നുള്ള ചോദ്യത്തിന് ബഷീർ നൽകിയ പ്രസിദ്ധമായ ഉത്തരം കടലാസ് വാങ്ങുക, മഷി വാങ്ങുക, പേന കഴുകുക. അതിൽ മഷി നിറയ്ക്കുക, നിങ്ങളുടെ മേശപ്പുറത്തെ മേശവിരിപ്പ് കുടഞ്ഞു വിരിക്കുക, എന്നിട്ട് എഴുതിത്തുടങ്ങുക എന്നാണ്. ഇതിന്റെ അർത്ഥം നിങ്ങൾ എഴുതുന്നത് ഭാഷകൊണ്ടല്ല,

അനുഭവം കൊണ്ടാണ് എന്നാണ്. ഞാൻ പഠിച്ചിടത്തോളം ബഷീറിന്റെ കൃതികളുടെ അർത്ഥം എഴുത്തുകാരന്റെ മൂലധനം, എഴുത്തുകാരന്റെ അസംസ്കൃതവസ്തു ജീവിതമാണെന്നും, അനുഭവമാണെന്നും. അനുഭവമില്ലാത്തവന് എഴുതുക സാധ്യമല്ല എന്നും ആണ്. അതുകൊണ്ടാണ് ബഷീർ അനുഭവത്തിന്റെ പല മേഖലകളിലേക്കും അലഞ്ഞുനടക്കുകയും അനുഭവത്തിന്റെ പല അതിരുകളിൽ ചെന്നു മുട്ടുകയും അവിടെനിന്നെല്ലാം അപൂർവ്വമായ സിഗ്നലുകൾ ഈ ലോകത്തിലേക്ക് അയക്കുകയും ചെയ്തത്.

ചന്തുമേനോന്റെ ഒരു വാക്യം ചന്തുമേനോനെ ഓർക്കാതെ തന്നെ ബഷീർ അദ്ദേഹത്തിന്റെ ഒരു കൃതിയിൽ ഉദ്ധരിച്ചത് ഞാൻ ഓർക്കുന്നു. "ഞാൻ എഴുതുന്നത് ഞാൻ സംസാരിക്കുന്ന ഭാഷയിലാണ്," എന്നാണ് അത്. ഇത് ചന്തുമേനോൻ ഇന്ദുലേഖയെപ്പറ്റി പറഞ്ഞ വാക്യം കൂടിയാണ് എന്നു നാം ഓർക്കേണ്ടതാണ്. അതായത് സാധാരണ ജനങ്ങൾ സംസാരിക്കുന്ന ഭാഷയിൽ എഴുതുന്നതാണ് തന്റെ സാഹിത്യമെന്നും ഈ ഭാഷയിൽ താൻ ജീവിതമാണ് എഴുതുന്നതെന്നും ഇത് സാഹിത്യമായി ആരും അംഗീകരിക്കേണ്ടതില്ല എന്നും ചന്തുമേനോൻ കരുതിയിരുന്നതുപോലെ ബഷീറും കരുതിയിരുന്നു. ബഷീർ ഭാഷയുടെ അതിരുകൾ തേടിപ്പോകുകയാണ് ചെയ്തത്. ഇതിൽ ഒന്നു സഞ്ചാരമായിരുന്നു. ബാലകൃഷ്ണപിള്ള ബഷീറിന്റെ കൃതികളെ നിരൂപണം ചെയ്യുന്ന കൂട്ടത്തിൽ പറയുന്ന ഒരു കാര്യം, ബഷീർ ഒരു തിമിംഗലത്തിന്റെ ഉദരത്തിൽ പെട്ടു പോയ ഒരു എഴുത്തുകാരനെപ്പോലെയാണ് എന്നാണ്. അയാൾക്ക് തന്നെപ്പറ്റിയല്ലാതെ മറ്റൊന്നിനെക്കുറിച്ചു പറയാനില്ല എന്നും ബഷീർ എഴുതുന്നതെല്ലാം തന്റെ ആത്മകഥയുടെ ഭാഗങ്ങൾ ആണ് എന്നും പക്ഷേ ഒരു വലിയ സഞ്ചാരിയായ ബഷീറിന്റെ സഞ്ചാരങ്ങൾ അദ്ദേഹത്തിന്റെ അനുഭവമണ്ഡലത്തെ തിമിംഗലത്തിന്റെ വയറുപോലെ വലുതാക്കിയിട്ടുണ്ടെന്നും കേസരി അദ്ദേഹത്തിന്റെ സ്വന്തമായ ശൈലിയിൽ നിരൂപണം ചെയ്യുന്നുണ്ട്.

ചന്തുമേനോൻ ഒരു പക്ഷേ ജീവിതത്തിന്റെ ഒരതിരിലേക്കാണ് പോയത്. ചന്തുമേനോൻ പോയത് കോടതിമുറിയിലേക്കാണ്. ഇന്ന് തിരിഞ്ഞുനോക്കുമ്പോൾ, നമുക്ക് മനസ്സിലാകുന്ന ഒരു കാര്യം ചന്തുമേനോൻ സഞ്ചരിച്ചിരുന്നത് ജീവിതത്തിന്റെ സാധാരണ മണ്ഡലങ്ങളിലേക്കല്ല മറിച്ച് ജീവിതത്തിന്റെ ഒരു പാര്യന്തികസ്ഥലമായ, ജീവിതം ചെന്ന് മുട്ടുന്ന സ്ഥലമായ കോടതിമുറികളിലേക്കാണ് എന്നാണ്. താൻ കോടതിമുറിയിൽ ഇരിക്കുമ്പോൾ താൻ ഒരു ന്യായാധിപനായിരിക്കുമ്പോൾ തന്റെ മുമ്പിൽ വന്ന് ശത്രുതയോടു കൂടി പരസ്പരം കടിച്ചുകീറുന്നത്

ശത്രുക്കളല്ല ഒരു കുടുംബത്തിലെ അംഗങ്ങളാണ് എന്നും സ്നേഹമെന്നത് ഒരു വലിയ കേസാണ് എന്നും തിരിച്ചറിഞ്ഞ ഒരാളായിരുന്നു ചന്തുമേനോൻ. അതുകൊണ്ട് ജീവിതത്തിന്റെ അവസാനത്തെ ഒരു സ്ഥലം കോടതിയാണ് എന്ന്, സ്നേഹത്തിന്റെ അവസാനത്തെ ഒരു പരിധി ഒരു സിവിൽ പ്രോസീജ്യർ ആണ് എന്നും സ്നേഹത്തിന്റെ മറ്റൊരു അതിർത്തി ഒരു ഭ്രാതൃഹത്യയോ ഒരു പിതൃഹത്യയോ ആണ് എന്നും എല്ലാ സ്നേഹങ്ങളും കോടതികളിൽ പരീക്ഷിക്കപ്പെടുന്നു എന്നും എല്ലാ സമുദായ ബന്ധങ്ങളും കോടതികളിൽ നിർവചിക്കപ്പെടുന്നു എന്നും നാം മനസ്സിലാക്കിയതുകൊണ്ടാണ് ചന്തുമേനോൻ കോടതിയെ തന്റെ നോവലിന്റ പ്രധാനപ്പെട്ട രംഗമായി തിരിച്ചറിഞ്ഞത്. ബഷീറാകട്ടെ ജീവിതത്തിന്റെ മറ്റൊരു തലത്തിൽ സഞ്ചരിക്കുകയായിരുന്നു എന്ന് നമുക്കറിയാം. കണ്ണിൽ എരിയുന്ന മഷിയെഴുതുമ്പോൾ, തലയിൽ തണുത്ത വെള്ളം നൂറ്റൊന്നു കുടം പകരുമ്പോൾ, കുടലിലേക്ക് കടുത്ത കഷായം കുത്തിക്കയറ്റുമ്പോൾ, ചുറ്റുമുള്ള ആൾക്കാർ തന്നെതന്നെ നോക്കിയിരിക്കുമ്പോൾ, താൻ 'സഹ്യന്റെ മക'നിലെ ആനയെപ്പോലെ മറ്റൊരു ലോകത്ത് സഞ്ചരിക്കുകയായിരുന്നുവെന്ന് ബഷീർ മനസ്സിലാക്കിയിരുന്നു. നമ്മുടെ നാട്ടിലെ വളരെ ശ്രദ്ധാത്മക്കളായ സാഹിത്യകാരന്മാരുടെ നടുക്ക് ഉന്മാദത്തിന്റെ മേഖലയിൽ പോയി തിരിച്ചുവന്ന ആളാണ് ബഷീർ എന്നത് ബഷീറിന്റെ ഒരപൂർവ്വതയാണ്. നമ്മുടെ സമുദായം, നമ്മുടെ നിയമം, നമ്മുടെ വ്യവസ്ഥ, നമ്മുടെ ബന്ധം ഒരു നുണയാണ് എന്ന് ഉന്മാദം നമ്മോടു വിളിച്ചു പറയുന്നു. നമുക്കെല്ലാം അത് ഗുളിക കൊടുത്ത് മാറ്റേണ്ട ഒരു രോഗമാണ്. നേരെമറിച്ച് ഒരു മാനിയാക് അല്ലെങ്കിൽ ഒരു സ്കിസോഫ്രീനിയാക് നമ്മുടെ സമുദായത്തിൽ നിന്ന് മറ്റൊരു സമുദായത്തിലേക്ക് പോവുകയും ആ സമുദായത്തിൽ നിന്ന്, പരലോകത്തിൽ നിന്ന്, തന്റെ റിപ്പോർട്ടുകൾ അയക്കുകയും ചെയ്യുന്നു എന്നു പറയാം.

വളരെ പ്രസിദ്ധനായ നമ്മുടെ ഒരു വിലാപത്തിന്റെ കവി--അദ്ദേഹത്തെ ഇന്ന് നാമെല്ലാവും ബഹുമാനക്കുന്നുണ്ട്--ഇതുപോലെ ഭ്രാന്തനായി, ഉന്മാദിയായി വീടുകൾതോറും അലഞ്ഞുനടക്കുകയും തന്റെ ജീവിതം നട്ടുച്ചക്ക് കത്തിയെരിച്ചു കളയുകയും ചെയ്തയാളാണ്. ഒരു വിലാപം എഴുതിയ വി.സി.ബാലകൃഷ്ണപ്പണിക്കർ പതിനാറാമത്തെ വയസ്സിൽ കേരളത്തിലെ ഏറ്റവും വലിയ ഒരു പ്രസംഗകനാകുകയും പത്തുപതിനെട്ടു വയസ്സാകുമ്പോഴേക്കും കേരളത്തിലെ ഏറ്റവും വലിയ കവിയാവുകയും ചെയ്ത വി.സി. ബാലകൃഷ്ണപ്പണിക്കർ സഞ്ചരിച്ചിരുന്ന ഒരു ലോകം ദാരിദ്ര്യത്തിന്റേതും മറ്റേത് ഉന്മാദത്തിന്റേതുമായിരുന്നു. ബഷീറിന്റെ മറ്റൊരു

ലോകം വിശപ്പിന്റേതാണെന്ന് നാമറിയുന്നു. ബഷീറിന്റെ ഒരു പുസ്തകത്തിന്റെ പേരെങ്കിലും വിശപ്പ് എന്നാണ്. വിശപ്പ് അനുഭവമാണെന്നും വിശപ്പ് ഒരു കാലഘട്ടത്തിന്റെ അനുഭവമാണ് എന്നും ഇന്ന് പലർക്കും അറിയില്ല, ഞങ്ങൾക്കറിയാം. 1940-കളിൽ 'കടൽക്കാക്ക'യെഴുതിയ വൈലോപ്പിള്ളിക്കറിയാം. വിശക്കുമ്പോൾ കടലിൽ കൊക്കും കാക്കയും പറക്കുമെന്നും, വിശക്കുമ്പോൾ വയറ് വളരെ വലുതാകുമെന്നും, വിശക്കുമ്പോൾ വയറ് വലിയ ആകാശമാകുമെന്നും, വിശക്കുമ്പോൾ ബോധോദയം ഉണ്ടാകുമെന്നും 1930-കളിലും 1940-കളിലും വിശന്നിരുന്ന ഇവിടുത്തെ എഴുത്തുകാർക്കറിയാമായിരുന്നു. തകഴിക്കറിയാമായിരുന്നു. വൈക്കം മുഹമ്മദ് ബഷീറിനും അറിയാമായിരുന്നു. ഇന്നോർക്കുമ്പോൾ ഫലിതമായി തോന്നുന്ന ജീവിതത്തിലെ വലിയ സത്യങ്ങളാണ് ആ എഴുത്തുകാർ നമ്മെ അറിയിച്ചത്. അനുഭവത്തിന്റെ പുനർനിർവ്വചനമാണ് ബഷീർ തന്റെ കൃതികളിലൂടെ നിരന്തരമായി ചെയ്തു പോന്നിരുന്നത് എന്ന് നാം തിരിച്ചറിയേണ്ടിയിരിക്കുന്നു. എന്താണ് സുഖം എന്നു ചോദിക്കുമ്പോൾ ഭക്ഷണം കഴിക്കുന്നത് സുഖമാണ് എന്നും ബീഡി വലിക്കുന്നത് സുഖമാണ് എന്നും സ്നേഹിക്കുന്നത് സുഖമാണ് എന്നും വരട്ടുചൊറി വന്നിട്ട് മാന്തുന്നതും സുഖമാണ് എന്നും ബഷീർ പറയുന്നുണ്ട്. ഇങ്ങനെ ഒരാൾ മാത്രമേ പറഞ്ഞിട്ടുള്ളൂ. മനുഷ്യനെ തുരീയാവസ്ഥയിലേക്ക്, മോക്ഷത്തിലേക്ക് നയിക്കുന്ന നൂറ്റൊന്നു മാർഗ്ഗങ്ങളിൽ ഒരു മാർഗ്ഗം വരട്ടുചൊറി മാന്തുകയാണ് എന്നു പറഞ്ഞ മലയാളത്തിലെ ഒരേ ഒരു സാഹിത്യകാരൻ, ഒരേ ഒരു സിദ്ധൻ, ബഷീറാണ്.

നിങ്ങൾക്കുവേണ്ടി മറ്റൊരാൾ അമ്പലങ്ങളിൽ ശയനപ്രദക്ഷിണം നടത്തിയാൽ നിങ്ങളുടെ രോഗം ഭേദമാകുമെന്നു പറയുന്ന യുക്തിവാദത്തേക്കാൾ ഒട്ടും മോശമല്ലാത്ത യുക്തിവാദമാണ് ഒരു ചൊറി മാന്തിപ്പറിക്കുമ്പോൾ നിങ്ങൾ സ്വർഗ്ഗത്തിൽ എത്തുമെന്നുള്ളത്. തന്റെ പ്രിയതമയ്ക്കുവേണ്ടി ഒരിക്കലും തിരിച്ചുവരില്ല എന്നുറപ്പുള്ള ഒരു പടുകൂറ്റൻ കിണറിലേക്ക് എടുത്തുചാടുകയും അവളുടെ ഇരുപത്തൊന്നു കാൽപവൻ വെച്ച താലി മുങ്ങിത്തപ്പിയെടുക്കുകയും തിരിച്ചുവന്നതിനുശേഷം ശരീരത്തിലെ പൊട്ടിയൊലിക്കുന്ന രക്തം കണ്ടും കാണാതെയും കിണറിന്റെ മതിലിൽ ചാരിയിരുന്നുകൊണ്ട്, തോർത്തിക്കൊണ്ട് ഒരു ബീഡി വലിക്കുകയുമാണ് മോക്ഷമാർഗ്ഗമെന്ന് ബഷീർ 'സ്വർണ്ണമാല' എന്ന കഥയിൽ പറയുന്നുണ്ട്. നിങ്ങൾ ഭാര്യക്കുവേണ്ടി എന്തു ചെയ്യുമെന്നു ചോദിച്ചാൽ നിങ്ങൾ പറയുന്ന ഒരു ഉത്തരം ഞാൻ ഭാര്യയ്ക്കുവേണ്ടി കാഞ്ചീപുരം പട്ടുസാരി വാങ്ങുമെന്നാണ്. നിങ്ങൾ ഭാര്യയ്ക്കുവേണ്ടി എന്തു ചെയ്യുമെന്ന ചോദ്യത്തിന് ബഷീർ നൽകുന്ന ഉത്തരം ഞാൻ മരണക്കിണറിൽ മുങ്ങുകയും

മുങ്ങിയിട്ട് അവളുടെ കഴുത്തിലെ മാല വീണ്ടെടുക്കുകയും ചെയ്യുമെന്നും അതിനുവേണ്ടി ഏതു രക്തച്ചൊരിച്ചിലും ഞാൻ സഹിക്കുമെന്നുമാണ്. ഇതു സ്നേഹത്തിന്റെ ഒരു പുതിയ നിർവ്വചനമാണ്. ഇത്തരം പുതിയ നിർവ്വചനങ്ങൾ കൊണ്ടാണ് ബഷീർ തന്റെ ഓരോ കൃതിയിലൂടെയും മുന്നോട്ടുവരുന്നത്. സ്നേഹം എന്നുള്ളത് താമര ഇതളിൽ എഴുതുന്ന, എഴുതാത്ത എഴുത്തല്ല എന്നും അനുരാഗം എന്നുള്ളത് തോഴിമാർ വീശുന്നുണ്ടോ എന്ന ചോദിക്കുന്ന ഒരു ചോദ്യമല്ല എന്നും സ്നേഹം എന്നുള്ളത് സർവ്വാംഗങ്ങളിലും ബാധിക്കുന്ന ഒരു തളർച്ച മാത്രമല്ല എന്നും സ്നേഹമെന്നുള്ളത് ഷേക്സ്പിയർ പറയുംപോലെ ഒരു ഉവാല യല്ല എന്നും സ്നേഹമെന്നുള്ളത് നീട്ടിവളർത്തിയ നഖവും നഖംകൊണ്ട് ശരീരത്തിൽ മാന്തലും ആണ് എന്നും ബഷീർ ബാല്യകാലസഖിയിൽ പറയുന്നുണ്ട്. സ്നേഹത്തിന്റെ ഒരടയാളം സ്നേഹം ക്രൂരമാണ് എന്നും സ്നേഹം വേദനിപ്പിക്കുന്നു എന്നും സ്നേഹം നഖലാളനമാണ് എന്നും ആണ്. അതുകൊണ്ട് വിഷയുറുമ്പിനെക്കൊണ്ടു കടിപ്പിക്കുന്നത്, നഖം കൊണ്ടു മാന്തുന്നത് സ്നേഹമാണ്. 'കശ്മല' എന്നത് സ്നേഹപൂർണ്ണമായ വിളിയാണ്.

ബഷീർ ഒരു സ്ത്രീയെ സുന്ദരി എന്നു വിളിക്കുന്നതിനു പകരം എന്തു കൊണ്ട് 'കശ്മല' എന്നു വിളിക്കുന്നു എന്നത് ഭാഷാപരമായ ചോദ്യമാണ്. ചന്തുമേനോന്റെ നായിക തന്റെ നായകനെ 'ശപ്പൻ' എന്നാണു വിളിക്കുന്നത്. ഭർത്താവിനെ വിളിക്കാനുള്ള ഒരു പുതിയ പേരായതുകൊണ്ട് മാത്രമല്ല, മറിച്ച് ചന്തുമേനോൻ ജീവിച്ചിരുന്നത് സ്ത്രീസ്വാതന്ത്ര്യപ്രസ്ഥാനത്തിന്റെ, ഫെമിനിസ്റ്റ് പ്രസ്ഥാനത്തിന്റെ ആദ്യഘട്ടത്തിലായിരുന്നു എന്നതുകൊണ്ടു കൂടിയായിരുന്നു. അതുകൊണ്ട് ഒരു കാമുകി ഒരു കാമുകനെ വിളിക്കുമ്പോൾ ഒരു സമുദായത്തിലെ അടയാളങ്ങൾ മാറുന്നു എന്നും അനുരാഗത്തിന്റെ അടയാളങ്ങൾ മാറുന്നു എന്നും വാസ്തവത്തിൽ ഒരെഴുത്തുകാരൻ ഉപയോഗിക്കുന്ന 'ഒബ്ജക്റ്റീവ് കോ-റിലേറ്റീവ്' ആയി മാറുന്നു എന്നും കൂടിയാണ് ഇതിന് അർത്ഥം. അതുകൊണ്ടാണ് ബഷീർ തന്റെ കൃതികളിലെല്ലാം തന്നെ സ്നേഹത്തിന് പുതിയ നിർവ്വചനങ്ങൾ കൊടുത്തുകൊണ്ടിരിക്കുന്നത് എന്നും അതുകൊണ്ട് പിന്നീടദ്ദേഹം നോവലെഴുതുമ്പോൾ ഒരു പുട്ടുകച്ചവടക്കാരന്റെ മകൾ സ്നേഹിക്കുമ്പോൾ വാസ്തവത്തിൽ സ്നേഹമെന്നുള്ളത് താമരയിലയിൽ ഉണ്ടാകുന്ന സംഭവമല്ല, മറിച്ച് ഒരു പുട്ടിന്റെ അകത്ത് ഒളിച്ചുവെച്ച കോഴിമുട്ടയായി ത്തീരുന്നു എന്നു കാണാം. എല്ലാവർക്കും വെറും പുട്ടു വിളമ്പുന്ന ഒരു കച്ചവടക്കാരി തന്റെ കാമുകന് മാത്രം പുഴുങ്ങിയ മുട്ടവെച്ച ഒരു കഷണം പുട്ട് വിളമ്പുമ്പോൾ ഒരു കോഴിമുട്ട അലൗകികമായ അനുരാഗത്തിന്റെ,

കാളിദാസൻ *മേഘസന്ദേശ*ത്തിൽ വർണ്ണിച്ചിട്ടുള്ള അനുരാഗത്തിന്റെ പ്രതീകമായിത്തീരുന്നു. അനുരാഗത്തിന്റെ ഒരു ഭാഷ ഭക്ഷണമായതു കൊണ്ടാണ്, വൈക്കം മുഹമ്മദ് ബഷീർ മലബാർ പാചകവിധിക്ക് അവതാരികയെഴുതിയത് എന്ന് ഞാൻ കരുതുന്നു. ഇത് നിസ്സാരമായ ഒരു കാര്യമല്ല. ജീവിതം എന്നു പറയുന്ന ഒരു സാധനം ഇല്ല എന്നും ജീവിതം എന്നു പറയുന്നത് ഭക്ഷണവും ജീവിതം എന്നു പറയുന്നത് അടിയും ജീവിതം എന്നു പറയുന്നത് ചെരിപ്പനക്കലും, ജീവിതം എന്നു പറയുന്നത് കുതികാൽവെട്ടും, ജീവിതം എന്നു പറയുന്നത് മുച്ചീട്ടുകളിയു മാണ് എന്ന് നിർവ്വചിക്കുകയാണ് ബഷീർ ചെയ്യുന്നത്. ഈ തിരിച്ചറിവ് നമ്മുടെ ചുരുക്കം സാഹിത്യകാരന്മാർക്കു മാത്രമേ ഉണ്ടായിട്ടുള്ളൂ. ബഷീർ അന്നു സഞ്ചരിച്ച സ്ഥലങ്ങളെല്ലാം ശരിയായ കാര്യങ്ങളാണെന്നും നാമിന്ന് അംഗീകരിക്കുന്നതോടു കൂടി ബഷീർ ഒരു യാഥാസ്ഥിതിക സാഹിത്യകാരനായിത്തീരുന്നുണ്ട്. ഇതാണ് ഒരെഴുത്താരനെ സംബ ന്ധിച്ചിടത്തോളം കാതലായ പ്രശ്നം എന്നു പറയാം. ജീവിതത്തിന്റെ സമതലങ്ങളിൽ നിന്ന്, കുടുംബത്തിന്റെ വളരെ ഭദ്രമായ ബന്ധങ്ങളിൽ നിന്ന്, അനുസരിക്കുകയും അനുസരിക്കുന്നവന് സകലതും നല്കുകയും ചെയ്യുന്ന പിതൃപുത്രബന്ധത്തിന്റെ ഭദ്രതയിൽ നിന്നാണ് ബഷീർ തെറിച്ചുപോകുന്നത്. നോഹയെ ഒഴിച്ച് ബാക്കിയെല്ലാവരെയും ദൈവം പ്രളയത്തിൽ മുക്കിക്കളഞ്ഞത് അവർ ദൈവത്തെ അനുസരി ച്ചില്ല എന്നുള്ളതുകൊണ്ടാണ്. ലോകം മുഴുവൻ കൊട്ടുക്കുകയും പുതിയ ലോകം സൃഷ്ടിക്കുകയും ചെയ്യുന്ന ഒരു പിതൃപുത്രബന്ധത്തിന് എതിരാ യിട്ടാണ് ബഷീർ തന്റെ വീട്ടിൽ നിന്നും ഇറങ്ങിത്തിരിക്കുന്നത്. ഇനി എവിടെയാണ് തനിക്ക് താവളങ്ങൾ ഉള്ളത് എന്നന്വേഷിച്ചു കൊണ്ട് അദ്ദേഹം പല ദേശങ്ങളിൽ നടന്നു. അദ്ദേഹം ഇന്ത്യയിൽ, പാക്കി സ്ഥാൻ കൂടി അടങ്ങുന്ന ഇന്ത്യയിൽ മാത്രമല്ല അറേബ്യൻ തീരങ്ങളിലും ആഫ്രിക്കൻ തീരങ്ങളിലും പോയി എന്നു കൂടെക്കൂടെ പറയുന്നുണ്ട്. ഈ തീരങ്ങൾ ആഫ്രിക്കയുടേയോ ഇന്ത്യയുടേയോ തീരങ്ങളല്ല, അറേബ്യൻ തീരങ്ങളുമല്ല, മറിച്ച് മനുഷ്യാനുഭവത്തിന്റെ തീരങ്ങളാണ് എന്നാണ് അതിലെ സിംബോളിക്കായ അർത്ഥം. അദ്ദേഹം പോയത് 'അഹം ബ്രഹ്മാസ്മി', 'അനഹൽഹഖ്' എന്നും പറയുന്ന സന്ന്യാസിമാരുടെയും സൂഫിമാരുടെയും അരികിലേക്കും ആൺവേശ്യമാരുടെ അരികിലേ ക്കും ചുവന്ന തെരുവിലേയ്ക്കും ചാരായക്കടകളിലേക്കും ആയിരുന്നു എന്നതാണ് പ്രധാനപ്പെട്ട ഒരു അനുഭവസത്യം. ഇത് കാലഘട്ടത്തിന്റെ സത്യം കൂടിയാണ്. ആ കാലഘട്ടത്തിലാണ്,

"ചാരായക്കടയാണ ലോകം

ഇവിടെ കോലാഹലം സൗഹൃദം'' എന്നു ചങ്ങമ്പുഴ ശ്ലോകത്തിൽ എഴുതിയിരുന്നത്. മദ്യത്തിന്റെ ഒരു ഗുണം- മദ്യത്തിന്റെ ദോഷമെല്ലാവർക്കുമറിയാം-ആധുനിക സാഹിത്യകാരന്മാർ മാത്രമേ വിവരിക്കാറുള്ളൂ. അതു നമ്മുടെ തലച്ചോറിലെ വ്യവസ്ഥകളെ അലിയിച്ചു കളയുന്നു എന്നതാണ്. അതു നമ്മുടെ തലച്ചോറിലുള്ള അച്ഛനമ്മമാരെ, ഗുരുകാരണവന്മാരെ, നേതാക്കന്മാരെ, ഗുരുനാഥന്മാരെ ഇല്ലാതാക്കിത്തീർക്കുകയും മനസ്സിനപ്പുറത്തേക്കുള്ള കേവലമായ മനുഷ്യസത്തയിലേക്കു കൊണ്ടുപോകുകയും ചെയ്യുന്നു എന്നതാണ്. ഇത്തരത്തിലുള്ള സ്വാതന്ത്ര്യം മദ്യം കൊടുക്കുന്നു എന്നതുകൊണ്ടാണ് മദ്യശാല വലിയ വഴക്കിന്റെ കേന്ദ്രങ്ങളായിത്തീരുന്നത്. അതുകൊണ്ടാണ് അനുഭവങ്ങളന്വേഷിച്ച് ചങ്ങമ്പുഴയും പുരോഗമനകലാസാഹിത്യകാരന്മാർ എന്നു പറഞ്ഞിരുന്ന പഴയ ആളുകളും ചാരായക്കടകളിലേക്ക് പോയത് എന്നു നമുക്കറിയാം. അവിടെയെത്തുമ്പോൾ നാം പരിചയിച്ചതിൽ നിന്ന് വ്യത്യസ്തമായ ഒരു ലോകം നാം തിരിച്ചറിയുകയും നാം നമ്മുടെ സമുദായത്തെ വെല്ലുവിളിക്കുകയും ചെയ്യുന്നു. വൈലോപ്പിള്ളിയുടെ തൊഴിലാളി അദ്ദേഹത്തിന്റെ കൈയിൽ നിന്ന് ഒരു ഉറുപ്പിക കടം വാങ്ങി, ആ ഒരുറുപ്പികകൊണ്ടു കള്ളു കുടിച്ചു വീടിന്റെ മുന്നിൽ വന്ന്,

"ദുഷ്ടഭൂ പുലയാടികൾ പാർക്കു-
മിപ്പുരക്കിടിവെട്ടു കൊള്ളട്ടെ''

എന്നു വിളിച്ചു പറയുന്നു. അതായത് മദ്യം അകത്തു ചെല്ലുന്നതിനു മുമ്പ് അയാൾക്കുണ്ടായിരുന്ന ഭീരുത്വത്തെ മദ്യം ഇല്ലാതാക്കിത്തീർക്കുകയും ചിലപ്പോഴെങ്കിലും അയാൾക്കു വിപ്ലവവീര്യം ഉണ്ടാക്കിത്തീർക്കുകയും ചെയ്യുന്നു. മദ്യം കുടിക്കണമോ എന്നെനിക്കറിയില്ല. പക്ഷേ മദ്യത്തിന്റെ ഈ വീര്യമാണ് ഒരു എഴുത്തുകാരൻ ചാരായക്കടയിൽ അന്വേഷിച്ചു ചെല്ലുന്നത്. തനിക്കു ലഹരി കിട്ടാനല്ല, കിക്ക് കിട്ടാനല്ല, മറിച്ച് മദ്യമെന്നുള്ളത് അനുഭവത്തിന്റെ ഒരു കൊടുമുടിയാണ് എന്നുള്ളതുകൊണ്ടാണ് പലപ്പോഴും പല എഴുത്തുകാരും മദ്യത്തിലേയ്ക്ക് എത്തിച്ചേരുന്നത് എന്നു നമുക്കറിയാം. നമ്മുടെ സമുദായത്തെ ചോദ്യം ചെയ്യുവാനുള്ള ഒരു ഘടകമെന്നതിനാൽ ബഷീർ എത്തിച്ചേർന്ന ഒരു ലോകം മദ്യത്തിന്റെ ലോകമായിരുന്നു. ഈ ലോകത്തിൽ മാന്യന്മാരും അല്ലാത്തവരുമായ ആളുകളുണ്ട്. അമ്പലങ്ങളിലല്ല, വഴിയമ്പലങ്ങളിൽ, വീടുകളിലല്ല, പുറമ്പോക്കുകളിൽ, ഹോട്ടലുകളിലല്ല, ചാരായക്കടകളിൽ, പകലുകളിലല്ല, രാത്രികളിൽ, ബോധതലങ്ങളിലല്ല, ഉന്മാദതലങ്ങളിൽ ജീവിതം അന്വേഷിച്ചു പോവുകയും അവിടെനിന്ന് ജീവിതത്തിന്റെ റിപ്പോർട്ടുകൾ

അയയ്ക്കുകയും ചെയ്തുകൊണ്ടിരുന്ന ഒരു സാഹിത്യകാരനായിരുന്നു എന്നുള്ള നിലയിലാണ് പഴയ വൈക്കം മുഹമ്മദ് ബഷീറിനെ ഞങ്ങൾ ഓർക്കുന്നത്.

ഇക്കൂട്ടത്തിൽ അദ്ദേഹം മറ്റു പലതും ചെയ്തു എന്നു നാം അറിയുന്നു. സ്നേഹം എത്ര മഹത്താണ് എന്നു മാത്രമല്ല, സ്നേഹം എത്ര നിരർത്ഥകമായ വസ്തുതയായിത്തീരുന്നു എന്നും സ്നേഹം എങ്ങനെ യാഥാർത്ഥ്യത്താൽ ഞെരുക്കപ്പെടുന്നു എന്നും പറയാനാണല്ലോ വൈക്കം മുഹമ്മദ് ബഷീർ ബാല്യകാലസഖി എഴുതിയതും ചങ്ങമ്പുഴ രമണൻ എഴുതിയതും. ഇതൊക്കെ വായിച്ചു കഴിഞ്ഞ ശേഷം നമ്മുടെ സമുദായം കുറേക്കൂടി സ്വതന്ത്രമായതിനുശേഷം, നാല്പത്തഞ്ചു കൊല്ലങ്ങൾ കഴിഞ്ഞതിനുശേഷം, അവർ ഉണ്ടാക്കുവാൻ ശ്രമിച്ച ഒരു ലോകം വന്നതിനുശേഷം നാം ഒന്നുമറിയാത്ത വിധത്തിൽ ബഷീർ പറഞ്ഞ ലോകത്തു ജീവിക്കുകയും അന്നത്തെ ബഷീറിനെ മറക്കുകയും ഇന്നത്തെ ബഷീറിനെ ആരാധിക്കുകയും ചെയ്യുന്നു. അതുകൊണ്ട് നമുക്ക് എപ്പോഴും ഇഷ്ടപ്പെട്ട ബഷീർ മരച്ചുവട്ടിലെ ബഷീർ ആയിത്തീരുന്നു. കാരണം, അവിടെവെച്ചാണ് അദ്ദേഹം മതത്തെക്കുറിച്ചോ ശാന്തിയെക്കുറിച്ചോ ലോകസമാധാനത്തെക്കുറിച്ചോ സർവ്വമംഗളങ്ങളെക്കുറിച്ചോ സംസാരിച്ചുകൊണ്ടിരിക്കുന്നത്. ഇവിടെ എത്തുന്നതിനു മുമ്പ് ഏതെല്ലാം തീച്ചൂളകളിലാണ് അദ്ദേഹം വെന്തുനീറിയത് എന്ന്, ഏതെല്ലാം അഗ്നിപഥങ്ങളിൽക്കൂടിയാണ് അദ്ദേഹം സഞ്ചരിച്ചത് എന്ന്, വിശപ്പിന്റെ ഏതെല്ലാം ഗർത്തങ്ങളാണ് അദ്ദേഹം അളന്നു തീർത്തത് എന്ന് അന്വേഷിക്കുകയാണ് ബഷീറിനേയും ചരിത്രത്തേയും കണ്ടെത്താനുള്ള പ്രധാനപ്പെട്ട ഒരു മാർഗ്ഗം.

വളരെ സാമാന്യമായിപ്പറഞ്ഞാൽ ഇന്നു നാം ജീവിക്കുന്ന ലോകത്തിൽ നിന്ന് വ്യത്യസ്തമായി ഒരു ലോകം എങ്ങനെ ഉണ്ടാക്കാമെന്ന് ചിന്തിക്കുന്ന ആളെയാണ് നാം സാധാരണയായി എഴുത്തുകാരൻ എന്നു പറയുന്നത്. ഇന്നു ജീവിക്കുന്നതിൽ നിന്ന് വ്യത്യസ്തമായ ഒരു വീട്, ഇന്നു നിലവിലുള്ളതിൽ നിന്ന് വ്യത്യസ്തമായ ഒരു മനുഷ്യബന്ധം, അതാണ് അയാളുടെ ലക്ഷ്യം. ഈ വീടുണ്ടാക്കിക്കഴിഞ്ഞതിനുശേഷം അതിൽ താമസിച്ചുകൊണ്ടിരിക്കുമ്പോഴാണ് നാം ബഷീറിനെ ഒരു യാഥാസ്ഥിതികനായി രൂപാന്തരപ്പെടുത്തിക്കൊണ്ടിരിക്കുന്നത്. മഹാകവി കുമാരനാശാൻ നളിനി എഴുതുന്ന കാലത്ത്, ലീല എഴുതുന്ന കാലത്ത് ഈ കൃതികൾ എഴുതിയതിന് അദ്ദേഹത്തെ ആരും അഭിനന്ദിച്ചിട്ടില്ല. കാരണം ലീലയിലുള്ളത് ഭർത്താവിനെ കൊല്ലുകയോ ഭർത്താവ് മരിച്ചതിനുശേഷം അദ്ദേഹത്തെ പെട്ടെന്ന് വിട്ടുപിരിയുകയോ ചെയ്ത്

പഴയ കാമുകനെ തേടിപ്പോകുന്ന ഒരു കുലസ്ത്രീയുടെ ചിത്രമാണ്. ഇന്ന് നമുക്ക് അതു വളരെ ദഹിക്കുന്നു. ഒരു ഭാര്യ, തനിക്ക് ഒരു പോംവഴിയും ഇല്ലാതെ വരുമ്പോൾ ഒരുപക്ഷേ തന്റെ ഭർത്താവിനേയും ഇല്ലായ്മ ചെയ്തുപോയി എന്നു വരാമെന്നും അവൾ ഒരു ഉന്മാദിനിയായിത്തീരാമെന്നും അവൾ തന്റെ കാമുകനെത്തേടി കുന്നുകളിൽ അലഞ്ഞുനടക്കാമെന്നും രേവാനദിയിലെ ഒരു വെള്ളപ്പൊക്കത്തിൽ മരണമാണ് ജീവിതത്തിന്റെ സാഫല്യമെന്ന് കാമുകീകാമുകന്മാർക്ക് കണ്ടെത്താമെന്നും ഉള്ള ലീലയിലെ ജീവിതബോധം ഇന്നു നാം അംഗീകരിക്കുകയും അനുരക്തരായ നമ്മുടെ മക്കളെ അതിൽ നിന്നു തടയാതിരിക്കുകയും ഒരു പക്ഷേ മക്കൾ അനുരക്തരായിത്തീരുമ്പോൾ അത്രയും ശല്യം ഒഴിഞ്ഞല്ലോ എന്നു നമ്മുടെ വൃദ്ധമനസ്സ് സമാധാനിക്കുകയും ചെയ്യുന്നു. അതായത് ഇന്ന് അനുരാഗം എന്നുള്ളത് ഒരു സാമാന്യ അനുഭവമായിത്തീരുകയും അതുകൊണ്ട് അനുരാഗം അനുരാഗമല്ലാതായിത്തീരുകയും ചെയ്തു. 1948-ൽ ലോകമഹായുദ്ധം അവസാനിച്ച് ഏതാനും വർഷങ്ങൾക്കു ശേഷം ഒരു സാഹിത്യനിരൂപകനല്ല, ഒരു തത്ത്വചിന്തകനായ ബർട്രൻഡ് റസ്സൽ റൊമാന്റിസത്തെക്കുറിച്ച് എഴുതിയ പ്രബന്ധത്തിൽ ഏതാനും വർഷങ്ങൾക്കുള്ളിൽ നമ്മുടെ നാട്ടിൽ സ്ത്രീപുരുഷഭേദങ്ങൾ ഇല്ലാതായിത്തീരുമെന്നും പുറകിൽ നിന്നു നോക്കിയാൽ ഒരാണിനേയും പെണ്ണിനേയും തിരിച്ചറിയാൻ വിഷമമായിത്തീരുമെന്നും അതോടുകൂടി കവികൾക്ക് കവിതയെഴുതാൻ സാധിക്കാതെ വരുമെന്നും പറയുന്നുണ്ട്. അതായത് സ്ത്രീകളെല്ലാം പുരുഷന്മാരെപ്പോലെ ഷർട്ടിടുകയും പുരുഷന്മാരെപ്പോലെ ജോലി ചെയ്യുകയും ട്രാഫിക് കോൺസ്റ്റബിൾമാരായിത്തീരുകയും എംപ്ലോയ്മെന്റ് എക്സ്ചേഞ്ചിൽ നമ്മുടെ മുമ്പിൽ ക്യൂവിൽ വന്നു നിൽക്കുകയും ചെയ്യുമ്പോൾ അനുരാഗം എന്ന റൊമാന്റിക് വികാരം ഇല്ലാതായിത്തീരുമെന്നും നാല്പതുകളിലാണ് റസ്സൽ പറഞ്ഞത്. അതുകൊണ്ട് നമ്മുടെ പാവം കവികൾക്ക് ഇന്നു കവിത എഴുതുവാൻ സ്നേഹം ഒരു ഉപകരണം അല്ലാതായിത്തീർന്നിരിക്കുന്നു. ഇതാണ് അനുഭവത്തിൽ വരുന്ന മാറ്റം. അതുകൊണ്ടാണ് ഡബ്ലിയു. എച്ച്. ഓഡൻ അദ്ദേഹത്തിന്റെ പ്രേമകവിതയിൽ "എന്റെ പ്രിയപ്പെട്ട കാമുകീ, നീ എന്റെ കൈത്തണ്ടയിൽ തലവെച്ചുറങ്ങുമ്പോൾ സൂക്ഷിക്കണം, കാരണം, ഞാൻ എപ്പോഴെങ്കിലും മറ്റേതെങ്കിലും ദിക്കിലേക്ക് എന്റെ കൈയും വലിച്ച് പോയെന്നു വരും" എന്നെഴുതിയത്. അനുരാഗം ഒരു വഞ്ചനയാണെന്നും അനുരാഗം ക്ഷണികമാണെന്നും അനുരാഗം ആടിന് ഉണ്ടാകുന്ന ഒരു വികാരമാണെന്നും വൈലോപ്പിള്ളി 'കുടിയൊഴിക്ക'ലിൽ പറയുന്നുണ്ട്. അനുരാഗം സാർവ്വലൗകികവും ശാശ്വതവും

സർവ്വാംഗീണവും മരണതുല്യവും ആണ് എന്ന 1911-ൽ കുമാരനാശാൻ പറഞ്ഞ് ഏതാണ്ട് നാല്പതിലേറെ കൊല്ലങ്ങൾ കഴിയുമ്പോഴാണ്, വൈലോപ്പിള്ളി 'കുടിയൊഴിക്ക'ലിൽ

> *"മറ്റു പൂച്ചെടി ചെന്നു തിന്നാനെൻ*
> *കൊറ്റനാടിനുണ്ടിപ്പോഴേ മോഹം"*

എന്നെഴുതിയത്. ഞാൻ ഒരു ആടാണെന്നും ഞാൻ ഒരു കൊറ്റനാടാണെന്നും കണ്ടതൊക്കെ കടിക്കുന്ന ആടാണെന്നും അതുകൊണ്ട് ഒരു ചെടിയിൽ കടിക്കുമ്പോൾ ഞാൻ ആ ചെടിയെ പ്രേമിക്കുന്നു എന്ന് ആ ചെടി ഒരിക്കലും തെറ്റിദ്ധരിക്കരുതെന്നുമാണ് 1948-ലെ കവിയുടെ അനുരാഗദർശനം. അനുഭവത്തിലുണ്ടാകുന്ന ഈ മാറ്റം ജീവിക്കുന്ന തിരക്കിൽ നാം മറന്നു പോകുകയാണ് ചെയ്യുന്നത് എന്നത് ജീവിതത്തിന്റെ സമാന്യസ്വഭാവമാണ്. ഇപ്പോഴും നാം സ്നേഹത്തെപ്പറ്റി പറയുമ്പോൾ പഴയ ലീലയിലേയും നളിനിയിലേയും *മേഘസന്ദേശ*ത്തിലേയും റൂബീയാത്തിലേയും വരികൾ ഉദ്ധരിക്കുകയും പ്രേമമെന്നുള്ളത് പഴയ ഒരു കാഴ്ചവസ്തുവാണ് എന്ന നിലയിൽ വിവരിക്കുകയും ചെയ്യുന്നു. ഇതാണ് യാഥാസ്ഥിതികരായ ആസ്വാദകരെ സംബന്ധിച്ചിടത്തോളം അനുഭവത്തെ സംബന്ധിച്ച ബോധം എന്നതുകൊണ്ടാണ് ഈ ബോധങ്ങളെല്ലാം തെറ്റിക്കാൻ ബഷീർ തന്റെ കൃതികളിൽ ശ്രമിക്കുന്നത്. ഞാൻ വിവാഹം കഴിക്കുന്ന പെണ്ണിന് കഴിയുമെങ്കിൽ മരത്തിൽ കയറാൻ കഴിയണമെന്നും മുടി മുറിക്കാൻ അറിയണമെന്നും അവൾക്കു നല്ല പാചകമറിയണമെന്നും അവൾ നല്ല നീന്തൽക്കാരിയാകണമെന്നുമൊക്കെ അദ്ദഹം നിർബന്ധിക്കുന്നതിന്റെ അർത്ഥം, അനുരാഗം ഇന്ന് വേറൊരു സാധനമായിത്തീർന്നിരിക്കുന്നു എന്നാണ്. അദ്ദേഹത്തിന്റെ മറ്റൊരു കൃതിയിൽ കുടുംബത്തിന്റെ പ്രധാനപ്പെട്ട ഒരു ഉപയോഗം ശമ്പളമില്ലാത്ത വേലക്കാരിയെ സമ്പാദിക്കലാണ് എന്നു പറയുന്നുമുണ്ട്. ഇതു വായിച്ചു കഴിയുമ്പോൾ ഈ നാട്ടിലുള്ള എല്ലാ ഭർത്താക്കന്മാരും മറുനാട്ടിലുള്ള എല്ലാ ഭർത്താക്കന്മാരും രഹസ്യമായി വീട്ടിലുള്ള നിലക്കണ്ണാടിയിൽ പോയി നോക്കേണ്ടതാണ് എന്നതിന് യാതൊരു സംശയവുമില്ല. കാരണം, നമ്മുടെ മനസ്സിൽ, നമ്മുടെ ഉള്ളിന്റെയുള്ളിലുള്ള അമൂല്യമായ ദാമ്പത്യബോധം വാസ്തവത്തിൽ സ്ത്രീ നമുക്ക് ഒരു ലൈംഗിക ഉപയോഗവസ്തുവും അവൾ നമ്മുടെ മുഷിഞ്ഞ വസ്ത്രങ്ങൾ ഉരിഞ്ഞിടുമ്പോൾ അലക്കുവാനുള്ള ഒരു അലക്കുകാരിയും നമുക്ക് ഭക്ഷണം പാചകം ചെയ്തു വിളമ്പാനുള്ള, നമ്മൾ ഭക്ഷണം കഴിച്ച് എഴുന്നേറ്റ് പോകുമ്പോൾ ആ പാത്രം കഴുകാനുള്ള ഒരു വേലക്കാരിയും നാം നടന്നുപോകുമ്പോൾ അണിഞ്ഞൊരുങ്ങി നമ്മുടെ പത്രാസ്

വർദ്ധിപ്പിക്കാനുള്ള ഒരു സൗന്ദര്യധാമവുമാണ് എന്നതാണ്. ഇങ്ങനെ ദാമ്പത്യത്തേയും അനുരാഗത്തെയും നിർവ്വചിക്കാമെന്നും ഇത് ഒരു റിയലിസ്റ്റിക്കായ നിർവചനമാണ് എന്നറിയുകയും ചെയ്യുന്നത് കൊണ്ടാണ് ബഷീർ പെണ്ണിനെപ്പറ്റി പറയുമ്പോഴെല്ലാം ആ പെണ്ണ് നമ്മുടേതിൽ നിന്ന് വ്യത്യസ്തമായ ഒരു പെണ്ണ് ആയിത്തീരുന്നത്. വളരെ ചെറിയ അർത്ഥത്തിലെങ്കിലും ബഷീർ നമ്മുടെ ദാമ്പത്യബന്ധത്തെ, സീതാസങ്കല്പത്തെ, 'ടോർപ്പിഡോ' ചെയ്യുന്നുണ്ട് എന്നു കാണാം.

ഒരു എഴുത്തുകാരൻ, അത് വൈക്കം മുഹമ്മദ് ബഷീറായാലും മുട്ടത്തുവർക്കിയായാലും ചന്തുമേനോനായാലും യഥാർത്ഥത്തിൽ ചോദിക്കുന്ന ചോദ്യം എന്റെ അനുഭവം നിങ്ങൾ അറിഞ്ഞിട്ടുണ്ടോ എന്നാണ്. "എന്റെ അനുഭവത്തെ നിങ്ങളുടെ അനുഭവശ്രേണികളിൽ കൂട്ടുമോ?" എന്നാണ്. ഇന്ന് പുരോഗമന സാഹിത്യത്തെക്കുറിച്ച വലിയ ചർച്ച നടക്കുന്ന കാലമാണ്. 1940-കളിൽ ഒരു വലിയ നിരൂപകസദസ്സിൽ വെച്ച് എന്താണ് അനുഭവം, എന്താണ് അനുഭൂതി എന്ന് നമ്മുടെ പ്രധാനപ്പെട്ട ഒരു നിരൂപകൻ ഉറക്കെ ചോദിക്കുകയുണ്ടായി- ഞാൻ പറയുന്നത് കെ.ദാമോദരന്റെ ഒരു പഴയ പ്രസംഗത്തെക്കുറിച്ചാണ്- എന്താണ് ഈ അനുഭൂതിയെന്ന്, ഞങ്ങൾക്കൊക്കെ ഇല്ലാത്ത ഈ അനുഭൂതി എന്താണ് ഈ കവികൾക്കുണ്ടാകുന്നത്, അനുഭൂതി അനുഭൂതി എന്നു പറയുന്നത് അനുഭവം തന്നെയല്ലേ, ബീഡി ആഞ്ഞുവലിക്കുമ്പോൾ, ആഞ്ഞുപുകകൊള്ളുകയും ആഞ്ഞു പുകവിടുകയും ചെയ്യുമ്പോൾ ഉണ്ടാകുന്ന അനുഭവം, ഒരു ചൂടു ചായ കുടിക്കുമ്പോൾ ഉണ്ടാകുന്ന അനുഭവം, ഒരു അടിയേറ്റു വാങ്ങുമ്പോൾ ഉണ്ടാകുന്ന അനുഭവം, ഇതിനപ്പുറത്ത് നിങ്ങൾ എന്തിനെയാണ് അനുഭൂതി എന്നു പറയുന്നത് എന്ന് കെ.ദാമോദരൻ തന്റെ പ്രസംഗത്തിൽ ചോദിക്കുകയുണ്ടായി. അത് 'റിഡിക്കുലസ്' ആണ്, അസംബന്ധമാണ് എന്നാണ് റൊമാന്റിസത്തിന്റെ എണ്ണമയം വറ്റിയിട്ടില്ലാത്ത നമ്മുടെ കവികൾക്കും, നമ്മുടെ നിരൂപകന്മാരിൽ പലർക്കും അന്ന് തോന്നിയത്. ഏറെ വർഷങ്ങൾ കഴിഞ്ഞതിനുശേഷമാണ് വൈലോപ്പിള്ളി

"പുറത്തു തള്ളട്ടെ ഒരു മുറി വീടി-
പ്പുകയായീ നാട്ടിൽ ശ്വസിച്ചതു ഞങ്ങൾ"
എന്ന രണ്ടു വരിയെഴുതിയത്.

ബഷീർ ശബ്ദങ്ങൾ എന്ന കൃതി എഴുതിയത് ജീവിതത്തെക്കുറിച്ചുള്ള അമാന്യമായ സത്യങ്ങൾ നമ്മുടെ നേരെ തൊടുത്തു വിടാനാണ്. ചരിത്രത്തിന്റെ രാത്രികളിൽ നടക്കുന്ന പ്രവൃത്തികൾ അയാൾ നമുക്കു കാണിച്ചു തന്നു. ഹിജഡ, ശിഖണ്ഡി എന്നുള്ളത് നമ്മുടെ ഭാരതത്തിലെ

ഒരു കഥാപാത്രം മാത്രമല്ല എന്ന് പുതുയുഗത്തിൽ വന്ന് നമ്മോടു വിളിച്ചു പറയുകയും നാം കാണാതിരുന്ന നമ്മുടെ മുമ്പിലുള്ള സത്യത്തെ നമ്മുടെ മുഖത്തേയ്ക്ക് ഒരു പഴയ ചെരിപ്പപോലെ എടുത്തെറിയുകയും ചെയ്യുകയാണ് ബഷീർ ചെയ്തത്. ഈ കണ്ടെത്തലുകളാണ്, ഈ അനുഭവത്തിന്റെ കയങ്ങളേയും, ഈ അനുഭവത്തിന്റെ കൊടുമുടികളേയും അനുഭവത്തിന്റെ പാതകളേയും കണ്ടെത്തലാണ് ബഷീറിന്റെ സാഹിത്യത്തിലുള്ളത്. അമ്മയുടെ സ്നേഹമെന്താണ്? തന്റെ കുഞ്ഞിനെ ഒരിടത്തുകിടത്തിയിട്ട്, തന്റെ കുഞ്ഞിനെ കിണറ്റിൻകരയിൽ ഉറക്കിക്കിടത്തിയിട്ട് "വാ, നീ വാ, തനിക്ക് വേണ്ടതെന്നതാണെന്നു വെച്ചാൽ ചെയ്തിട്ട് പോ, എന്റെ കുഞ്ഞ് ഉണരുന്നതിനുമുമ്പ് ചെയ്തിട്ടു പോ," എന്നു പറയുന്ന സ്ത്രീത്വം സ്നേഹത്തിന്റെ പരമമായ മാതൃകയാണ് എന്നു കാണിച്ചു തരികയും തന്റെ കുഞ്ഞുങ്ങളെ തെരുവിൽ ഉപേക്ഷിക്കുകയും വീണ്ടും കന്യകയായി നഗരങ്ങളിലേയ്ക്ക് മാന്യതയിൽ നടക്കുകയും ചെയ്യുന്ന പതിവ്രതകളുടെ പറ്റങ്ങളല്ല മറിച്ച് തന്റെ പാതിവ്രത്യഭംഗത്തിലും തന്റെ വേശ്യാവൃത്തിയിലും സ്നേഹമെന്താണ് എന്ന് തിരിച്ചറിയുന്ന കുലട എന്ന പതിവ്രതയാണ് നമ്മുടെ സുദായത്തിന്റെ ഒരു നെടുംതൂണ് എന്ന് പറയുകയാണ് ബഷീർ തന്റെ പ്രധാനപ്പെട്ട ഒരു കൃതിയിൽ ചെയ്യുന്നത്. ബഷീർ നമുക്കുവേണ്ടി നമുക്കിഷ്ടപ്പെടാത്ത ഒരു ലോകത്തിലേക്ക് ചെന്ന് എത്തിനോക്കുകയാണ് ചെയ്തത്. അവിടേക്ക് നിങ്ങൾക്ക് വെറുതെ കയറിച്ചെല്ലാൻ പറ്റില്ല. കാരണം നമ്മളൊക്കെ മാന്യന്മാരാണ്. നമുക്ക് അവിടേക്ക് പോയിക്കൂടാ. അതേ രംഗത്തുവെച്ച് ഒരു വേശ്യ എനിക്കു വീട്ടിൽ പോകണം എന്നു പറയുന്ന പറ്റുകാരനോട് ചോദിക്കുന്നത്, "നിങ്ങൾക്കു വീടുണ്ടോ" എന്നാണ്. "എനിക്ക് വീടുണ്ട്"-- "പിന്നെ ആരൊക്കെയുണ്ട്? എന്ന ചോദ്യത്തിന്, "എനിക്ക് അച്ഛനുണ്ട്, അമ്മയുണ്ട്, എനിക്ക് ഭാര്യയുണ്ട്." 'ഭാര്യയുണ്ടായിട്ടാണോ ഇവിടെ വന്നിരിക്കുന്നത് എന്ന ചോദ്യത്തിന് അയാൾ പറയുന്ന മറുപടി "അവൾ ഗർഭിണിയാണ്,"എന്നാണ്. ഇതിൽ ആരാണ് മാന്യൻ, ആരാണ് മാന്യ എന്ന ചോദ്യമാണ് ഉയരുന്നത്. കൊച്ചമ്മയുടെ കൈലേസിന് എങ്ങനെയാണ് ആൺവേശ്യയുടെ മണമുണ്ടായത് അഥവാ ആൺവേശ്യയുടെ കൈയിലിരുന്ന് കേലേസിന് എങ്ങനെയാണ് കൊച്ചമ്മയുടെ അത്തറിന്റെ മണമുണ്ടായത് എന്നു ചോദിക്കുന്ന ബഷീറിനെ തിരിച്ചറിയുകയാണ് നമ്മുടെ സമുദായത്തിന് വളരെ വിഷമകരമായിത്തീർന്നിരിക്കുന്ന ഒരവസ്ഥ. ഈ ലോകം നമ്മുടെ മുമ്പിലേയ്ക്ക് കൊണ്ടുവരികയും ഈ ലോകം നമ്മുടെ മുഖത്തേക്ക്, അശ്ലീലം പോലെ, ഒരസഭ്യംപോലെ വലിച്ചെറിയുകയും ഇത് നിങ്ങളുടെ അശ്ലീലമാണ്, നിങ്ങളുടെ അസഭ്യമാണ്

എന്നു വിളിച്ചുപറയുകയാണ് ബഷീർ. നമുക്കുവേണ്ടി വിഷം കുടിക്കുകയും, നമുക്കുവേണ്ടി മരണത്തിന്റെ നിഴലിൽ ജീവിക്കുകയും, നമുക്കുവേണ്ടി ജീവിതത്തിന്റെ വഴിയമ്പലങ്ങളുടെ തിണ്ണകളിൽ കിടക്കുകയും, നമുക്കുവേണ്ടി ഒരു പെറ്റമ്മയുടെ കാൽച്ചവിട്ടേൽക്കുകയും, നമുക്കുവേണ്ടി ആരുടേയോ കല്ലേറ് കൊള്ളുകയും ചെയ്യുന്ന ഒരു ബഷീർ ഇന്നലെയുണ്ടായിരുന്നു എന്നതാണ് ബഷീറിന്റെ അർത്ഥം. അതുകൊണ്ടാണ് അത്തരം കവികളെ നാം മുനിസിപ്പാലിറ്റി കവികൾ എന്നു പറയുന്നത്. ഇത്തരത്തിലുള്ള മുനിസിപ്പാലിറ്റി കവികളെക്കുറിച്ചുള്ള പ്രധാനപ്പെട്ട വസ്തുത, അതായത് കക്കൂസ് കവികളെന്ന് വിളിച്ചാക്ഷേപിക്കപ്പെട്ടിരുന്ന കവികളുടെ ഏറ്റവും പ്രധാനപ്പെട്ട ദൗത്യം, അവർ ചുമന്നുകൊണ്ടിരുന്ന മാലിന്യം നമ്മുടെ തോട്ടികൾ വലിച്ചുകൊണ്ടിരുന്ന നഗരത്തിന്റെ മാലിന്യം തോട്ടികളുടെ മാലിന്യമല്ല, മാന്യന്മാരുടെ മാലിന്യമാണ് എന്ന് വിളിച്ചുപറയുകയാണ്.

ബഷീർ ശബ്ദങ്ങൾ എഴുതിക്കൊണ്ടിരുന്നപ്പോൾ, ബഷീർ കഥകൾ എഴുതിക്കൊണ്ടിരുന്നപ്പോൾ ഞങ്ങളുടെ മുന്നിലുണ്ടായിരുന്ന ഒരു കാഴ്ച വീപ്പപോലുള്ള വണ്ടികളിൽ ആ നഗരത്തിലെ മാന്യന്മാരുടെ മാലിന്യം വലിച്ചുകൊണ്ട് അതിനു മുകളിൽ ചോറുപൊതിയും വെച്ചുകൊണ്ട് പറയന്മാർ നീങ്ങുന്ന കാഴ്ചയാണ്. ഇതു കേരളചരിത്രത്തിലെ ഒരു സുവർണ്ണ കാലഘട്ടമാണ്. അവിടെയുള്ള ജഡ്ജിമാരുടെ, അവിടെയുള്ള കൊച്ചമ്മമാരുടെ അവിടെയുള്ള ഡോക്ടർമാരുടെ, അവിടെയുള്ള സിദ്ധന്മാരുടെ, സന്യാസിമാരുടെ, വിദ്യാഭ്യാസവിചക്ഷണന്മാരുടെ മലവും പേറിക്കൊണ്ടാണ് നിരത്തുകളിൽക്കൂടി പറയവൃന്ദം ഭക്ഷണവും ആ പെട്ടികളിൽ സൂക്ഷിച്ചിട്ടുള്ള മാലിന്യങ്ങളും തമ്മിൽ മണിക്കൂറുകളുടെ ഭേദമേ ഉള്ളൂ എന്നു വിളിച്ചു പറഞ്ഞുകൊണ്ട്- ഞങ്ങൾ മനസ്സിലാക്കിയത് ആ അർത്ഥമാണ്- വണ്ടിയുടെ മുകളിൽ ഒരു പൊതിച്ചോറും വെച്ചുകൊണ്ട് പോയത്. ഈ വണ്ടിക്കാരൻ പറയുന്ന ഒരു ജീവിതതത്ത്വശാസ്ത്രം ഉണ്ട്. അത് ആറു മണിക്കൂർ കഴിയുമ്പോൾ മുകളിലിരിക്കുന്ന ചോറ് അടിയിലിരിക്കുന്ന ഒരു വസ്തുവായി രൂപാന്തരപ്പെടുമെന്നതാണ്. ഇത് മനുഷ്യചരിത്രത്തിന്റെ, മനുഷ്യബന്ധങ്ങളുടെ, ഉയർന്നവൻ, താഴ്ന്നവൻ ആര് എന്നുള്ള ചോദ്യങ്ങളുടെ ഒരു നിർവ്വചനമാണ് എന്ന് ഇന്ന് നമുക്കു തിരിച്ചറിയാൻ കഴിയും. അതുകൊണ്ടാണ്, നിയമം ലംഘിക്കുകയാണ് ജീവിതത്തിന്റെ ലക്ഷ്യമെന്നു പറഞ്ഞിരുന്ന ഗാന്ധിജി, തന്റെ മലം താൻ തന്നെ മറവു ചെയ്യണമെന്നു നിർബന്ധിക്കുകയും തന്റെ ആശ്രമത്തിൽ വരുന്നവരെല്ലാം കക്കൂസ് വൃത്തിയാക്കണമെന്ന് വാശിപിടിക്കുകയും ചെയ്തിരുന്നത്.

പട്ടാളക്കാരന് മികച്ച വേശ്യകളെ കിട്ടില്ലെന്നും ഒരു പട്ടാളക്കാരന് രോഗികളായ വേശ്യകളെ മാത്രമേ കിട്ടൂ എന്നും ഉയർന്ന ഉദ്യോഗസ്ഥന്മാർക്ക് ഉയർന്നതരം ബന്ധങ്ങളിൽ ഏർപ്പെടാമെന്നും ശബ്ദങ്ങളിൽ പറയുന്നതിന്റെ ഒരർത്ഥം, നമ്മുടെ സമൂഹം സ്ത്രീകളെ വേശ്യകളായും ദേവിമാരായും രണ്ടായി തിരിച്ചുകൊണ്ട് ജീവിക്കുന്ന ഒരു വ്യവസ്ഥയാണ് എന്നതാണ്. ജീവിക്കാൻ വഴിയില്ലാത്ത തൊഴിലാളിയേയും നമുക്കുവേണ്ടി കൊലപാതകം നടത്തുന്ന പട്ടാളക്കാരനേയും അതിരുകളിലേക്ക് ആട്ടിയോടിക്കുകയാണ് നാം ചെയ്യുന്നത്. അതായത് നമ്മുടെ അഹിംസാസിദ്ധാന്തം നിലനിൽക്കുന്നത് നമ്മുടെ അതിരുകളിൽ വെടിമരുന്ന് നിറച്ചുകൊണ്ട് തോക്കുമേന്തി കൊലയാളികൾ കാവൽ നില്ക്കുന്നതുകൊണ്ടാണ്. അതിരുകളിലെ പട്ടാളക്കാർക്ക് നമ്മുടെ നാട്ടിലെ പാതിവ്രത്യത്തിന്റെ മറ്റൊരു മുഖത്തെ, വേശ്യാവൃത്തിയെ എറിഞ്ഞുകൊടുക്കുന്നതുകൊണ്ടാണ് നമ്മുടെ നാട്ടിൽ പാതിവ്രത്യവും മാന്യതയും നിലനില്ക്കുന്നത്. ഇങ്ങനെയുള്ള വെളിച്ചത്തിന്റെ നിഴലിനെ വൈലോപ്പിള്ളിയുടെ ഭാഷയിൽ പറഞ്ഞാൽ, വെളിച്ചത്തിൽ കള്ളക്കളി നടത്തുന്ന ഇരുട്ടിനെ കണ്ടെത്തുകയും പകൽ ഉരുണ്ടുകൂടുന്ന നിഴലുകളെ മനസ്സിലാക്കുകയും ഇതിനെ വിളിച്ചുപറയുകയുമാണ് ബഷീർ തന്റെ കൃതികളിൽക്കൂടി ചെയ്യുന്നത് എന്നു നാം ഓർക്കേണ്ടതാണ്. ഇതാണ് ഒരു എഴുത്തുകാരന്റെ ക്രൂരത, തന്നോടുതന്നെയുള്ള ക്രൂരത.

ബഷീർ തന്റെ കഥകൾ എഴുതിത്തീർക്കുമ്പോൾ ഒരു മണ്ടൻ മുത്തപ്പയേയൊ ഒരു മുച്ചീട്ടുകളിക്കാരനേയൊ ലോകത്തിലുള്ള സകല തിരുമാലികളികളെയോ വർണ്ണിച്ചു തീരുമ്പോൾ ഈ തിരുമാലികളുടെ തിരുമാലിത്വത്തിനുമേലാണ് നാം മാന്യന്മാരായി താമസിക്കുന്നത് എന്നാണ് നമ്മെ വിളിച്ചറിയിക്കുന്നത്. അഴുക്കുകൾ അലക്കിക്കളയുമ്പോഴാണ് നമ്മുടെ വസ്ത്രങ്ങൾ വെളുക്കുന്നത്. ഇങ്ങനെ പറയാനുള്ള ഒരു ശ്രമം ഉണ്ടായകാലത്താണ് 'അലക്കുകാരി' എന്ന ഒരു കവിത ജി. ശങ്കരക്കുറുപ്പ് എഴുതിയത്.

"എത്ര ഭോഗത്തിൻ ചിത്രം എത്ര
ചാരിത്ര്യ കണ്ണീർ ഈ തുണികളിൽ"

അടിഞ്ഞുകിടക്കുന്നു എന്നദ്ദേഹം എഴുതി. അലക്കുകാരെക്കുറിച്ച് ടാഗോർ മനോഹരമായ കവിത എഴുതിയിട്ടുണ്ട്. അതിൽ അദ്ദേഹം അലക്കുകാരെപ്പറ്റി ഓർക്കുമ്പോൾ പറയുന്നത്, അലക്കുകാർ അലക്കിയിട്ട നദീതീരങ്ങളിലെ വർണ്ണവസ്ത്രങ്ങൾക്കെന്തു ഭംഗി എന്നാണ്. നേരെ മറിച്ച് ഒരു പുരോഗമന സാഹിത്യകാരൻ എന്ന ശപിക്കപ്പെട്ട മനുഷ്യൻ ഈ വസ്ത്രത്തെ കാണുമ്പോൾ ഈ വസ്ത്രത്തിലെ

അഴക്ക് ആരാണ് ഉണ്ടാക്കിയതെന്നും ഈ വസ്ത്രത്തിലെ ഭോഗത്തിന്റെ കറ നിർമ്മിച്ചത് അലക്കുകാരിയല്ല, അലക്കുകാരനല്ല മറിച്ച് പിറ്റേന്ന്, അലക്കിയ വസ്ത്രം ധരിച്ചു നടക്കുന്ന മാന്യനാണ് എന്ന് തിരിച്ചറിയുന്നു എന്നാണ്. നമ്മുടെ നാട്ടിൽ ഒരാൾക്കു മാത്രമേ മോക്ഷമുള്ളു എന്നും അത് *കരുണ*യിലാണെങ്കിൽ വാസവദത്തയ്ക്കാണെന്നും ഉപഗുപ്തനല്ല എന്നും ആശാൻ പറയുന്നുണ്ട്. അതായത് സർവ്വസംഗപരിത്യാഗിയായ, ഋഷിതുല്യനായ, ബുദ്ധസന്യാസിക്കല്ല, മറിച്ച് സ്നേഹിക്കുവാൻ വേശ്യാവൃത്തിയിലൂടെ പഠിച്ച ഒരു വാസവദത്തയ്ക്കാണ് മോക്ഷം വാസ്തവത്തിൽ തിരിച്ചറിയാൻ കഴിഞ്ഞത് എന്നു പറയുവാനാണല്ലോ കുമാരനാശാൻ *കരുണ* എഴുതിയത്. ഇതു വാസ്തവത്തിൽ മനുഷ്യബന്ധങ്ങളുടേയും മനുഷ്യവികാരങ്ങളുടേയും വികാരങ്ങളെ സൂചിപ്പിക്കുന്ന അടയാളങ്ങളുടേയും ഒരു പുനർനിർവ്വചനമാണ് എന്നു കാണാം. ഏത് പുതിയ എഴുത്തുകാരനും എന്നും പുതിയ നിർവ്വചനങ്ങൾ നടത്തിക്കൊണ്ടിരിക്കും എന്നതാണ് സാഹിത്യത്തിന്റെ പ്രധാനപ്പെട്ട ജീവിതമൂല്യം. അതായത് നാമിപ്പോൾ ജീവിക്കുന്നത് ജീവിതമല്ല, നാമിപ്പോൾ ജീവിക്കുന്നത് ജീവിതത്തിന്റെ നിഴൽ മാത്രമാണ് എന്നും തിരിച്ചറിവ്-ക്രൂരമായ തിരിച്ചറിവ് - നമുക്കുണ്ടാവേണ്ടതാണ് എന്നും വിളിച്ചു പറയുകയാണ് ബഷീർ അദ്ദേഹത്തിന്റെ കൃതികളിൽ കൂടി ചെയ്യുന്നത്. അതിനുള്ള ഒരു ചെറിയ തുടക്കം മാത്രമേ ബാല്യകാലസഖിയിൽ ചെയ്യുന്നുള്ളു. അദ്ദേഹത്തിന്റെ ആദ്യനോവലിൽ, ഒരു പക്ഷേ ജീവിതത്തിൽ നിന്നു വലിച്ചു ചീന്തിയ ഒരേട് എന്നും രക്തം പുരണ്ട ഏട് എന്നും എം.പി.പോൾ വിശേഷിപ്പിച്ച ആ കൃതിയിൽ- ആ പ്രശംസ വളരെ പ്രസിദ്ധമായിത്തീർന്നിട്ടുണ്ട്- അന്നു പോൾ കണ്ട വിപ്ലവകരമായ ഒരംശം ഒരു സവർണ്ണ സമുദായത്തിലെ ഋതുകല്യാണം വർണ്ണിക്കാമെങ്കിൽ എന്തുകൊണ്ട് മുസ്ലീം സമുദായത്തിലെ സുന്നത്തു കല്യാണം വർണിച്ചുകൂടാ എന്ന ചോദ്യമാണ്. എന്തുകൊണ്ടാണ് 'ഠോനാറാണാ' എന്നു നമ്പൂതിരി പറയുമ്പോൾ അതു ശുദ്ധ മലയാളവും, 'മഷി' എന്ന് എങ്ങനെ പറഞ്ഞാലും മുസ്ലീം പറയുമ്പോൾ തെറ്റാണ് എന്നുമുള്ള വ്യാകരണ സിദ്ധാന്തവും ഉണ്ടാകുന്നത് എന്ന ചോദ്യമാണ്.

ഭാഷയെ നാം തൊടുമ്പോൾ നാം തൊടുന്നത് ഭാഷയെ അല്ല എന്നും നാം തൊടുന്നത് സമുദായത്തെയാണ് എന്നും ജീവിതത്തെയാണ് എന്നും, ജീവിതത്തിന്റെ മൂല്യത്തെയാണ് എന്നും പുനർനിർവചിക്കാനുള്ള ശ്രമം ബാല്യകാലസഖിയിൽ ബഷീർ ആരംഭിക്കുന്നുണ്ട്. പക്ഷേ അന്നദ്ദേഹം വളരെ 'നെർവസ്' ആയിരുന്നു. താൻ പറയുന്നത് ശരിയായ മലയാളം തന്നെയോ എന്നു വളരെ സംശയത്തിലായിരുന്നു. സാഹിത്യപ്രയത്നങ്ങളിലെല്ലാം അദ്ദേഹം ചെയ്തുപൊന്നത് തന്റെ

സാഹിത്യഭാഷ കുടഞ്ഞുകളയാനുള്ള ഒരു യജ്ഞമായിരുന്നു എന്ന് നാം ഓർക്കേണ്ടതുണ്ട്. എന്ന് തന്റെ ശരീരത്തിൽ നിന്ന് സാഹിത്യമെല്ലാം, ഒരു മുള്ളൻ പന്നിയുടെ ശരീരത്തിൽ നിന്നു മുള്ളുകൾ തെറിച്ചുപോകുന്നതുപോലെ ദൂരെ തെറിച്ചുപോകുന്നുവോ അന്നു താൻ ശരിയായ സാഹിത്യകാരനായിത്തീരുമെന്നാണ് വാസ്തവത്തിൽ ബഷീർ തന്റെ സാഹിത്യജീവിതം കൊണ്ടു തെളിയിക്കുന്നത്. ആ സന്ദർഭത്തിൽ സാഹിത്യം തന്നെയാണു ജീവിതം എന്നും സംസാരിക്കുന്നതു തന്നെയാണ് ഭാഷയെന്നും കുട്ടികൾതന്നെയാണ് മുതിർന്നവർ എന്നും പ്രകൃതി തന്നെയാണ് സംസ്കാരമെന്നുമുള്ള ഒരു പുതിയ ദിശയിലേക്കും ബഷീറിന്റെ ജീവിതവും കലയും എത്തിച്ചേരുന്നത് നമുക്കു കാണാം. അദ്ദേഹം അനായാസതയുടെ, അവക്രതയുടെ ഒരു വക്രത കണ്ടുപിടിക്കുന്നത് നാം പിന്നീടുള്ള കൃതികളിൽ കാണുന്നു. ഇത് ഒരു പക്ഷേ അധ്യാപകോചിതമായ സംഭാഷണത്തിലേക്കുള്ള ഒരു പോക്കാണ്. കാരണം, നാം അദ്ദേഹത്തിന്റെ ആദ്യപുസ്തകം എടുക്കുകയും അദ്ദേഹം അതിൽ നിന്ന് എങ്ങനെ പുരോഗമിക്കുന്നു എന്നും പിന്നീടദ്ദേഹം എങ്ങനെ വൃദ്ധനായിത്തീരുന്നു എന്നും, അദ്ദേഹത്തിന്റെ മുടി എങ്ങനെ കൊഴിഞ്ഞുപോയി എന്നും പല്ലുകൾ എങ്ങനെ നഷ്ടപ്പെട്ടു എന്നും പല്ലുകൾ നഷ്ടപ്പെട്ട ആളുകളെ എന്തുകൊണ്ടു മാന്യന്മാർ ഇഷ്ടപ്പെടുന്നു എന്നുമുള്ള അന്വേഷണത്തിലേയ്ക്കാണ് എത്തിച്ചേരുന്നത്. നിർദന്തരായ ആളുകളേയും നിർദന്തമായ ഭാഷയേയും എപ്പോഴും മാന്യന്മാർ ഇഷ്ടപ്പെടുന്നുണ്ട്. പല്ലുപോയ നായയേയും പല്ലുപോയ സാഹിത്യകാരനേയും പേടിക്കേണ്ടതില്ല എന്ന് സമുദായം എന്ന സാധനത്തിന് അറിയാം.

പഴയ ബഷീറിനെ ഞാൻ വീണ്ടും ഓർക്കുന്നു. അദ്ദേഹം ഭഗവദ് ഗീതയെപ്പറ്റി പറയുന്ന ഒരു സംഭവമുണ്ട്. ഒരിടത്തല്ല പലേടത്തും അദ്ദേഹം അതു പറഞ്ഞിട്ടുണ്ട്. എ.കെ.ടി.കെ.എം.വാസുദേവൻ നമ്പൂതിരിപ്പാടിന്റെ മംഗളോദയത്തിൽ അദ്ദേഹം കയറിച്ചെന്നതും കയറിച്ചെന്നപ്പോൾ എല്ലാവരും ഭവ്യത നടിച്ചു നിന്നതും താൻ ഒരു കസേര വലിച്ചിട്ടിരുന്നതും കാലിന്മേൽ കാല് കയറ്റി പ്രൗഢിയോടെ ഇരുന്നതും ഒരു ബീഡി എടുത്ത് വലിച്ച് ഉച്ചത്തിൽ പുകവിട്ടതും ബഷീർ വർണ്ണിക്കുന്നുണ്ട്. ഇത് ഒരു സിംബോളിക് നിഷേധപ്രവർത്തനമാണ് എന്നു നമുക്കറിയാം. അതായത് ആഢ്യന്മാരുടെ മുമ്പിലിരിക്കുന്നത്- ഭാഷയുടെ സ്രഷ്ടാക്കളായ ആഢ്യബ്രാഹ്മണരുടെ മുമ്പിലിരിക്കുന്നത്- അവരെ ബഹുമാനിക്കാതിരിക്കുന്നത് അവരുടെ മുമ്പിൽ പുകവലിക്കുന്നത്, അവരുടെ മുമ്പിൽ കാലിന്മേൽ കാല് കയറ്റിവെക്കുന്നത് ധിക്കാരമാണ്. ഈ ധിക്കാരം ബഷീർ തനിക്കുവേണ്ടി ചെയ്യുന്നതല്ല എന്നും ഒരു സമുദായത്തിനും

ഒരു ഭാഷയ്ക്കും ഒരു അനുഭവസമുച്ചയത്തിനും വേണ്ടി ചെയ്തതാണെന്നും ഓർക്കണം. ഇസ്ലാം ഒരു വിശിഷ്ടമായ മതമാണെന്നു പ്രഖ്യാപിക്കാനും, മുസൽമാനും ഒരു ജീവിതമുണ്ടെന്നും അനുഭവമുണ്ടെന്നും പറയാനും മുസൽമാന് നല്ല ഭക്ഷണമുണ്ടാക്കൻ കഴിയുമെന്നു പ്രഖ്യാപിക്കാനും വേണ്ടി കൂടിയാണ് ബഷീർ ഇങ്ങനെ ചെയ്തത്. ഇതിനെയാണ് ഒരു വിപ്ലവപ്രവർത്തനം എന്നു പറയുക. അതായത് പുകവലിക്കുന്നത് ഒരു വിപ്ലവപ്രവർത്തനം ആണ് എന്നും മലയാളസാഹിത്യം പരിശോധിച്ചിട്ടുള്ള ആളുകൾക്കറിയാം. ചന്തുമേനോന്റെ ഒരു കഥാപാത്രം രണ്ടു ചെരിപ്പും പൊതിഞ്ഞെടുത്ത് കാണാതെ അകത്തേക്കു പോകാൻ ഇടവരുത്തിയത് അമ്മാവന്റെ മുമ്പിൽ ചെരിപ്പിട്ടു നടക്കുന്നത് ധിക്കാരമാണെന്ന ബോധത്താലാണ്. അങ്ങനെയാകുമ്പോൾ അമ്മാവൻ പൊതി വാങ്ങി നോക്കുകയും ചെരിപ്പ് അമ്മാവന്റെ കൈയിലെത്തിച്ചേരുമ്പോൾ ഇരട്ടി ധിക്കാരവും ഇരട്ടി സങ്കേതലംഘനവുമായി. അതുകൊണ്ട് ചെരിപ്പ് ഇടുക മാത്രമല്ല തന്റെ ചെരിപ്പ് ഗുരുനാഥന്മാരെക്കൊണ്ട് ചുമപ്പിക്കുക എന്നതും ഒരു കഥാപാത്രം ചെയ്യുന്നു. ബഷീർ കാലിന്മേൽ കാല് വെച്ചിരിക്കുമ്പോൾ, ഒരു കസേര വെച്ച് ഇരിക്കുമ്പോൾ എനിക്കും എന്റെ ഭാഷയ്ക്കും എന്റെ സമുദായത്തിനും എന്റെ അനുഭവത്തിനും നിങ്ങളുടെ മുമ്പിൽ കസേര വലിച്ചിട്ടിരിക്കാൻ അവകാശമുണ്ട് എന്നു പറയുകയാണ് ചെയ്യുന്നത്. കോഴിക്കോട്ടു വെച്ച് ജഡ്ജിയുടെ മുമ്പിൽ കസേര വലിച്ചിട്ടിരിക്കാൻ കഴിയാതിരുന്ന ജനാബ് അബ്ദുറഹിമാൻ സാഹിബ് ചെയ്ത പ്രവൃത്തിയോട് ഇതിനെ താരതമ്യപ്പെടുത്താവുന്നതാണ്. അവിടുത്തെ സായിപ്പ്, കലക്ടർ സായിപ്പ് അബ്ദുറഹിമാൻ സാഹിബിനെ വിളിക്കുകയും “ഞാനാണ് യഥാർത്ഥ സായിപ്പ്” എന്നു പറഞ്ഞ് കസേരയിലിരിക്കുകയും ചെയ്തപ്പോൾ അബ്ദുറഹിമാൻ സാഹിബ് ചെയ്തത് അവിടെ ബാക്കിയുണ്ടായിരുന്ന മേശപ്പുറത്തു കയറി ഇരിക്കുകയായിരുന്നു. അതിന്റെ അർത്ഥം ഒരു ഇന്ത്യക്കാരന് ഇരിക്കാൻ കസേര തരാത്ത സായിപ്പിന്റെ മുമ്പിൽ അയാളുടെ മുമ്പിലുള്ള മേശയാണ് എന്റെ കസേര എന്നു കാണിച്ചു കൊടുക്കലാണ്. ഇങ്ങനെയുള്ള ല്യൂട്ടാപ്പികളിലൂടെ നമ്മുടെ ഭാഷയേയും മാന്യതയേയും ഭക്ഷണരീതിയേയും ആക്രമിക്കുകയുമാണ് പഴയ ബഷീർ ചെയ്തത്.

അമ്പലപ്പുഴ പാൽപ്പായസം കുടിക്കുന്നതുകൊണ്ടുള്ള അനുഭവം സുലൈമാനി ചായ കുടിച്ചാൽ ഉണ്ടാകുമെന്നും സുലൈമാനി ചായയുടെ പേര് സുലൈമാൻ നബി സോളമൻ നബിയാണ് എന്നും സോളമന്റെ മുന്തിരിത്തോട്ടങ്ങളിൽ നിന്നാണ് വാസ്തവത്തിൽ ഭക്ഷ്യാനുഭവത്തിന്റെ പ്രാഥമികമായ ഉറവിടം എന്നും പറയുവാനുള്ള ഒരു യജ്ഞം, കൃഷ്ണനുള്ള

പ്രാധാന്യം സുലൈമാനുമുണ്ട് എന്നു സ്ഥാപിക്കാനുള്ള ഒരു ശ്രമം കൂടിയാണ് ബഷീർ നടത്തിയത്. അതായത് ചായ കുടിക്കുക എന്നുള്ളത് ഒരു സമുദായ വിപ്ലവവും ഒരു രാഷ്ട്രീയ പ്രവർത്തനവുമാണ്. സുലൈമാൻ നബിയാണോ ചായ കണ്ടുപിടിച്ചത് എന്ന് എനിക്കറിയില്ല. ചരിത്രം പറയുന്നത് അത് ചൈനാക്കാരുടെ കണ്ടുപിടിത്തമാണ് എന്നാണ്. അതു കണ്ടുപിടിച്ചതാരായാലും സുലൈമാനി എന്ന പാനീയത്തെപ്പ റ്റി ബഷീർ പറയുമ്പോൾ അദ്ദേഹം ആ പദത്തിൽകൂടി മാത്രമല്ല ആ പാനീയത്തിൽക്കൂടിയും നമ്മുടെ ബോധവ്യവസ്ഥയെ വെല്ലുവിളിക്കുന്നു. നമ്മുടെ നാടിന്റെ അഭിരുചി വ്യവവസ്ഥയെ വെല്ലുവിളിക്കുന്നു.

ഒരു സംഭവത്തിൽ കൂടി, വസ്ത്രധാരണത്തിൽ കൂടി, താൻ വെക്കുന്ന മീശയിൽക്കൂടി, തന്റെ കൃതാവിൽ കൂടി ഒരു വ്യവസ്ഥയെ ചോദ്യം ചെയ്യാമെന്നും അതിനുള്ള പല മാർഗ്ഗങ്ങളിൽ ഒന്ന് സാഹിത്യമാണെന്നും തിരിച്ചറിഞ്ഞിരുന്നതാണ് തീർച്ചയായും ബഷീറിന്റെ സാഹിത്യത്തിനുള്ള പ്രധാനപ്പെട്ട ഒരു മൂല്യം എന്നാണ് ഞാൻ കരുതുന്നത്. ഇന്നു നമുക്കറിയാവുന്ന ഒരു കാര്യം ലോകത്തിലെ ഏറ്റവും മനോഹരമായ അനുരാഗകാവ്യങ്ങളിൽ ചിലതെങ്കിലും എഴുതിയിരിക്കുന്നത് അറബി ഭാഷയിലാണ് എന്നാണ്. ഈ അറിവ്, ഒരു പക്ഷേ, സഹൃദയകേരളം എന്നു വിളിക്കപ്പെടുന്ന ഒരു സാങ്കല്പിക മനുഷ്യവർഗ്ഗത്തിന് ഇരുപത്തയഞ്ചു കൊല്ലം മുമ്പുവരെ അജ്ഞാതമായിരുന്നു എന്നു പലരും ഓർക്കാറില്ല. ലോകോത്തരങ്ങളായ അനുഭവങ്ങൾ ലോകത്തിന്റെ എല്ലാ മൂലകളിലും ഉണ്ടാകുന്നതാണ്. ബഷീർ സംഭാഷണത്തിൽ പറയുന്നത് ഈജിപ്തിലെ അല്ലെങ്കിൽ അറേബ്യയിലെ പഴയ നബിമാരും പശുക്കളെ ആരാധിച്ചിരുന്നു എന്നാണ്. ഇത് ഒരു പുതിയ വിവരമല്ല. പശുക്കളെ ആരാധിക്കുക എന്നുള്ളത് ഹിന്ദുക്കളുടെ മാത്രം കുത്തകയല്ലെന്നും, പശുക്കൾ പാല് തരുന്നതിനാലാണ് പശുക്കളെ സ്നേഹിക്കുന്നതെന്നും, പശുക്കൾ മനുഷ്യന്റെ ഏറ്റവും വലിയ മിത്രങ്ങളാണെന്നും, പശുക്കളേയും നെല്ലിനങ്ങളേയും 'ഡൊമസ്റ്റിക്കേറ്റ്' ചെയ്തിട്ടാണ് ലോകത്തിലെ നാഗരികതകൾ വളർന്നു വന്നതെന്നും അറിയാവുന്ന ഒരാൾക്ക് പശുവിനെ സാർവ്വലൗകിക മനുഷ്യപരിഷ്കാരത്തിന്റെ ഒരു ഘട്ടമായി കാണാതിരിക്കുവാൻ കഴിയുകയില്ല. അതുകൊണ്ട് പശുവിനെ ആരാധിക്കുന്ന ഒരു ഉത്തരേന്ത്യൻ ബ്രാഹ്മണനെപ്പോലെ, ഈജിപ്തിലെ ന്യൂവർ ഗോത്രവർഗ്ഗത്തിലെ ആൾക്കാർ ഇപ്പോഴും പൂജിക്കുന്നുണ്ടെന്നും അവർ പശുവിന്റെ ചാണകം ഉണക്കിയെടുത്ത് അത് കരിച്ച് അവരുടെ ശരീരത്തിൽ പൂശുന്നുവെന്നും പശുവിനെ കുടുംബത്തിലെ അംഗങ്ങളേപ്പോലെ അവർ വീടുകളിൽ തളച്ചിടുന്നു എന്നും പശുക്കൾ മരിക്കുമ്പോൾ

അവർ മനുഷ്യർ മരിച്ചാൽ ചെയ്യുന്നതുപോലെ അന്ത്യകൃദാശകൾ നടത്തുന്നുവെന്നും അതുകൊണ്ട് പശു മനുഷ്യന്റെ മൃഗമാണ് എന്നും അതു ഹിന്ദുക്കളുടെ മൃഗമല്ല എന്നും ബഷീർ കണ്ടെത്തുന്നുണ്ട്. ഇതാണ് നരവംശശാസ്ത്രത്തിന്റേതായ ഉദ്ബോധനം.

മനുഷ്യൻ ഒരു വർഗ്ഗമാണ് എന്നു പറയാനുള്ള മാർഗ്ഗമായിട്ടാണ് ബഷീർ തന്റെ പല കൃതികളിലും ഒരു പക്ഷേ എല്ലാ കൃതികളിലും നമുക്ക് അനാവശ്യമെന്നു തോന്നുമാറ് മനുഷ്യവർഗ്ഗത്തിന്റെ ബഹുപദചിത്രങ്ങൾ ആവിഷ്കരിക്കുന്നത് എന്നു കാണാം. ഈ ഒരു ബോധം മനുഷ്യൻ ഒരു സമുദായമാണെന്നും മനുഷ്യന് ഒരു സമുദായമായിട്ടുമാത്രമേ നില നില്പുള്ളു എന്നും, അന്തിമമായും ആദിമമായും ഈ ഉണർവ്വ് ആണ് മനുഷ്യന് വേണ്ടത് എന്നും പറയുവാൻ തന്റെ ജീവിതത്തിലെ ഓരോ അണുവിനെയും കൊണ്ട് ശ്രമിക്കുക അദ്ദേഹം തന്റെ ദൗത്യമായി കരു തുന്നുണ്ട് എന്ന് അദ്ദേഹത്തെ പ്രശംസിച്ചു.

നാം സൃഷ്ടിക്കാൻ പോകുന്ന പുതിയ സമുദായത്തിൽ എല്ലാത്തരം ഭക്ഷണങ്ങളും, എല്ലാത്തരം ഉടുപുടവകളും, എല്ലാത്തരം കാതുകുത്തലു കളും, എല്ലാത്തരം വിവാഹമര്യാദകളും, എല്ലാത്തരം ജീവിതരീതികളും ഉണ്ട് എന്നും അവ ഒരുമിച്ച് ജീവിക്കണം എന്നുമുള്ളത് ബഷീറിന്റെ ഒരു സാർ വ്വലൗകിക സ്വപ്നമാണ് എന്നു പറയാം. അദ്ദേഹത്തിനത് സാധിക്കുമോ എന്നത് അദ്ദേഹത്തിന്റെ പ്രശ്നമല്ല. അത് മനുഷ്യവർഗ്ഗ ത്തിന്റെ പ്രശ്നമാണ്.

ബഷീർ മലബാർ പാചകവിധി അവതരിപ്പിക്കുന്നതിന്റെ ഒരർത്ഥ ത്തെക്കുറിച്ച് ഞാൻ നേരത്തേ പറഞ്ഞു. ഞാൻ കാണുന്ന ആദ്യത്തെ പാചകവിധി സീതാരാമയ്യർ എഴുതിയ ഭക്ഷ്യപാചകവിധി എന്ന ഗ്രന്ഥമാണ്. സീതാരാമയ്യർ അത് സഞ്ചിയിലിട്ട് സ്കൂളിൽ കൊണ്ടുവന്ന് അവിടത്തെ മിസ്റ്റർസ് അഥവാ ടീച്ചർമാർക്ക് വില്ക്കുന്നത് കണ്ടുകൊണ്ടാണ് ഞങ്ങൾ ഒന്നാം ക്ലാസ്സിൽ പഠിച്ചിരുന്നത്. സീതാരാമയ്യർ ഭക്ഷ്യപാചക വിധി ഉണ്ടാക്കിയതിന്റെ ഒരു അർത്ഥം ഭക്ഷ്യപാചകവിധി അയ്യരുടെ ഒരു അദ്ഭുതവിദ്യയാണ് എന്നു മറ്റുള്ളവരെ ബോധ്യപ്പെടുത്തലാണ്. അദ്ദേഹം വലിയ ഒരാളായിരുന്നതുകൊണ്ടാണ് എല്ലാവർക്കുമറിയട്ടെ എന്നു വിചാരിച്ച്, ഹിന്ദുക്കളും, അവർണ്ണരും സവർണ്ണരും ക്രിസ്ത്യാനിക ളുമായ ജനങ്ങൾക്കു മുഴുവനുമായിട്ട് 'പാൽതിരട്ടിപ്പാൽ' ഉണ്ടാക്കേണ്ടത് എങ്ങനെയാണ് എന്നു പറഞ്ഞുകൊടുത്തത്. ലോകത്തിലെ കോസ്മോ പോളിറ്റൻ ബൂർഷ്വാ സംസ്കാരത്തിന്റെ ഉത്ഭവകാലത്ത് നടന്ന വിപ്ലവങ്ങ ളിൽ ഒന്ന് ബ്രാഹ്മണന് മാത്രം വശമായിരുന്ന ഭക്ഷ്യപാചകവിധികൾ ഏവർക്കും പറ്റുന്ന ഭക്ഷ്യപാചകവിധികളായിത്തീർന്നു എന്നതാണ്.

അതായത് ബൂർഷ്വാസിയുടെ പ്രവർത്തനത്തിന്റെ ഫലമായാണ് രഹസ്യപാചകവിധികൾ, ഭക്ഷണപാചകവിധികൾ അച്ചടിച്ച് പ്രസിദ്ധപ്പെടുത്തുക എന്നത് സംഭവിച്ചത്. 1930-ന് ശേഷം 1970-കളാവുമ്പോഴേക്കും മുസൽമാനും ഭക്ഷ്യരീതിയുണ്ട് എന്നും ബിരിയാണി ഉണ്ടാക്കുകയെന്നാൽ പാൽപ്പായസം ഉണ്ടാക്കുക എന്നപോലെ ഒരു പുണ്യകർമ്മമാണ് എന്നും നാം പറയുന്നത്. ലോകം ഇന്നു സ്വീകരിച്ചുകൊണ്ടിരിക്കുന്ന കോസ്മോപോളിറ്റൻ ജീവിതരീതിയുടെ ഒരു പ്രക്ഷേപണമാർഗ്ഗം മാത്രമാണ്. അതായത് ബഷീർ അദ്ദേഹത്തിന്റെ സാഹിത്യ കൃതികളിൽ കൂടി മാത്രമല്ല അദ്ദേഹം നാമപദങ്ങൾ സമാഹരിക്കുന്ന രീതിയിലും, അദ്ദേഹം പാചകത്തെക്കുറിച്ചു പറയുന്ന രീതിയിലും അദ്ദേഹം ലോകത്തിൽ നിന്ന് മുല കുടിച്ച രീതിയിൽപ്പോലും മനുഷ്യവർഗ്ഗത്തെക്കുറിച്ചുള്ള പുതിയൊരു ബോധം വളർത്താനുള്ള ശ്രമമുണ്ട്. തന്റെ പ്രവർത്തനമണ്ഡലങ്ങളിൽ നിന്നെല്ലാം താൻ ഒരു പുതിയ അമൃതത്തിന്റെ ബിന്ദു വാറ്റിയെടുക്കാൻ ശ്രമിക്കുകയാണ് എന്നുള്ളത് ബഷീറിന്റെ സാഹിത്യബോധം മാത്രമല്ല, അദ്ദേഹത്തിന്റെ സർവ്വാംഗീണമായ ജീവിതബോധം കൂടിയാണ്. അതുകൊണ്ട് ബഷീറിനെ അറിയുക എന്നത്, നമ്മുടെ സമുദായത്തെ അറിയുക എന്നും, നമ്മുടെ നാട്ടിൽ വന്നുകൊണ്ടിരിക്കുന്ന ചരിത്രപരമായ, അഭിരുചിപരമായ വിപ്ലവത്തെ തിരിച്ചറിയുക എന്നതും കൂടിയാണ്.

II

ബഷീറിന്റെ രണ്ടാമത്തെ നോവിലിലും പാത്തുമ്മയുടെ ആടിലും മൗലികമായി ഒരു മിത്തോളജിക്കൽ ഫിഗർ ഉണ്ട്. -ഇത്രയും നേരം ഞാനത് ഒഴിവാക്കാൻ ശ്രമിക്കുകയായിരുന്നു- ഉപ്പയോട് വഴക്കിട്ട് വീട്ടിൽ നിന്നിറങ്ങിപ്പോകുന്ന ഒരു മകൻ, "നീ പോ," എന്നു പറഞ്ഞ് ആട്ടിപ്പുറത്താക്കപ്പെടുന്ന ഒരു മകൻ അയാൾ സഞ്ചരിക്കുന്ന ഒരു വലിയ ലോകം, അയാൾ തിരിച്ചെത്തുന്ന മറ്റൊരു ലോകം, ഇത് അനാദിയായ ഒരു മനുഷ്യ മിത്ത് ആണ് എന്ന് നമുക്കറിയാം. കാരണം, വീട്ടിൽ നിന്നു പുറത്താക്കപ്പെട്ടവർ ബഷീറും കൂട്ടരും മാത്രമല്ല. ലോകത്തിലുള്ള ഒരു വലിയ വിഭാഗം ഹീറോ മിത്തുകളിൽ നായകൻ തന്റെ വീട്ടിൽ നിന്നും പുറത്താക്കപ്പെടുകയും ജീവിതത്തിന്റെ അനന്തഭ്രമികളിൽ അലഞ്ഞു നടക്കുകയും, വീണ്ടു ഒരു ജേതാവായി തന്റെ മണ്ണിലേക്കു തന്നെ തിരിച്ചുവരികയും ചെയ്യുന്നുണ്ട്. ഇത് ഒരു ക്രൈസ്തവ മിത്തുകൂടിയാണ്. ക്രിസ്തു ജനിക്കുക മാത്രമല്ല, വളരെക്കാലം എവിടെയൊക്കെയോ അലഞ്ഞു നടക്കുകയും പിന്നീട് കഴുതപ്പുറത്തുകയറി തിരിച്ചുവരികയും തിരിച്ചുവന്ന് പള്ളിമുറ്റത്തുള്ള ഹുണ്ടികക്കച്ചവടക്കാരെ അടിച്ചോടിക്കുകയും അവരുടെ

മേശകൾ തട്ടിമറിക്കുകയും അവിടെ വിപ്ലവത്തിന്റെ ഒരു പുതിയ ലോകം സൃഷ്ടിക്കാൻ ശ്രമിക്കുകയും ചെയ്യുന്നുണ്ട്. ഇത് ഒരു 'പ്രോസസ്' ആണ്, അല്ലെങ്കിൽ ഒരു 'പ്രൊസീജ്യർ' ആണ്. 'മിത്തോളജിക്കൽ പ്രസീജ്യർ'. ഇതിന് വ്യത്യസ്ത പാഠഭേദങ്ങൾ ഉണ്ടാകാം.

അജ്ഞാതപിതാവായ ഒരു കർണ്ണൻ നദിയിൽ ഒഴുക്കപ്പെടുകയും അയാൾ എവിടേയോ ചെന്ന് കരയ്ക്കടിയുകയും പിന്നീട് അംഗരാജ്യത്തിലെ രാജാവായി ആയുധപരീക്ഷക്ക് തിരിച്ചെത്തുകയും ചെയ്യുന്നുണ്ട്. തിരിച്ചെത്തുമ്പോൾ കർണ്ണൻ ലോകത്തിലെ ഏറ്റവലും വലിയ വില്ലാളിയായ യോദ്ധാവാണ്. ഒരു ഈഡിപ്പസ്, അല്ലെങ്കിൽ കാലിൽ പുണ്ണുള്ളവൻ. തന്റെ വീട്ടിൽ നിന്ന് ശാപം കൊണ്ട് ഉപേക്ഷിക്കപ്പെടുകയും അയാൾ വളരെക്കാലം കഴിഞ്ഞ് തിരിച്ചുവരുമ്പോൾ വഴിക്കുവെച്ച് അച്ഛനുമായി ഏറ്റുമുട്ടുകയും, അച്ഛനാരെന്നറിയാതെ അച്ഛനെ ഇല്ലാതാക്കുകയും ചെയ്യുന്നു. എന്നിട്ട് അദ്ദേഹം അച്ഛന്റെ രാജ്യത്തെ രാജാവായിത്തീരുന്നു. ആ രാജ്യത്തിൽ അച്ഛനില്ല. ഇത് പൗരാണിക ജീവിതബോധത്തിന്റെ ഒരു വൃത്തമാണ് എന്നു പറയാം. ഒരു നിഷ്കാസനവും ഒരന്വേഷണവും ഒരു തിരിച്ചെത്തലും. ഇത് ജീവിതത്തിന്റെ പൂർണ്ണവൃത്തമാണ് എന്നു പറയാം. ഇങ്ങനെയാണ് ഒരു ഹീറോ അഥവാ ഒരു നായകൻ ജനിക്കുന്നത് എന്ന് നമ്മുടെ മനസ്സിൽ ഒരു രൂപമുണ്ട്.

ബാല്യകാലസഖിയിലെ നായകൻ വീട്ടിൽ നിന്ന് ഇറങ്ങിപ്പോകുന്നുണ്ട്. അച്ഛൻ അയാളെ ഇറക്കിവിടുന്നുണ്ട്. അച്ഛൻ ഇറക്കിവിടുന്നത് അവനു പണം സമ്പാദിക്കാൻ അറിഞ്ഞുകൂടാ എന്നുള്ള ഒരു കാരണം കൊണ്ടാണ്. നീ ഈ ലോകത്തിനു പറ്റിയ ആളാകാം. അല്ലെങ്കിൽ ഈ ലോകത്തെ മാറ്റിയിട്ട് നമുക്കു പറ്റിയ ഒരു ലോകം ഉണ്ടാക്കാം. ഈ ലോകത്തിനു പറ്റിയ ഒരു ജീവിതം നയിക്കുന്ന ആളുകളെ നമ്മളൊക്കെപ്പോലെയുള്ള സാധാരണക്കാരെന്നും, ഈ ലോകം മാറ്റിയിട്ട് വേറെ ഒരു ലോകമുണ്ടാക്കിയിട്ട് അവിടെ ജീവിക്കാം എന്നു തീരുമാനിക്കുന്ന ആളെ ഹീറോ എന്നും നാം പറയുന്നു. ഇതാണ് ഹീറോമിത്തിന്റെ ഒരു തത്ത്വം. അതായത് ലോകം മാറ്റിപ്പണിയാമെന്നും ഈ ലോകത്തിന്റെ വ്യവസ്ഥകളെല്ലാം ഉണ്ടാക്കിയതാണെങ്കിൽ മാറ്റാവുന്നതാണെന്നും അങ്ങനെ തന്റെ ദൗത്യം ഈ വ്യവസ്ഥകൾ മാറ്റുകയാണ് എന്നും, തന്റെ ദൗത്യം സ്വർഗ്ഗരാജ്യം ഭൂമിയിലേക്ക് കൊണ്ടുവരികയാണ് എന്നും, തന്റെ ദൗത്യം ഒരു സമുദായത്തെ വെളിച്ചത്തിലേക്ക് നയിക്കുകയാണ് എന്നും ഒരു ഹീറോവിന് അല്ലെങ്കിൽ ഒരു നേതാവിന്, ഒരു നവോത്ഥാന നേതാവിന് തോന്നാം. ഇതാണ് വൈക്കം മുഹമ്മദ് ബഷീറിനു തോന്നിയത്. സ്കൂൾ വിദ്യാർത്ഥിയായിരുന്ന

ബഷീർ വീട്ടിൽനിന്നിറങ്ങിപ്പോകുകയും ഗാന്ധിയെ തൊടുകയും ചെയ്തു. ഗാന്ധിയെ തൊടുക എന്നുള്ളതിന് ലംഘിക്കുന്ന നിയമത്തെ തൊടുക എന്നാണർത്ഥം. അധ്യാപകനെ എതിർക്കുകയും പിതാവിനെ എതിർക്കുകയും ഗാന്ധിയെ തൊടുകയും ചെയ്യുക എന്നുള്ളത് ഒരു സിംബോളിക് പ്രവർത്തനമാണ്. ചരിത്രത്തിലെ ഒരു സിംബോളിക് പ്രവർത്തനം എന്നു പറയാം. അങ്ങനെ ഗാന്ധിയെ തൊട്ടു തിരിച്ചു വരുമ്പോൾ ഗാന്ധി ഒരു പുതിയ ഇന്ത്യ ഉണ്ടാക്കാൻ ശ്രമിക്കുന്ന ആളാണ് എന്നും പുതിയ സമുദായത്തിനുവേണ്ടി താൻ ശ്രമിക്കും എന്നുമുള്ള ബോധം ഉണ്ടായിത്തീരുകയും അതിനുവേണ്ടി ശ്രമിക്കുന്ന ഒരു യോദ്ധാവായിത്തീരുകയാണ് തന്റെ ജീവിതദൗത്യം എന്ന് ബാല്യകാലസഖിയിലെ ബഷീർ തീരുമാനിക്കുകയും ചെയ്യുന്നു. ഇത് അതിലെ ഒരു വൃത്തമാണ്.

ഈ വൃത്തത്തിന്റെ ഒരു രൂപാന്തരമാണ് ന്റുപ്പുപ്പക്കൊരാനേണ്ടാർന്നു! എന്ന കൃതിയിലും ഉള്ളത് എന്നു കാണാം. ഇതിൽ മിത്തോളജിയുടെ ചില ഘടകങ്ങൾ ഉപേക്ഷിക്കുകയും നിസ്സാർ അഹമ്മദ് എന്ന പേരിൽ പുനർജ്ജനിച്ച നവോത്ഥാനനായകൻ പ്രത്യക്ഷപ്പെടുകയും, അയാൾ വെളിച്ചത്തെ സ്നേഹിക്കുകയും, അയാൾ വൃത്തിയെ സ്നേഹിക്കുകയും അയാൾ നല്ല ഭാഷയെ സ്നേഹിക്കുകയും അയാൾ കക്കൂസുണ്ടാക്കണമെന്ന് പറയുകയും ചെയ്യുന്നു. ഇത് ഒരു വട്ടം ഓടിത്തീർത്ത ഒരു നായകന്റെ ചിത്രമാണ്. ബാല്യകാലസഖി യിൽ നിന്നു പുറപ്പെട്ടുപോയ ഒരു ന്റുപ്പുപ്പക്കൊരാനേണ്ടാർന്നു! എന്ന നോവലിൽക്കൂടി തിരിച്ചുവരുന്നു എന്നു പറയാം. എന്നിട്ടു ബഷീർ താനുണ്ടാക്കാനുദ്ദേശിക്കുന്ന സ്വർഗ്ഗരാജ്യം എന്താണ് എന്ന് ഈ നോവലിൽ വിവരിക്കാൻ ശ്രമിക്കുന്നു. ഈ സ്വർഗ്ഗരാജ്യത്തിൽ പല ഘടകങ്ങൾ ഉണ്ട്. ഇസ്ലാമിന്റെ തത്ത്വങ്ങൾ നിരന്തരമായി പറഞ്ഞുകൊണ്ടിരിക്കുന്നു എന്നതാണ് ഈ രണ്ടാമത്തെ നോവലിന്റെ പ്രത്യേകത. ഇസ്ലാം എന്താണ് എന്നും, ഇസ്ലാം എന്തല്ല എന്നും പറയുവാനുള്ള, ഒരർത്ഥത്തിൽ ഖുർ ആന്റെ പുനർനിർവ്വചനം, അതായത് ഇസ്ലാംമതവിശ്വാസമെന്ന് മുസ്ലീങ്ങൾ ധരിച്ചുവെച്ചിട്ടുള്ളതല്ല ഇസ്ലാം എന്നും, യഥാർത്ഥ ഇസ്ലാം എന്താണ് എന്നും, അത് മുസ്ലീം സമുദായത്തിന്റെ നവോത്ഥാനത്തിന് തടസ്സമല്ല എന്നു പറയുവാനും ബഷീർ ഈ നോവലിൽ ശ്രമിക്കുന്നു.

ഈ മുസ്ലീം സമുദായം ഒരർത്ഥത്തിലും ലോകത്തിലുള്ള മറ്റു സമുദായത്തേക്കാളും താഴെയല്ല. അത് ഹൈന്ദവ സമുദായത്തേക്കാളോ, ക്രിസ്ത്യൻ സമുദായത്തേക്കാളോ താഴെയല്ല എന്നു സ്ഥാപിക്കാനുള്ള ദ്വിമുഖയത്നമാണ് ന്റുപ്പുപ്പക്കൊരാനേണ്ടാർന്നു! എന്ന നോവലിൽ ബഷീർ നടത്തുന്നത് എന്നു കാണാം. ചന്തുമേനോന്റെ നോവലിൽ

നാട്ടുകാര്യങ്ങളും കോൺഗ്രസ്സിന്റെ കാര്യവും വനിതാവിമോചനത്തിന്റെ കാര്യവും മറ്റു പല കാര്യങ്ങളും പറയുന്നതുപോലെ, അതായത് പതിനെട്ടാം അധ്യായത്തിന്റെ പ്രസക്തിപോലെ, ബഷീറിന്റെ രണ്ടാമത്തെ നോവലിൽ ഐഡിയോളജിക്കലായിട്ടുള്ള അല്ലെങ്കിൽ തിയോളജിക്കലായിട്ടുള്ള അല്ലെങ്കിൽ സോഷ്യോളജിക്കലായിട്ടുള്ള ഘടകങ്ങൾ കാര്യങ്ങൾ ചർച്ച ചെയ്യപ്പെടുകയും തന്റെ മുഖ്യമായ ഉദ്ദേശ്യങ്ങളിലൊന്ന്, തന്റെ പ്രവർത്തനലക്ഷ്യങ്ങളിൽ ഒന്ന് സമുദായത്തെ നവീകരിക്കുകയാണ് എന്ന് കണ്ടെത്തുകയും ചെയ്യുന്നു. അതുകൊണ്ടാണ് ന്റുപ്പുപ്പക്കൊരാനേണ്ടാർന്നു! എന്ന നോവലിന്റെ 'ടെക്സ്ചർ' അതിന്റെ രചനാരീതി മറ്റൊരു വിധമായിത്തീരുന്നത്. പുതിയ, വരാനിരിക്കുന്ന ലോകം, ആ ലോകത്തിന്റെ ചിത്രം ബഷീറിന്റെ കൃതികളിൽ കാണാം.

ഒരു ചെടി നടുന്നതിന്റെ ഭൗതികമായ അർത്ഥവും സിംബോളിക് ആയ മറ്റൊരർത്ഥവും എന്താണ് എന്ന് ബഷീറിന്റെ മുഴുവൻ കൃതികളിലും അന്വേഷിക്കാവുന്നതാണ്. എന്നു മാത്രമല്ല, ബഷീറിന്റെ ജീവിതത്തിലും അന്വേഷിക്കാവുന്നതാണ്. അദ്ദേഹം പോയ ഇടത്തെല്ലാം, അത് മണ്ണില്ലാത്ത സ്ഥലമാണെങ്കിൽപ്പോലും ഒരു ചെറിയ പൂന്തോട്ടമുണ്ടാക്കിയിട്ടേ അവിടെനിന്ന് പിരിഞ്ഞു പോകാറുള്ളു. ഈ പൂന്തോട്ടം അദ്ദേഹം ഒരിക്കലും ഉപയോഗിക്കാറില്ല. തനിക്കുവേണ്ടിയല്ല പൂന്തോട്ടം ഉണ്ടാക്കുന്നത് എന്നും താൻ ലോകത്തിനുവേണ്ടി ഒരു പൂന്തോട്ടമുണ്ടാക്കുവാൻ നിയുക്തനാണ് എന്നുമുള്ള ബോധം, അതായത് നഷ്ടപ്പെട്ടുപോയ ഏദൻ തോട്ടത്തെ തിരിച്ചുകൊണ്ടുവരാനും സ്വർഗ്ഗത്തിന്റെ ഉദ്യാനത്തെ മനുഷ്യനു വീണ്ടെടുക്കുവാനും വേണ്ടി നിയുക്തനായ അനേകമാളുകളിൽ ഒരാളാണ് താൻ എന്നുള്ള ബോധം തീർച്ചയായും ഈ തോട്ടപ്പണിയിലുണ്ട് എന്നു കാണാം. ഒരു തോട്ടം എന്നത് ഒരു സെമിറ്റിക് വംശജന്, ഒരു സെമിറ്റിക് വിശ്വാസിക്ക് അവന്റെ നഷ്ടപ്പെട്ട സ്വർഗ്ഗം ആണ് എന്നും ഈ സ്വർഗ്ഗത്തെ തിരിച്ചു പിടിക്കലാണ് ഒരു മനുഷ്യന്റെ ലക്ഷ്യം എന്നുമുള്ള വിശ്വാസത്തിലേയ്ക്ക് അതു മുട്ടിവിളിക്കുന്നുണ്ട്. ഇതു തന്നെ സോഷ്യൽ കോൺടാക്ടുമായി ബന്ധപ്പെടുത്തി ചിന്തിക്കുമ്പോൾ മനുഷ്യൻ പ്രകൃതിയാണ് എന്നും മനുഷ്യന്റെ മേൽ ഉണ്ടായിത്തീരുന്ന എല്ലാ നിയന്ത്രണങ്ങളും വികൃതികളാണ് എന്നും മനുഷ്യൻ സസ്യംപോലെ, മൃഗം പോലെ സ്വതന്ത്രനായിത്തീരണം എന്നും, അയോധ്യയിലിരിക്കുന്ന രാമൻ പാരമ്പര്യത്തിന്റെയും നിയമത്തിന്റെയും ബന്ധനത്തിൽപ്പെട്ട രാമൻ ആണ് എന്നും പഞ്ചവടിയിലിരിക്കുന്ന രാമൻ സസ്യങ്ങളേപ്പോലെ, മൃഗങ്ങളേപ്പോലെ, പക്ഷികളേപ്പോലെ സ്വതന്ത്രനായ രാമൻ ആണ് എന്നും കുമാരനാശാൻ പറഞ്ഞതിന്റെ പ്രകൃതിപരമായ അർത്ഥമാണ്

ചെടികൾക്കുള്ളത് എന്നും മനസ്സിലാക്കാം.

ചെടി എന്നുള്ളത് പ്രകൃതിയിലേക്ക് മടങ്ങുന്ന എന്നതിന്റെ ഒരു മുന്നറിയിപ്പാണ്. അതായത് എപ്പോൾ മനുഷ്യൻ പ്രകൃതിയപ്പറ്റി സംസാരിക്കുന്നുവോ അപ്പോൾ അതിന്റെ മുന്നറിയിപ്പ് അവൻ അവൻ ചുറ്റുപാടുമുള്ള വ്യവസ്ഥയിൽ അതൃപ്തനാണ് എന്നാണ്. പ്രകൃതിചികിത്സയെക്കുറിച്ചു പറയുമ്പോൾ അതിന്റെ അർത്ഥം അലോപ്പതി ചികിത്സയെക്കുറിച്ച് നാം അസംതൃപ്തരാണ് എന്നാണ്. മനുഷ്യചരിത്രത്തിന്റെ പല കാലഘട്ടങ്ങളിലും പ്രകൃതിവാദം ഉരുത്തിരിയുമ്പോൾ അതിന്റെ അർത്ഥം ഇതാണ്. റൊമാന്റിക് കാലഘട്ടത്തിനുശേഷം മൂന്നോ നാലോ തവണ നമ്മുടെ സംസ്കാരങ്ങളിൽ പ്രകൃതിവാദം വീണ്ടും വീണ്ടും വരികയും പ്രകൃതിചികിത്സാപദ്ധതികൾ ഉരുത്തിരിയുകയും ചെയ്യുന്നുണ്ട്. തൊള്ളായിരത്തി ഇരുപതുകളിൽ ഗാന്ധി കൊണ്ടുനടന്നിരുന്ന പ്രകൃതിചികിത്സാപദ്ധതി തൊള്ളായിരത്തിഎൺപതുകളിൽ വീണ്ടും വരികയും മരം മുറിക്കരുത് എന്നുള്ള തത്ത്വശാസ്ത്രം പ്രചരിക്കുകയും ചെയ്യുന്നുണ്ട്. അതുകൊണ്ട് ചെടി എന്നു പറയുമ്പോൾ, അതായത് ബഷീർ ചെമ്പരത്തി എന്നു പറയുമ്പോൾ അതിന്റെ അർത്ഥം ഇപ്പോഴുള്ള കുടുംബവ്യവസ്ഥ, ഇപ്പോഴുള്ള മുസ്ലീം സമുദായവ്യവസ്ഥ, തീർച്ചയായും തെറ്റാണ് എന്നും അതിനു പകരമായ മനുഷ്യന്റെ സഹജസ്വഭാവത്തിനിണങ്ങിയ ഒരു പുതിയ വ്യവസ്ഥ, തിരിച്ചുകൊണ്ടുവരേണ്ടിയിരിക്കുന്നു എന്നും ആണ്. ധാരാളം പൂക്കളുള്ള, ധാരാളം ചാമ്പയ്ക്കാപ്പഴങ്ങളുള്ള, ധാരാളം പാമ്പുകളും ധാരാളം കടവാതിലുകളും ഉള്ള ഒരു ലോകത്തെയാണ് ബഷീർ തന്റെ മനസ്സിൽ എന്നും കണ്ടുകൊണ്ടിരുന്നത്. 'ഭൂമിയുടെ അവകാശികൾ' എന്ന കഥയിൽ ഈ ഭൂമി മനുഷ്യനവകാശപ്പെട്ടതാണോ വവ്വാലിനവകാശപ്പെട്ടതാണോ എന്ന ചോദ്യം ബഷീർ ഉന്നയിക്കുന്നുണ്ട്. "ഞാനുണ്ടാക്കുന്ന തെങ്ങിന്റെ ഇളനീരൊക്കെ കുടിക്കാൻ വവ്വാലിനെന്തവകാശം?" എന്ന ചോദ്യം, ബഷീർ ഉന്നയിക്കുകയും വവ്വാലിനുകൂടി അവകാശപ്പെട്ടതാണ് ഇളനീര് എന്നുള്ള ഒരു താൽക്കാലിക തീരുമാനത്തിൽ എത്തിച്ചേരുകയും ചെയ്യുന്നു. അദ്ദേഹം ചോദിച്ച ചോദ്യം ഭൂമിയുടെ അവകാശി ആരാണ് എന്നാണ്. ഇതദ്ദേഹം പാമ്പിനെ കാണുമ്പോഴും ചോദിക്കുന്നുണ്ട്, നായയെ കാണുമ്പോഴും ചോദിക്കുന്നുണ്ട്, ലോകത്തിലുള്ള എല്ലാ ജീവികളെ കാണുമ്പോഴും എല്ലാ സസ്യങ്ങളെ കാണുമ്പോഴും ചോദിക്കുന്നുണ്ട്. ഇത് മൗലികമായ ഉടമാവകാശത്തിന്റെ ചോദ്യമാണ് എന്നു പറയാം. അതുകൊണ്ട് ഇത് ഒരർത്ഥത്തിൽ പരിസ്ഥിതിയുടെ ചോദ്യമാണ്. ഈ ലോകത്തെ നശിപ്പിക്കാതെ നമുക്കിവിടെ ജീവിക്കാൻ കഴിയുമോ എന്നുള്ള മൗലികമായ ചോദ്യം തന്നെയാണ് ഇത്.

ലോകം എങ്ങനെ ഒരുദ്യാനമാക്കിത്തീർക്കാം എന്ന ഒരു 'ഒബ്സഷൻ,' ഒരു 'ഐഡിയോളജിക്കൽ ഒബ്സഷൻ' ബഷീറിന്റെ മനസ്സിൽ എന്നും ഉണ്ടായിരുന്നു എന്നതാണു ഞാൻ പറഞ്ഞു വന്നത്. ഇതിന് എന്നും തടസ്സമായിത്തീരുന്നത്, മറ്റൊന്നും ധരിക്കില്ലെങ്കിൽ, വ്യവസ്ഥയാണ് എന്നു നമുക്കറിയാം. വ്യവസ്ഥ എന്നു പറയുന്നത്, ഇപ്പോൾ അത്ര നല്ല ഒരു പദമല്ല, മറ്റൊരു വാക്കില്ലാത്തതുകൊണ്ട് അങ്ങനെ പറയാം. വ്യവസ്ഥ എന്നു പറയുന്നത് ഒരു കുടുംബവ്യവസ്ഥയും, വ്യവസ്ഥ എന്നു പറയുന്നത് ഒരു രാഷ്ട്രീയവ്യവസ്ഥയും ആണ് എന്നും നമുക്കറിയാം. എല്ലാ മനുഷ്യനും ഒരു വ്യവസ്ഥയുണ്ടാക്കിയിട്ട് അതിനകത്തു ജീവിക്കുന്ന ആളാണ്. ഈ വ്യവസ്ഥയ്ക്കകത്തു ജീവക്കുമ്പോൾ, അതായത് സാധാരണ പിതൃദായകക്രമമനുസരിച്ചുള്ള, അഥവാ ഒരു സെമറ്റിക് കുടുംബത്തിൽ ജീവിക്കുമ്പോൾ അതിൽ പിതാവ് സർവ്വാധിപതിയായിരിക്കുകയും പിതാവിന്റെ മേലെയുള്ള പിതാവ് ഒരിടവകയുടെ സർവ്വാധിപതിയായിരിക്കുകയും സ്വർഗ്ഗസ്ഥനായ പിതാവ് മനുഷ്യവർഗ്ഗത്തിന്റെയെല്ലാം പിതാവ് ആയിരിക്കുകയും ചെയ്യുന്നു. വീട്ടിൽ ഒരച്ഛൻ, സ്വർഗ്ഗത്തിലിരിക്കുന്ന ഒരച്ഛൻ എന്നുള്ള ഒരു വ്യവസ്ഥ. ഈ സെമറ്റിക് വ്യവസ്ഥയിൽ അടങ്ങിയിരിക്കുന്ന വൈരുധ്യങ്ങളാണ് തീർച്ചയായിട്ടും ബാല്യകാലസഖിയിൽ കൊണ്ടുവരുന്നത്. അതായത് ഒരച്ഛനെ സംബന്ധിച്ചിടത്തോളം ഒരു മകൻ ഒരു വ്യക്തിയല്ല മറിച്ച് ഒരച്ഛന്റെ ഇച്ഛയാണ്. ലളിതമായി പറഞ്ഞാൽ ഒരു മകനെന്നുള്ളത് ഒരു പിതാവിന്റെ പ്രതീക്ഷയാണ്. നമ്മളൊക്കെ ഈ വാക്കിന്റെ അർത്ഥം തിരിച്ചറിയാറില്ല. അതായത് നമ്മുടെ മുമ്പിൽ വന്ന് "നിങ്ങൾ ഭാവിയുടെ വാഗ്ദാനങ്ങളാണ്'' എന്നൊരാൾ പ്രസംഗിക്കുമ്പോൾ അതിന്റെ അർത്ഥം നിങ്ങളൊരിക്കലും നിങ്ങളായിത്തീരരുത് എന്നാണ്. ഒരു ആദർശത്തിനുവേണ്ടി തന്റെ കുട്ടികളെ ഒരുക്കിത്തീർക്കുക എന്നുള്ളതാണ് സ്ഥാപനപിതാവിന്റെ അല്ലെങ്കിൽ പിതാവിന്റെ ചുമതല. ഇന്നത്തെ ഭാഷയിൽ പറഞ്ഞാൽ ഒരു മകൻ എന്നു പറയുന്നത് ഒരു അച്ഛന്റെ കൊതിയാണ് എന്നും പറയാം. പലതവണ അച്ഛനായിട്ടുള്ള ഒരാൾക്കും ഇതു പറയാം. സെമൈറ്റ് പിതൃപാരമ്പര്യത്തിൻ ഒരു അച്ഛൻ വളരെ കർശനമായ ജീവിതനിയന്ത്രണങ്ങൾ അടിച്ചേൽപ്പിക്കുകയും ഇത് അടിച്ചേൽപ്പിക്കുന്നതല്ല, എല്ലാം നിന്റെ ഗുണത്തിനാണ് എന്നു പറയുകയും, നീ എന്തായിത്തീരണമെന്നുള്ള ഞാൻ അച്ഛന്റേയും ഞങ്ങൾ അച്ഛന്മാരുടേയും ഞങ്ങൾ ഗുരുക്കന്മാരുടേയും പ്രതീക്ഷ നീ നിറവേറ്റണം എന്ന് അനുശാസിക്കുകയും ചെയ്യുന്നു. ഇതിനെയാണ് ഒരു 'ഈഡിപ്പൽ സിറ്റ്വേഷൻ' എന്ന് ഞങ്ങൾ പറയുന്നത്. അതായത്

അവിടെ അച്ഛനും മകനും തമ്മിൽ പ്രധാനപ്പെട്ട ഒരു കാര്യത്തെക്കുറിച്ച്, ഞാൻ എന്തായിത്തീരണം എന്നതിനെക്കുറിച്ചുള്ള ഒരു അതിർത്തിത്തർക്കം ഉണ്ടായിട്ടുണ്ട്. ഈ തർക്കമാണ്, ഈ വ്യവസ്ഥയുടെ ഉടച്ചുപണിയലിന് കാരണമായിത്തീരുന്നത്.

അതുകൊണ്ട് "നീ പണമുണ്ടാക്കണം," എന്നു പറയുന്ന അച്ഛനോട്, "നീ കണക്കു പഠിക്കണം," എന്നു പറയുന്ന അച്ഛനോട് ഒരു പക്ഷേ ബഷീറിനു പറയുവാനുള്ളത്, "കണക്കിൽ ഞാനല്പം മോശമാണ്," എന്നാണ്. അത് ബഷീർ ബാല്യകാലസഖിയിൽ പറയുന്നുണ്ട്. കണക്കു പഠിക്കണം എന്നു പറയുമ്പോൾ "കണക്കിൽ ഞാനെന്നും മോശമായിരുന്നു" എന്നു പറയുന്നുണ്ട്. അതു മാത്രമല്ല, "എനിക്കൊരുപാട് ഭാവന അഥവാ ചിന്ത ഉണ്ടായിരുന്നു," എന്നും പറയുന്നുണ്ട്. കണക്ക് എന്നുള്ളത് ഒരു വ്യവസ്ഥയെ അളക്കാനുള്ള മറ്റൊരു വ്യവസ്ഥയാണ്. കണക്ക് കൃത്യമാണ്. ഭാവന കൃത്യമല്ല. അതാണ് കണക്കും ഭാവനയും തമ്മിലുള്ള വ്യത്യാസം. അതുകൊണ്ട് നല്ല കണക്കുള്ളവൻ നല്ല കണക്കപ്പിള്ളയാകും. ഒരിക്കലും അയാൾ ഒരു കവിയാകുകയില്ല. അതുകൊണ്ട് കണക്ക് മറക്കുകയും കണക്കിനു പുറത്ത് മറ്റൊരു കണക്ക് മനക്കണക്ക് ഉണ്ടാക്കുകയും ചെയ്യുന്ന ആളെയാണ് ഒരു ഭാവനാശാലിയായ കവി എന്നു പറയുന്നത്. അയാൾ വിചിത്രമായ കണക്കുകൾ ഉണ്ടാക്കുകയും താൻ ജീവിക്കുന്ന ലോകത്തിന്റെ പുറത്ത് മറ്റൊരു ലോകം ഉണ്ടാകുമോ എന്നന്വേഷിക്കുകയും ചെയ്യുന്നു. നാമീക്കാണുന്ന ചുറ്റുപാടുകൾ മാത്രമല്ല ലോകത്തിലെ ശരി എന്നും ഇതിൽ നിന്നു വ്യത്യസ്തമായ മറ്റു ചില ശരികൾ അല്ലെങ്കിൽ സാധ്യതകൾ ഉണ്ട് എന്നു ബഷീർ നേരത്തേ അറിഞ്ഞിരുന്നു.

ഞാൻ ഈ ഭാവനയെപ്പറ്റി പറയുമ്പോൾ മറ്റു ചില കാര്യങ്ങൾ കൂടിയാണോർക്കുന്നത്. അതായത് ബഷീറിന്റെ കൃതികളുടെ ഒരു സന്ദേശം നാം കാണുന്നതും അറിയുന്നതും ഉണർന്നിരിക്കുമ്പോൾ തൊട്ടനുഭവിക്കുന്നതുമായ ലോകത്തിനപ്പുറത്ത് ചില ലോകങ്ങളുണ്ട് എന്നതാണ്. ഇത് അദ്ദേഹം 'നീലവെളിച്ചം' എന്ന കഥയിൽ പറയുന്നുണ്ട്. അതിന്റെ വിശദീകരണം പറയുമ്പോൾ, വാസ്തവത്തിൽ അന്നെനിക്ക്, ഒരു വിഭ്രമമുണ്ടായതല്ല, ഞാൻ ഇല്ലാത്ത ഒരു സ്ത്രീയെ കാണുകയും അവളെ നീലവെളിച്ചത്തിൽ കാണുകയുംചെയ്തു എന്നുള്ളത് എന്റെ ഒരു വിഭ്രമമല്ല, ഞാൻ ശരിക്കു കണ്ടതാണ് എന്നു തന്നെ പിന്നീട് അഭിമുഖസംഭാഷണങ്ങളിൽ പറയുന്നുണ്ട്. "ഇക്കണ്ടതൊന്നും കണക്കല്ല മന്നവാ," എന്ന് എഴുത്തച്ഛൻ പറയുന്നതുപോലെ. നമ്മുടെ കണക്കൊന്നും കണക്കല്ല എന്നും വേറെ ഒരു കണക്ക് ഉണ്ട് എന്നും

ആ കണക്കിൽ യക്ഷികൾ ഉണ്ട് എന്നുമാണ് യക്ഷിക്കഥയെഴുതുമ്പോൾ ബഷീർ പറയുന്നത്. ഇത് ഇപ്പോഴും നിങ്ങൾക്ക് ബോധ്യമായിട്ടില്ല എന്ന് എനിക്ക് വിശ്വാസമുണ്ട്. തൃശ്ശൂർ തേക്കിൻകാട് മൈതാനിയിൽ ചങ്ങമ്പുഴ കൃഷ്ണപിള്ളയും ബഷീറും ജോസഫ് മുണ്ടശ്ശേരിയും-യുക്തിവാദത്തിന്റെ അടുത്ത് ഒരു വീടുവെച്ച് താമസിച്ചിരുന്ന ആളാണ് മുണ്ടശ്ശേരി മാഷ്. ചങ്ങമ്പുഴ ഇടയ്ക്ക് യുക്തിവാദത്തിലേക്കും ഇടയ്ക്ക് അമ്പലത്തിലേക്കും മാറിമാറി പൊയ്ക്കൊണ്ടിരുന്ന ഒരാളാണ്-കൂടി വൈകുന്നേരമിരുന്ന് സംസാരിച്ചുകൊണ്ടിരിക്കെ തനിക്ക് നെഞ്ചത്ത് ഒരു മുട്ടലുണ്ടായി എന്നും പെട്ടെന്ന് താൻ അന്തം വിട്ട് മലക്കംതെറ്റി വീണു എന്നും "എന്താടോ തനിക്കു പറ്റിയത്," എന്നു ചങ്ങമ്പുഴ ചോദിച്ചു എന്നും ബഷീർ അദ്ദേഹത്തിന്റെ ഓർമ്മക്കുറിപ്പുകളിൽ പറയുന്നുണ്ട്. പിറ്റേന്നാണ് ഈ സംഭവം നടന്ന സമയത്ത് തന്റെ ഉപ്പ മരിച്ചു എന്ന് അറിയുന്നത്. ഈ ടെലിപ്പതിക് വിശ്വാസം, റൊമാന്റിക് വിശ്വാസം എന്നും പറയും, ബഷീറിന്റെ നിരന്തരമായിട്ടുള്ള ഒരു ബോധപ്രവർത്തനമാണ്. അതായത് അദ്ദേഹം ബോധതലത്തേയും അബോധതലത്തേയും വേർതിരിക്കുന്ന വിഭാജ്യരേഖ മാഞ്ഞുപോയ്ക്കൊണ്ടിരിക്കുന്നു എന്നാണതിനർത്ഥം. കുമാരനാശാനും ഏറെക്കുറെ ഇങ്ങനെതന്നെയായിരുന്നു.

"കണ്ടതില്ലവർ പരസ്പരം മരം-
കൊണ്ടു നേർവഴി മറഞ്ഞിരിക്കയാൽ
രണ്ടു പേരുമകതാരിലാർന്നിതുൽ-
ക്കണ്ഠ, കാൺക ഹഹ! ബന്ധവൈഭവം"

എന്ന് കുമാരനാശാൻ നളിനിയിൽ ഒരു ശ്ലോകമെഴുതിയിട്ട് അത് യുക്തിവാദപ്രസ്ഥാനത്തിന്റെ നായകനായ സഹോദരനയ്യപ്പനു വ്യാഖ്യാനിക്കാൻ കൊടുക്കുമ്പോൾ, ഈ സാധനം എങ്ങനെയാണ് വ്യാഖ്യാനിക്കേണ്ടത് എന്ന് അയ്യപ്പൻ വളരെ വിഷമിക്കുന്നുണ്ട്. അതായത് കണ്ടില്ലെങ്കിലും ഉൽക്കണ്ഠയുണ്ടായി എന്നുള്ളത് യുക്തിക്കു നിരക്കാത്ത ഒരു വിശ്വാസമാണെന്നും അതുകൊണ്ട് അങ്ങനെയുമൊരു വിശ്വാസമുണ്ട് എന്നുമാണ് നളിനിയിലെ ശ്ലോകത്തിന്റെ വ്യാഖ്യാനമെഴുതുമ്പോൾ സഹോദരനയ്യപ്പൻ എഴുതിയിട്ടുള്ളത്. കാരണം,

"യുക്തിയേന്തിയ മനുഷ്യന്റെ
ബുദ്ധിശക്തി ഖനിച്ചതിൽ
വിളഞ്ഞതല്ലാതില്ലൊന്നും
മർത്ത്യവിജ്ഞാന രാശിയിൽ"

എന്നുള്ളതാണ് സഹോദരനയ്യപ്പന്റെ മുദ്രാവാക്യം. നിങ്ങളുടെ യുക്തിക്ക് എന്തു കഴിയും എന്നാണ് വൈക്കം മുഹമ്മദ് ബഷീർ

ബേപ്പൂരിലിരുന്ന് ഇപ്പോഴും ചോദിച്ചുകൊണ്ടിരിക്കുന്നത്. ഇതു രണ്ടു മനുഷ്യചിന്താരീതികളാണ്. ഒരർത്ഥത്തിൽ ചങ്ങമ്പുഴ കൃഷ്ണപിള്ളയ്ക്കും ഇങ്ങനെയൊരവസ്ഥ ഉണ്ടായിരുന്നു എന്ന് നമുക്കറിയാം. അദ്ദേഹത്തിന് സത്യത്തേയും നുണയേയും വേർതിരിച്ചു കാണാൻ കഴിഞ്ഞിരുന്നില്ല. നുണ എന്നു പറയുന്നത് കവിതയാണ്. കവിത എഴുതാനുള്ള കഴിവ് നുണ പറയാനുള്ള കഴിവിനെ ആശ്രയിച്ചിരിക്കുന്നു എന്ന് ഓസ്കാർ വൈൽഡ് അദ്ദേഹത്തിന്റെ പ്രസിദ്ധമായ 'ഡീകേ ഓഫ് ലെയിങ്' എന്ന പ്രബന്ധത്തിൽ പറയുന്നുണ്ട്.

ചങ്ങമ്പുഴ നിരന്തരമായി നുണ പറഞ്ഞുകൊണ്ടിരുന്നു എന്ന് ഞങ്ങൾക്കറിയാം. ഒരിക്കലും സംഭവിക്കാത്ത കാര്യങ്ങൾ ചങ്ങമ്പുഴ എല്ലാവരേയും വിളിച്ചിരുത്തി അവർക്കൊരക്ഷരം പോലും സംസാരിക്കാനിടം കൊടുക്കാതെ പറഞ്ഞു ഫലിപ്പിക്കുമായിരുന്നു. ചങ്ങമ്പുഴയ്ക്ക് ഒരു 'ഹിയറിംഗ് എൻഡ്' ഉണ്ടായിരുന്നില്ല. അദ്ദേഹം മാർപ്പാപ്പയെപ്പോലെ ഒരാളായിരുന്നു എന്നു പറയാം. അദ്ദേഹം എപ്പോഴും പറയുകയേ ചെയ്യുള്ളു. ബാക്കിയുള്ളവർ കേൾക്കണം. അദ്ദേഹത്തിന് വളരെ സത്യസന്ധമായി നുണ പറയാനുള്ള കഴിവുണ്ടായിരുന്നു. അങ്ങനെ പറഞ്ഞ കൂട്ടത്തിലാണ്, വേമ്പനാട്ടുകായലിൽ ഒരു തോണിയിൽ വെച്ച് ഒരു സ്ത്രീ താനുമായി അനുരക്തയായി. തോണിയിൽ വെച്ച് ചില സംഭവങ്ങളുണ്ടായി അത് അനുരാഗമല്ല മറിച്ച് "ഇയാളെന്തു ശപ്പനാണ്" എന്ന് എന്നോടു പറഞ്ഞു എന്ന് അദ്ദേഹത്തിന്റെ സുഹൃത്ത് രേഖപ്പെടുത്തിയിട്ടുണ്ട്. ഇതിലാരു പറഞ്ഞതാണ് ശരി എന്ന് എനിക്കറിഞ്ഞുകൂടാ. ചങ്ങമ്പുഴ അത് വിശ്വസിച്ചു പറഞ്ഞതാണ്, നമ്മളെ പറ്റിക്കാൻ പറഞ്ഞതല്ല. മദിരാശിയിൽ എഗ്മൂരിലെ നിരത്തിന്മൽക്കൂടി നടന്നുപോകുമ്പോൾ മേലേ വീട്ടിൽ തുണിയാറിയിടാൻ നിൽക്കുന്ന സ്ത്രീകൾ തന്നെ നോക്കുകയാണെന്നു വിചാരിച്ച് പെട്ടെന്ന് ഒരു വീട്ടിലേയ്ക്ക് ചങ്ങമ്പുഴ കയറിച്ചെന്നു. പിന്നെ എന്തുണ്ടായി എന്നുള്ളത് ചരിത്രകാരന്റെ വിഷയമല്ല. തന്നെയാണ് കലണ്ടറിലുള്ള എല്ലാ സ്ത്രീകളും നോക്കുന്നതെന്നു വിശ്വസിച്ചിരുന്ന ഒരു ശുദ്ധാത്മാവായിരുന്നു ചങ്ങമ്പുഴ.

ഇങ്ങനെ ഒരു ഉഭയജീവിയായി-ഞങ്ങൾ അതിനെ അങ്ങനെയാണ് പറയുക-അതായത് ഒരു 'ആംഫീബിയൻ' ആയി അബോധത്തിലേക്കു പോകാനും പരലോകത്തേക്കു പോകാനും ചങ്ങമ്പുഴയ്ക്കും ബഷീറിനും കഴിഞ്ഞിരുന്നു. "ബഷീർ ദൈവത്തിൽ വിശ്വസിക്കുന്നുണ്ടോ?'' ചോദിക്കുന്നത് ശ്രീധരനാണ്. ശ്രീധരൻ പറയുന്നത് താൻ വിശ്വസിക്കുന്നില്ല എന്നാണ്. ബഷീർ പറയുന്നത് താൻ വിശ്വസിക്കുന്നുണ്ട് എന്നാണ്. ബഷീർ ആത്മാവിൽ വിശ്വസിക്കുന്നുണ്ടോ?'' "ഞാൻ

വിശ്വസിക്കുന്നുണ്ട്!'' "അപ്പോൾ മരണാനന്തര ജീവിതത്തിൽ വിശ്വസിക്കുന്നുണ്ടോ?'' "മരണാനന്തര ജീവിതത്തിലും വിശ്വസിക്കുന്നുണ്ട്?,'' എന്നാണ്. അതിന്റെ അർത്ഥം ശ്രീധരന് ഒരു ലോകവും ബഷീറിന് രണ്ട് ലോകവും ഉണ്ട് എന്നാണ്. അതാണ് അതിന്റെ സൈക്കോളജിക്കൽ ട്രൂത്ത്, അതായത് ബഷീർ രണ്ടു ലോകങ്ങളിൽ, ബഷീർ മാത്രമല്ല വേറെ പല കലാകാരന്മാരും രണ്ടു ലോകങ്ങളിൽ മാറി മാറി സഞ്ചരിക്കുന്നവരും രണ്ടു ലോകങ്ങളിൽ നിന്നും റിപ്പോർട്ടുകൾ അയച്ചുകൊണ്ടിരിക്കുന്നവരുമാണ്. ഇതിന്റെ ഏറ്റക്കുറച്ചിലനുസരിച്ചാണ് നാം ഒരു കൃതിയുടെ 'ഇമേജിനേറ്റീവ് കണ്ടന്റ്' നിശ്ചയിക്കുക. ഒരു കൃതിയിൽ, ഒരു ടെറികോട്ടൺ തുണിയിൽ എന്നതുപോലെ അറുപത്തേഴ ശതമാനം ടെറീനും മുപ്പത്തിമൂന്നു ശതമാനം കോട്ടണും ആകാം. അതു തിരിച്ചുമാവാം. അതായത് ഒരു കൃതി ഭാവനാപ്രധാനമാവുകയോ യാഥാർത്ഥ്യപ്രധാനമാവുകയോ ചെയ്യാം. ന്റുപ്പപ്പക്കൊരാനേണ്ടാർന്നു! എന്ന കൃതി കൂടുതൽ പരുത്തിചേർത്തുണ്ടാക്കിയതും കുറച്ച് പോളിയസ്റ്റർ ചേർത്തുണ്ടാക്കിയതുമായ ഒരു നോവലാണ്. മതിലുകൾ വളരെക്കുറച്ചു മാത്രം പരുത്തിചേർത്തുണ്ടാക്കിയതുമായ ഒരു കൃതിയാണ്. ലോകത്തിൽ സാഹിത്യസിദ്ധാന്തങ്ങളെക്കുറിച്ചു നടന്നുവരുന്ന എല്ലാ ചർച്ചകളും നാം ഉണ്ടാക്കുന്ന സംയുക്തവസ്ത്രത്തിന്റെ ചേരുവ എന്തായിരിക്കണം എന്നുള്ളതിനെക്കുറിച്ചാണ്. എമിലി സോളയുടെ പ്രസ്ഥാനത്തിലാകുമ്പോൾ കല പൂർണ്ണമായും യാഥാർത്ഥ്യമായിരിക്കണം. ഒരു കൃതി എഴുതുമ്പോൾ അതിന്റെ ഉള്ളടക്കം പ്രധാനമാണെന്ന് വാദിക്കുകയും, അത് സോഷ്യലിസ്റ്റ് റിയലിസം ആകുമ്പോൾ റിയലിസത്തിൽ നാം സോഷ്യലിസം എന്ന സ്വപ്നത്തിന്റെ നൂലുകൾ കൂട്ടിച്ചേർക്കണം എന്നു തീരുമാനിക്കുകയും ചെയ്യുന്നു. കാരണം സോഷ്യലിസ്റ്റ് റിയലിസം എന്നത് ഇന്നും നാളെയും കൂടിച്ചേർത്ത് നെയ്തെടുത്ത ഒരു വസ്ത്രമാണ്. അതിൽ നാളെ എന്നു പറയുന്ന ഭാവന, നാളെ എന്നു പറയുന്ന സ്വപ്നം, നല്ല നാളെ എന്നു പറയുന്ന ഒരു പ്രതീക്ഷകൂടി ഇഴയായി ചേർക്കുകയും അത്തരം ഒരു വസ്ത്രം നെയ്യുകയും ചെയ്യുമ്പോഴാണ് റിയലിസം എന്ന വസ്ത്രം അല്ലെങ്കിൽ നാച്വറലിസ്റ്റ് സാങ്കേതികമാർഗ്ഗം ഒരു സോഷ്യലിസ്റ്റ് റിയലിസ്റ്റ് സങ്കേതമായിത്തീരുന്നത്. ബഷീർ താനറിയാതെതന്നെ ഈ രണ്ടു ലോകങ്ങളിലും സഞ്ചരിക്കുകയും, ഈ രണ്ടു ലോകങ്ങളിലെ പല അതിരുകളിലും ചെന്ന് മുട്ടുകയും ചെയ്തിരുന്ന കലാകാരനാണ്.

വീണ്ടും ഞാൻ പിതൃസ്വരൂപവുമായി പിണങ്ങിയ ബഷീറിലേക്ക് തിരിച്ചുവരാം. അച്ഛൻ എന്നു പറയുന്നത് തന്നേക്കാൾ വലിയ മനുഷ്യനാണ്. തന്നേക്കാൾ ശക്തിയുള്ള, തന്നെ അടിക്കാൻ കഴിയുന്ന

ഒരാളെയാണ് അച്ഛൻ എന്നു പറയുന്നത്. ഒരു കുട്ടിയുടെ മനസ്സിൽ, കുറച്ചു കഴിയുമ്പോൾ നിന്നെ തല്ലാൻ കഴിയില്ലെങ്കിലും നിനക്ക് ഫീസ് ഞാൻ തരില്ല എന്നു പറയുന്ന ഒരച്ഛനെ, സാമ്പത്തികമായി മർദ്ദിക്കാൻ കഴിയുന്ന ഒരച്ഛനെ കുട്ടി കാണുന്നു. പിന്നീട് വ്യാകരണപരമായി മർദ്ദിക്കാൻ കഴിയുന്ന അച്ഛനെയാണ് അധ്യാപകൻ എന്നു പറയുന്നത്. അതുകൊണ്ട് ഈ ഗുരുശിഷ്യ സംഘർഷം എന്നുള്ളത് പുരോഗതിയുടെ ഒരടിസ്ഥാന താളം ആകുന്നുണ്ട്. സാമ്പത്തികമായി ശിക്ഷയും ശാരീരികമായി ഒരു തടിമാടനും ആയിത്തീർന്ന വൈക്കം മുഹമ്മദ് ബഷീർ തന്റെ മേലുണ്ടായ മർദ്ദനത്തിന്റെ പേരിൽ വീടുവിട്ടു പോവുകയും ഈ അവസ്ഥയെ എങ്ങനെ തോല്പിക്കണമെന്നന്വേഷിച്ച് പല ദിക്കിലും നടക്കുകയും ചെയ്യുന്നു. ഈ യാത്ര കഴിഞ്ഞിട്ട് നിസ്സാർ അഹമ്മദ് ന്റുപ്പുപ്പാക്കൊരാനേണ്ടാർന്നു! എന്ന കൃതിയിലേക്ക് തിരിച്ചുവരുമ്പോൾ അതിൽ പിതൃപുത്രസംഘർഷമില്ല. ഇതും കഴിഞ്ഞ് നാമൊക്കെപ്പറയുന്ന പ്രശാന്തതയിൽ അനുസ്മരിക്കപ്പെടുന്ന വികാരം. ഒരു കൊടുങ്കാറ്റിനെ നാം അരിച്ചെടുത്തിട്ട് മന്ദമാരുതനാക്കിത്തീർക്കുന്നതുപോലെ പാത്തുമ്മയുടെ ആടിലെത്തുമ്പോൾ ഒരു അരിപ്പയിൽ വെച്ചിട്ട് അനുഭവങ്ങളെ അരിച്ചെടുക്കുകയും ഒരു വലിയ സഞ്ചാരത്തിനുശേഷം, വീട്ടിൽ തിരിച്ചു വന്നതിനുശേഷം വീടും വീട്ടുകാരുമായും, വീട്ടുകാർ പോറ്റുന്ന മക്കളുമായും, വീട്ടുകാർ പോറ്റുന്ന ആടുകളുമായും ഉള്ള ബന്ധത്തെ വീണ്ടും നിർവ്വചിക്കുകയും ചെയ്യുന്ന ഒരു നോവലുണ്ടായിത്തീരുന്നു. ഇങ്ങനെ വരുമ്പോൾ ഞങ്ങളുടെ കണക്കിൽ രണ്ടു പ്രധാന സംഭവങ്ങൾ നടക്കുന്നുണ്ട്, ബഷീർ തിരിച്ചു വരുമ്പോൾ ഉപ്പയില്ല എന്നതാണ് അതിലെ ഒരു വിശേഷം. പാത്തുമ്മയുടെ ആടിൽ ഉപ്പയില്ല എന്നു മാത്രമല്ല അതിനു പകരം ഉള്ളത് വലിയ ഇക്കാക്കയാണ് എന്നും നമുക്കറിയാം. അതിൽ എല്ലാവരും ചോദിക്കുന്നത് വലിയ ഇക്കാക്ക എനിക്കൊരു ഉറുപ്പിക തരുമോ എന്നാണ്. വലിയ ഇക്കാക്ക എനിക്കല്പം തുണി തരുമോ എന്നാണ്. വലിയ ഇക്കാക്ക എനിക്ക്, എന്റെ മോൾക്ക് കാതിലേക്ക് എന്തെങ്കിലും ഉണ്ടാക്കിത്തരുമോ എന്നാണ്. അതായത് The father is substituted by a big brother എന്നുള്ളതാണ് പാത്തുമ്മയുടെ ആടിൽ നടക്കുന്ന പ്രധാനപ്പെട്ട സംഭവം. അതോടുകൂടി അതിലുള്ള 'ഈഡിപ്പൽ സിറ്റുവേഷൻ', ഈഡിപ്പൽ സംഘർഷം, അവസാനിക്കുകയും ഒരു പ്രത്യേക പരിതസ്ഥിതിയിലേക്ക് വസ്തുതകളെല്ലാം മാറിച്ചെല്ലുകയും ഇക്കാക്ക ഉണ്ടാക്കുന്ന ഒരു പുതിയ സംവിധാനവുമായി ബഷീറിന്റെ കുടുംബം എന്നു പറയുന്ന ഈ ലോകം, സമുദായം രൂപാന്തരപ്പെടുകയും ചെയ്യുന്നു. അതുകൊണ്ട് താൻ തിരിച്ചെത്തിയ ഈ

ലോകം തന്റെ എന്ന പറയുന്ന തലയോലപ്പറമ്പിലെ വീട്ടിലെ സംവിധാനക്രമം പിന്നീട് നിയന്ത്രിക്കുന്നത് ന്റുപ്പുപ്പാക്കൊരാനേണ്ടാർന്നു! എന്ന കൃതിയിൽ നിസ്സാർ അഹമ്മദുപോലെ അതിന്റെ തലപ്പത്തിരിക്കുന്ന, അധ്യക്ഷനായിരിക്കുന്ന വൈക്കം മുഹമ്മദ്ബഷീറാണ് എന്നു കാണാം. അതിലുള്ള ഒരു ചെറിയ മാറ്റം എങ്ങനെ താൻ ഒരു പിതൃസ്വരൂപത്തിന്റെ സ്ഥാനത്ത് ഒരു ഭ്രാതൃസ്വരൂപമായിത്തീരുകയും ഒരു പുതിയ മനുഷ്യബന്ധം ഉണ്ടാക്കിത്തീർക്കുകയും ആവശ്യമായ മറ്റൊരു 'സിറ്റുവേഷൻ ' കൊണ്ട് അതായത് അടിച്ചിട്ട് കുടുംബത്തെ നിയന്ത്രിക്കുന്നതിനു പകരം വ്യത്യസ്തമായ മറ്റൊരു വഴിയിലൂടെ കുടുംബത്തെ രക്ഷിക്കാം എന്ന ഒരാശയം ഉണ്ടായിത്തീരുന്നു. പാത്തുമ്മയുടെ ആട് എഴുതുമ്പോൾ അദ്ദേഹം മറ്റൊരു കുടുംബബന്ധം, മറ്റൊരു മനുഷ്യസമുദായം ഉണ്ടാക്കുകയും അതിന്റെ നിർവചനത്തിനായി, അതിന്റെ സംവിധാനത്തിനായി തന്റെ രചനാക്രമം ഉപോയോഗിക്കുകയും ചെയ്യുന്നു എന്നു കാണാം. ഇതിനെയാണ് ഒരു വൃത്തമെന്നു പറയുന്നത്. ഇങ്ങനെ ഓടിയെത്തുമ്പോൾ പാത്തുമ്മയുടെ ആട് എന്നത് ഒരു പുതിയ വീട്ടിലെ ആട് ആണ്. കുമാരനാശാൻ ബംഗാളിൽപ്പോയി തിരിച്ചുവന്നതുപോലെ- ഒരു മുടിയനായ പുത്രൻ ദൂരെപ്പോയി തിരിച്ചുവരുമ്പോൾ, നമുക്കറിയാം ഒരു പാട് ഭാവനയുംകൊണ്ടുവരും- കുറെ ബംഗാൾ കൊണ്ടു തിരിച്ചുവരുന്നു. കുറേ ഇംഗ്ലീഷ് കൊണ്ടു തിരിച്ചുവരുന്നു. കുറേ അസംസ്കൃതമായ എന്നുവെച്ചാൽ സംസ്കൃതമല്ലാത്ത കാര്യങ്ങളുമായി ആശാൻ നമ്മുടെ നാട്ടിലേക്ക് തിരിച്ചുവരുന്നു. അങ്ങനെ തിരിച്ചുവരുമ്പോളാണ് മലയാള കവിത ആകെ മാറിപ്പോയെതന്നും മലയാളസമുദായം ആകെ മാറിപ്പോകുന്നതെന്നും നമുക്ക് ഇന്ന് മനസ്സിലാകുന്നുണ്ട്. അദ്ദേഹം സമുദായത്തെ മാറ്റുകയും സമുദായബന്ധങ്ങളെ മാറ്റുകയും സീതയും രാമനും തമ്മിലുള്ള ബന്ധം അത്ര ശരിയായ ബന്ധമല്ല എന്ന് സീതയെക്കൊണ്ട് പറയിക്കുകയും ഫെമിനിസ്റ്റ് പ്രസ്ഥാനത്തിന്റെ ആചാര്യനായിത്തീരുകയും രാജ്യഭരണവ്യവസ്ഥ ശരിയായ വ്യവസ്ഥയല്ല എന്നും പ്രകൃതിയിലുള്ള ഭരണമാണ് യഥാർത്ഥ ഭരണമെന്ന് പറയിക്കുകയും ചെയ്യുന്നു.

"മരുവീ മൃഗതുല്യർ നമ്മള
ന്നിരുമെയ്യാർന്നൊരു ജീവിപോലവേ"

മൃഗതുല്യരായിരിക്കുകയാണ് മനുഷ്യരായിരിക്കാനുള്ള മാർഗ്ഗമെന്ന് പറയാൻ വേണ്ടിയാണല്ലോ കുമാരനാശൻ ചിന്താവിഷ്ടയായ സീത എഴുതിയത്. അഹങ്കാരം എന്നുള്ളത് ഒരു മനുഷ്യാവസ്ഥയാണ് എന്നും, ഈ അഹങ്കാരത്തിനെ പോറ്റിവളർത്തുന്ന ഒരു വ്യവസ്ഥയുടെ ഫലമാണ് താൻ രാജാവാണ് എന്ന് ഉള്ള രാമന്റെ ബോധം എന്നും,

രാമൻ രാജാവല്ല എന്നും രാമൻ ആണാണ് എന്നും, സീത പെണ്ണാണ് എന്നുമുള്ള അഹങ്കാരാതീതമായ അവസ്ഥയിലെത്തിച്ചേരുമ്പോഴാണ് ആദർശകുടുംബമുണ്ടായിത്തീരുന്നത് എന്നുമാണ് സീത ചിന്താവിഷ്ട യായ സീതയിൽ പറയുന്നത്. അതുകൊണ്ട് അത് രാമായണവ്യവസ്ഥ തിരുത്തിയെഴുതാനുള്ള ഒരു ചരിത്രസംരംഭമാണ് എന്ന് നമുക്കിന്നറി യാം. ഇതോപലെ തന്നെ ഒരു ബഷീർ തിരിച്ചുവന്നിട്ട് പാത്തുമ്മയുടെ ആട് എഴുതുമ്പോൾ തലയോലപ്പറമ്പിലെ തന്റെ വീടും മാറ്റിപ്പണിയാ നുള്ള ഒരു ശ്രമം നടക്കുന്നുണ്ട്. വീട് മാറ്റിപ്പണിയണം എന്ന് ബഷീർ എപ്പോഴും പറയുന്നുണ്ട്. ഇത് ഒരു സിംബോളിക് പ്രവർത്തനമാണെന്ന് നമുക്കിന്നറിയാം. ധാരാളം കാറ്റും വെളിച്ചവും വേണം എന്നു പറയുന്നത് വാസ്തവത്തിൽ ടാഗോർ പറയുന്നതുപോലെ എല്ലാ ജനലുകളും തുറന്നി ടണം. ലോകം മുഴുവൻ നമ്മുടെ വീട്ടിലേക്കു കടന്നുവരാൻ പാകത്തിന് നമ്മുടെ ഹൃദയം തുറന്നിരിക്കണം എന്നാണ്. ഇത് ഒരു സിംബോളിക് പ്ര ഖ്യാപനമാണ് എന്നു നമുക്കിന്ന് മനസ്സിലാകുന്നുണ്ട്. അതുകൊണ്ടാണ് ഈ മൂന്നു നോവലുകളും കൂട്ടിച്ചേർത്തുവെക്കുമ്പോൾ നാം ബഷീറിന്റെ പ്രവർത്തനത്തിന്റെ ചരിത്രപരവും സാമൂഹ്യവുമായ അർത്ഥമെന്തെന്ന് മനസ്സിലാക്കുന്നത്.

നമ്മളൊക്കെ കരുതുന്നതുപോലെ അദ്ദേഹം ഇത് ഒരു പ്ലാൻ വെച്ചു ചെയ്യുന്നതല്ല. അങ്ങനെ തോന്നാം. അതായത് ഒരു കൃതി എഴുതിക്കഴി ഞ്ഞതിനുശേഷം ആ കൃതി നിരൂപകന് നിരൂപണം ചെയ്യാനുള്ളതാണ് എന്നു നിരൂപകന്മാരെല്ലാം വിശ്വസിക്കുന്നു. അതുകൊണ്ടാണ് മുണ്ടശ്ശേരി മാസ്റ്റർ വല്ലാതെ രുഷ്ടനായ ഒരു സന്ദർഭത്തിൽ പറഞ്ഞത്, കവികൾ ക്ക് ലോകം 'റോ മെറ്റീരിയൽ' ആണെങ്കിൽ നിങ്ങളാണ് എന്റെ 'റോ മെറ്റീരിയൽ' എന്ന്. കവികൾക്ക് ലോകം ഒരു 'റോ മെറ്റീരിയൽ' ആണ് എന്നും, ഞാൻ കവികളിൽ നിന്ന് കൊത്തിക്കളയേണ്ടത് കൊത്തിക്ക ളഞ്ഞിട്ട് എനിക്കുള്ള രൂപം, എനിക്കുള്ള *രൂപഭദ്രത* കൊത്തിയെടുക്കും എന്നാണ് മുണ്ടശ്ശേരി മാസ്റ്റർ പറഞ്ഞിട്ടുള്ളത്. ഇത് ശരിയാകാം. ശരി യാകണമെന്നുമില്ല.

ബാല്യകാലസഖി എഴുതിയ ബഷീറും പാത്തുമ്മയുടെ ആട് എഴുതിയ ബഷീറും ഒരാളല്ല. കാരണം ജീവിതചരിത്രപരമായി അദ്ദേഹം വ്യ ത്യസ്തനായ ഒരാളാണ്. നേരത്തെ പറഞ്ഞ കാര്യത്തിലേക്കുതന്നെ വരാം. ബാല്യകാലസഖിയിൽ "മാതാവേ" എന്നാണ് പറയുന്നത്. "അവന്റെ ആനന്ദത്തിൽ പങ്കുകൊള്ളുവാനെന്ന വണ്ണം, ബാലഭാസ്കരൻ കുന്നിന്റെ ഉച്ചിയിൽ വന്ന് മന്ദഹാസപൂർവ്വം ചെരിവിലെ ഗ്രാമത്തെ പൊൻപ്രഭയിൽ മുക്കുകയാണ്" ഇങ്ങനെ ഒരു വാക്യം ആ കൃതിയിൽ

ഉപയോഗിക്കുന്നുണ്ട്. അങ്ങനെ പ്രയോഗിക്കുന്നവനെ കഞ്ഞിത്തവി കൊണ്ട് അടിക്കണമെന്നാണ് പാത്തുമ്മയുടെ ആടിൽ പറയുന്നത്. ഇങ്ങനെ വ്യാകരണത്തിൽ പറയുന്നവനെ, ഇങ്ങനെ മന്ദമാരുതന്റെ ഭാഷ ഉപയോഗിക്കുന്നവനെ കഞ്ഞിക്കയിൽ കൊണ്ടടിക്കണമെന്നാണ് പാത്തുമ്മയുടെ ഉമ്മ അല്ലെങ്കിൽ ബഷീറിന്റെ മാതൃഭാഷ ബഷീറിനോട് അല്ലെങ്കിൽ ജനങ്ങളോട് പറയുന്നത്. അതുകൊണ്ടാണ് പാത്തുമ്മയുടെ ആട് എഴുതിയതും ബാല്യകാലസഖി എഴുതിയതും ഒരാളല്ല എന്നു പറയുന്നത്. ഒരു വ്യക്തി വ്യക്തിജീവിതത്തിന്റെ അല്ലെങ്കിൽ ജീവചരിത്രത്തിന്റെ മാറ്റങ്ങൾക്ക് വിധേയനായിത്തീരുന്നുണ്ട്. അതുകൊണ്ടാണ് ബഷീർ ആരാണ് എന്ന ചോദ്യത്തിന് ഒരു ഉത്തരം ഇല്ലാതിരിക്കുന്നത്. അതുകൊണ്ട് ബഷീറിന്റെ ശബ്ദങ്ങളെ ഞാനിഷ്ടപ്പെടുന്നു എന്നു ഒരാൾക്കും പാത്തുമ്മയുടെ ആട് ഞാനിഷ്ടപ്പെടുന്നു എന്ന് വേറൊരാൾക്കും ബഷീറിന്റെ ഓർമ്മകളെയാണ് ഞാൻ ഇഷ്ടപ്പെടുന്നത് എന്ന് മറ്റൊരാൾക്കും ബഷീറിന്റെ "മംഗളം, ശുഭം'' എന്ന രണ്ടു വാക്കുകളെയാണ് ഞാനിഷ്ടപ്പെടുന്നത് എന്ന് ഇനിയൊരാൾക്കും പറയാം. ഇതിൽ ഏതാണ് ബഷീർ എന്നുള്ളത്, ആരാണ് ചോദിക്കുന്നത് എന്നതിനെ അടിസ്ഥാനമാക്കിയിരിക്കും. അതായത് നിങ്ങൾക്ക്, നിങ്ങൾക്കാവശ്യമുള്ള ബഷീറിനെ എടുക്കാം. എല്ലാവരും അങ്ങനെതന്നെയാണെടുക്കുന്നതും. അതുകൊണ്ട് നാം പലപ്പോഴും എടുക്കുന്നത് "മംഗളം, ശുഭം'', "ലോകാസമസ്താസുഖിനോ ഭവന്തു'' എന്നും പറയുന്ന ഇന്നത്തെ മരച്ചുവട്ടിലെ ബഷീറിനെയാണ്. കാരണം, അദ്ദേഹം കസേരയിലിരിക്കുന്ന ഒരാളാണെന്നും വളരെ വേഗത്തിൽ എഴുന്നേറ്റു നടക്കാൻ കഴിയാത്ത ഒരാളാണെന്നും അതുകൊണ്ട് അദ്ദേഹം വേഗം നടന്ന് നമ്മുടെ സമുദായത്തിൽ വലിയ മാറ്റങ്ങളൊന്നും ഉണ്ടാക്കുകയില്ല എന്നും നമുക്ക് ഏതാണ്ട് ഉറപ്പായിത്തീർന്നിരിക്കുന്നു. അതുകൊണ്ടാണ് നമ്മൾ അദ്ദേഹത്തിന് ഒരു ഡോക്ടറേറ്റ് കൊടുക്കാം എന്നു തീരുമാനിച്ചത്. എന്നാൽ കർമ്മം ചെയ്യുന്നത് ഒരാളും ശിക്ഷയനുഭവിക്കുന്നത് മറ്റൊരാളും എന്ന നമ്മുടെ നീതി എന്ന അനീതിയെക്കുറിച്ചുള്ള ആത്യന്തികമായ ഒരു വിപ്ലവകാരിയുടെ ചോദ്യമാണ് ബഷീർ എന്നും ചോദിച്ചുകൊണ്ടേയിരുന്നത് എന്ന കാര്യം നാം മറന്നുകൂടാത്തതാണ്. ചെല്ലുന്നേടത്തെല്ലാം അമാന്യന്മാരെല്ലാം മാന്യന്മാരായിരിക്കുകയും അറമുറിയന്മാരെല്ലാം വലിയ മുറിയുണ്ടാക്കി അതിൽ ചാരുകസേരയിൽ പങ്കയുടെ താഴെ ഇരിക്കുകയും മറ്റു പലരേയും പിടിച്ചിട്ട് അറമുറിയന്മാരാണെന്നു പറഞ്ഞിട്ട് ജയിലിൽ കൊണ്ടുപോയിട്ട് ഇടിക്കുകയും ചെയ്യുന്നത് ബഷീർ കണ്ടു. അദ്ദേഹം അതുകൊണ്ട് നമ്മുടെ ധർമ്മവ്യവസ്ഥയുടെ

ഒരുറ്റമായ ജയിലിലേക്കു പോവുകയും ജയിലിൽ എന്താണ് നടക്കുന്നത് എന്നറിയാൻ ശ്രമിക്കുകയും ചെയ്യുന്നു. കുമാരനാശാൻ ഒരു വേശ്യയുടെ വീട്ടിലേക്കു പോവുകയും അകത്താളിരുന്നാൽ കാണുന്ന അരമതിലി നകത്തിരുന്ന വാസവദത്തയെ കാണുകയും പണമെണ്ണി വാങ്ങിയിട്ട് തന്റെ ശരീരം വിൽക്കുന്ന വാസവദത്തയ്ക്കു മാത്രമേ സ്നേഹമെന്താണെ ന്ന് വാസ്തവത്തിൽ അറിയുകയുള്ളൂ എന്നു പറയുകയും ചെയ്തിട്ടുണ്ട്. ഒരു മതിലിനപ്പുറത്തു നില്ക്കുന്ന ഒരു നാരായണി എന്ന ഇല്ലാത്ത കഥാപാ ത്രത്തിനു മാത്രമാണ്, ഒരു കൊലപാതകം നടത്തിയിട്ട് മതിലിനപ്പു റത്തു കിടക്കുന്ന നാരായണിക്കു മാത്രമാണ് സ്നേഹമെന്താണെന്ന് അറിയുമായിരുന്നുള്ളൂ എന്നു പറയാനാണല്ലോ ബഷീർ മതിലുകൾ എഴുതിയത്. മതിലുകളിൽ സ്നേഹം എന്നുള്ളത് തമ്മിൽ കാണാത്ത, നാം പരിശുദ്ധം എന്നു പറയുന്ന തീർച്ചയായിട്ടും ശരീരസ്പർശം ഇല്ലാത്ത, മാംസനിബദ്ധമല്ലാത്ത അനുരാഗത്തിന്റെ സ്വരൂപം ആണ്. ഒരു പക്ഷേ നമ്മുടെ സാഹിത്യത്തിലൊരിടത്തും ഇങ്ങനെ മാംസനിബദ്ധമല്ലാത്ത ഒരനുരാഗത്തെ മറ്റാരും വർണ്ണിച്ചിട്ടുണ്ടെന്ന് തോന്നുന്നില്ല. എങ്കിലും ബഷീർ അറിയപ്പെടുന്നത് മലയാളത്തിലെ ഏറ്റവും വലിയ അശ്ലീല സാഹിത്യകാരനായിട്ടാണ്. അതിനുള്ള മറുപടി ബർട്രൻഡ് റസ്സൽ നേരത്തേ പറഞ്ഞിട്ടുണ്ട്. ചൈനയിൽ പീക്കിംഗ് യൂണിവേഴ്സിറ്റിയിൽ വളരെക്കാലം ഗണിതശാസ്ത്രാധ്യാപകനും ഫിലോസഫി അധ്യാപകനു മൊക്കെയായി പ്രവർത്തിച്ചിരുന്ന ഒരാളാണ് റസ്സൽ. അക്കാലത്താണ് അദ്ദേഹം അദ്ദേഹത്തിന്റെ വളരെ കുപ്രസിദ്ധമായിത്തീർന്നിട്ടുള്ള 'മാര്യേജ് ആന്റ് മോറൽസ്' അല്ലെങ്കിൽ 'കംപാനിയേറ്റ് മാര്യേജ്' തുടങ്ങിയ ആശയങ്ങൾ പ്രചരിപ്പിക്കാൻ ശ്രമിച്ചു തുടങ്ങിയിരുന്നത്. അതായത് ഒരു അപരിചിതയായ പെൺകുട്ടിയേയും അപരിചിതനായ ആൺകുട്ടിയേയും തമ്മിൽ ഇണക്കുന്നതിനേക്കാൾ നല്ലത് പരിചയപ്പെ ട്ടിട്ടുള്ള രണ്ടാളുകൾ തമ്മിൽ ഇണങ്ങിച്ചേരുന്നതാണ് എന്നും പരിചയ പ്പെട്ടശേഷം ഇണങ്ങാൻ പറ്റിയതല്ല എന്നു തോന്നിയാൽ അവർ പിരി ഞ്ഞുപോകുന്നതാണ് നല്ലതെന്നും ഉള്ളതാണ് ബർട്രൻഡ് റസ്സലിന്റെ 'കംപാനിയേറ്റ് മാര്യേജ്' സിദ്ധാന്തം എന്ന പേരിൽ അറിയപ്പെട്ടത്. വളരെ പരമ്പരാഗതമായിട്ടുള്ള ചൈനീസ് സമുദായത്തിൽ ചെന്ന് വളരെ സ്ഫോടകമായ ഒരു സിദ്ധാന്തം ഇങ്ങനെ വിതച്ചിട്ട് അവിടത്തെ സമുദായത്തിന്റെ സ്വച്ഛന്ദതയെ തകർക്കുകയും നശിപ്പിക്കാൻ ശ്രമി ക്കുകയുമാണ് ബർട്രൻഡ് റസ്സൽ ചെയ്തത് എന്നു പറഞ്ഞത് നമ്മുടെ നാട്ടിലെ യാഥാസ്ഥിതികരൊന്നുമല്ല, പേൾ എസ്.ബക്ക് ആയിരുന്നു. ഈ പുസ്തകമെല്ലാം വായിച്ചശേഷം റസ്സലിനോട് അഭിമുഖം നടത്തിയ

ഒരാൾ ചോദിച്ചത്, "നിങ്ങളെന്താണ് എപ്പോഴുമിങ്ങനെ അശ്ലീലം എഴുതിക്കൊണ്ടിരിക്കുന്നത്?'' എന്നാണ്. അതിനദ്ദേഹം പറഞ്ഞ മറുപടി വളരെ പ്രസിദ്ധമാണ്. ലൈംഗികകാര്യങ്ങളെക്കുറിച്ച് ഞാൻ ആകെ എഴുതിയത് രണ്ടു ശതമാനം മാത്രമാണ്. നിങ്ങൾ പറയുന്നതിന്റെ അർത്ഥം എന്റെ രണ്ടു ശതമാനം മാത്രമേ നിങ്ങൾ വായിച്ചിട്ടുള്ളു എന്നാണ്. ഇതാണ് തീർച്ചയായും ബഷീറിനു നമ്മുടെ സന്മാർഗ്ഗവാദികളോട് പറയാനുണ്ടാവുക. ബഷീറും ചങ്ങമ്പുഴയുമാണ് നമ്മുടെ നാട്ടിൽ ഏറ്റവും കുറച്ച് അശ്ലീലം പറഞ്ഞിട്ടുള്ള പ്രധാനപ്പെട്ട രണ്ട് സാഹിത്യകാരന്മാർ. ചങ്ങമ്പുഴയെപ്പറ്റി പ്രചരിച്ചിട്ടുള്ള രണ്ടു സിദ്ധാന്തങ്ങൾ അദ്ദേഹത്തിന് വ്യാകരണം തെറ്റിച്ചേ എഴുതാൻ കഴിയൂ എന്നും അദ്ദേഹം അശ്ലീലമേ പറഞ്ഞിട്ടുള്ളൂ എന്നുമാണ്. ചങ്ങമ്പുഴ എഴുതിയതിൽ നമ്മുടെ മലയാള കവികൾ എഴുതിയതിൽ വെച്ച് ഏറ്റവും കുറച്ച് വ്യാകരണത്തെറ്റേ ഉള്ളൂ എന്നും അദ്ദേഹമെഴുതിയതിനേക്കാൾ കുറച്ചു മാത്രമേ അശ്ലീലമുള്ളൂ എന്നും അറിയുവാനുള്ള മാർഗ്ഗം -ഒറ്റ മാർഗ്ഗമേയുള്ളൂ- അത് അദ്ദേഹത്തിന്റെ പുസ്തകം വായിച്ചു നോക്കുക എന്നതുമാത്രമാണ്.

ബഷീറിനേപ്പോലെ സ്നേഹത്തിന്റെ 'കോറിലേറ്റീവ്സ്' അതായത് സ്നേഹം എങ്ങനെ അവതരിപ്പിക്കും എന്നതിനെക്കുറിച്ച് നമ്മുടെ സന്താനഗോപാലക്കാരായിട്ടുള്ള ആലങ്കാരികന്മാർ പറഞ്ഞിട്ടുള്ള സിദ്ധാന്തങ്ങളിൽ നിന്ന് വിട്ട് ചിന്തിച്ച എഴുത്തുകാർ ഏറെയില്ല. സ്നേഹത്തിന് നാം സാധാരണ കാണുന്നതിൽ നിന്ന് വ്യത്യസ്തമായ വേറെ അടയാളങ്ങൾ ഉണ്ട് എന്ന് ബഷീർ പറഞ്ഞു. അതായത് സ്നേഹത്തിന്റെ അടയാളം ഒരു പക്ഷേ പിണങ്ങലാണ് എന്ന, സ്നേഹത്തിന്റെ അടയാളം ഒരുപക്ഷേ പുളിയുറുമ്പിനെ തലയിലിടൽ ആണ് എന്ന, സ്നേഹത്തിന്റെ അടയാളം ഒരു പക്ഷേ നല്ല ഭക്ഷണമുണ്ടാക്കി കൊടുക്കലാണ് എന്ന ആശയം. ഇങ്ങനെ സ്നേഹത്തിന് ആയിരം അടയാളങ്ങൾ ഉണ്ട് എന്നു പറയാൻ കഴിഞ്ഞു എന്നതാണ് ബഷീർ കൃതികളുടെ ഏറ്റവും പ്രധാനപ്പെട്ട ഒരു ഗുണമായിത്തീരുന്നത്. പക്ഷേ, അദ്ദേഹത്തെ നാമിപ്പോഴും തെറ്റിദ്ധരിക്കാറുണ്ട്. കാരണം ശരിയായി ധരിക്കുക എന്നതാണ് ഏറ്റവും വിഷമകരമായ മനുഷ്യകർമ്മം. അതുകൊണ്ട് നാം ബഷീറിനെക്കുറിച്ച് ഇത്തരം സിദ്ധാന്തങ്ങളുന്നയിക്കുകയും അവസാനം സിദ്ധാന്തങ്ങളൊക്കെ ഉന്നയിച്ച് കഴിഞ്ഞ് അനുരാഗത്തിന്റെ ദിനങ്ങൾ പ്രസിദ്ധപ്പെടുത്തുന്നതുവരെ ഉദാഹരണങ്ങൾക്കുവേണ്ടി കാത്തിരിക്കുകയും ചെയ്യുന്നു. പല വിദ്വാന്മാരും വളരെക്കാലം ഈ അശ്ലീലം പറഞ്ഞ് കാത്തിരുന്നിട്ട് ഉദാഹരണം കൊടുക്കാനൊന്നുമില്ലാതെ അനുരാഗത്തിന്റെ ദിനങ്ങൾ വന്നപ്പോൾ "ഇതിലൊക്കെ പറഞ്ഞിട്ടുണ്ടല്ലോ'' എന്നു പറഞ്ഞാണ്

അവരുടെ ആത്മാവിനെ രക്ഷിച്ചത്. ഇത് വാർധക്യകാലത്ത് അദ്ദേഹം പ്രസിദ്ധീകരിച്ച ചെറുപ്പത്തിലെ ഒരു പുസ്തകമായിരുന്നു എന്നു കാണാം. ഇതാണ് നമുക്കു ശ്ലീലാശ്ലീലങ്ങളെക്കുറിച്ചുള്ള സാമാന്യബോധം. "ഭഗവദ് ഗീതയും കുറെ മുലകളും'' എന്ന പുസ്തകം വായിച്ചിട്ട്, ആ പുസ്തകത്തിന്റെ പുറംചട്ടയോ അതിന്റെ ടൈറ്റിലോ മാത്രം വായിച്ചിട്ട്, ആ പുസ്തകത്തിലെന്താണ് പറഞ്ഞതെന്നന്വേഷിക്കാതെ അദ്ദേഹം ഒരശ്ലീലസാഹിത്യകാരനാണ് എന്നു നാം പറഞ്ഞു നടക്കുന്നു. നാം നമ്മുടെ ആദ്യ ഭക്ഷണമായി ഉപയോഗിക്കുന്ന വസ്തുവിനെപ്പറ്റിയാണ് ബഷീർ പറഞ്ഞിരുന്നത് എന്നും, മുലകൾ നമ്മുടെ അമ്മയാണ് എന്നും, മുലകൾ മാതൃത്വമാണ് എന്നും, മുലകൾ ഒരു ശിശുവിന്റെ ലോകമാണ് എന്നും ഉള്ള അർത്ഥത്തിലാണ് ബഷീർ അദ്ദേഹത്തിന്റെ കൃതികളിലെല്ലാം ഈ വാക്ക് പ്രയോഗിക്കുന്നത് എന്നും നമുക്കു മനസ്സിലാക്കുവാൻ കഴിയാത്തത് നമ്മുടെ സംസ്കാരം ഇപ്പോഴും "മാർമരവുരി വല്ലാതെ മുറുക്കിക്കെട്ടിയിരിക്കുന്നു, തോഴിമാരെ ഇതൊന്നഴിച്ചു കെട്ടുക'' എന്നു പറഞ്ഞ കാളിദാസന്റെ സംസ്കാരമായതുകൊണ്ടാണ്. ബഷീർ ഇതിനെപ്പറ്റി-മാർമരവുരിയെപ്പറ്റി-പറയുന്നുണ്ട്. ബഷീർ പറയുന്ന പ്രധാനപ്പെട്ട ഒരു കാര്യം "നിനക്കതുണ്ടല്ലോ, നിനക്കതിന്റെ അടിയിൽ ഒരു പറ്റുകുപ്പായം കൂടിയുണ്ടല്ലോ'' എന്നു പറഞ്ഞിട്ട് മറ്റൊരു ഇംഗ്ലീഷ് വാക്കു പറഞ്ഞ് ബഷീർ കാളിദാസന്റെ ഈ മരവുരിയെപ്പറ്റി നിരന്തരമായി പറഞ്ഞിട്ട് പോന്നിട്ടുണ്ട്. അപ്പോൾ ബഷീർ അതിൽ ഉന്നയിക്കുന്ന ചോദ്യം എന്തുകൊണ്ടാണ് മാതൃത്വം ശിശുവിൽ നിന്ന് അതിന്റെ ഭക്ഷണം ഒളിച്ചുവെച്ചിരിക്കുന്നത് എന്നാണ്. ഇന്നു നാം അന്വേഷിക്കുമ്പോൾ 'ഒളിച്ചുകളി' എന്ന കുട്ടിക്കളിയുടെ മനഃശാസ്ത്രം വാസ്തവത്തിൽ തനിക്കു നഷ്ടപ്പെട്ടു പോകുന്ന ഭക്ഷണത്തെ അന്വേഷിക്കാൻ ശ്രമിച്ചുകൊണ്ടിരിക്കുന്ന ഒരു കുട്ടിയുടെ കളിയെയാണ്, മുതിർന്നവരും കുട്ടികളുടെ മാഷന്മാരും പിന്നീട് ഒളിച്ചുകളി എന്നു പറയുന്നത്. ഈ ഒളിച്ചുകളി സാംസ്കാരികമായ ഒരു ഒളിച്ചുകളിയാണ് എന്നും നമ്മുടെ ഭക്ഷണം, നമ്മുടെ ജീവിതം നമ്മിൽ നിന്നാരോ ഒളിച്ചുവെക്കുന്നുണ്ടെന്നും നമ്മുടെ പാല് ആരോ പിടിച്ചുവയ്ക്കുന്നുണ്ട് എന്നും ഉള്ള ഒരു ബോധം കൊണ്ടാണ് ഒരു ഈഡിപ്പൽ ശിശു അതിന്റെ ഈഡിപ്പൽ തന്തയോടു വഴക്കിട്ടുകൊണ്ടേയിരുന്നത് എന്നാണ് 'ഈഡിപ്പസ് പ്രശ്നം' എന്ന് മനഃശാസ്ത്രജ്ഞന്മാർ പറയുന്നതിന്റെ താല്പര്യം. ബഷീറിന്റെ കൃതികളിൽ നിരന്തരമായി വരുന്ന ഈ വാക്യങ്ങൾക്ക് ലോകത്തിന്റെ സ്വത്തിന്റെ ഉടമാവകാശത്തെക്കുറിച്ചുള്ള പ്രധാനപ്പെട്ട ഒരു ചോദ്യം ഉന്നയിക്കുന്ന പ്രസക്തി ഉണ്ട്. ആരാണ് എന്റെ ഭക്ഷണം പിടിച്ചു വെക്കുന്നത് എന്ന്, ആരാണ് എന്റെ ലോകം

പിടിച്ചു എന്ന് ബഷീർ ചോദിച്ചുകൊണ്ടേയിരിക്കുന്നു. ആരാണ് എന്റെ പാൽ മോഷ്ടിക്കുന്നത് എന്നുള്ള ചോദ്യം പാത്തുമ്മയുടെ ആടിൽ ബഷീർ ചോദിക്കുന്നതായിക്കാണാം. ആരാണീ പാൽ കറന്നെടുത്തത്, ഈ പാൽ എവിടെനിന്നു കിട്ടി എന്നുള്ള ചോദ്യം ഈ മൂലധനം എവിടെനിന്നു കിട്ടി എന്നുള്ള മൂലധനചോദ്യത്തിലേക്കുപോലും ചെന്ന് മുട്ടിമുഴങ്ങേണ്ട ചോദ്യമാണ്. ഇത്തരത്തിലുള്ള ധ്വനികൾ ബഷീറിന്റെ ഒരു കൃതിയിൽ മാത്രമല്ല ഏതു കൃതികളിലും ഉണ്ട് എന്ന് നാമിപ്പോൾ മനസ്സിലാക്കുന്നു.

ശബ്ദങ്ങളിലെ നായകനോട്, പട്ടാളക്കാരനോട്, “നിങ്ങൾ എങ്ങനെ ജോലിയിൽ നിന്ന് പിരിഞ്ഞുപോകുന്നു'' എന്ന് സാഹിത്യകാരൻ ചോദിക്കുന്നുണ്ട്. കാരണം ഇതുംകൂടി ചേർത്താലെ നോവൽ മുഴുവനാക്കാൻ കഴിയൂ എന്നു സാഹിത്യകാരനറിയാം. പട്ടാളക്കാരൻ പറയുന്നത് “യുദ്ധം അവസാനിച്ചു, എന്നെ പിരിച്ചുവിട്ടു'' എന്നാണ്. യുദ്ധം ചെയ്യുക എന്നുള്ളതാണ് പട്ടാളക്കാരന്റെ ജോലി. ലോകത്തിൽ യുദ്ധം ചെയ്യുകയും കൊല്ലുകയും കൊന്നിട്ട് വീരചക്രം വാങ്ങുകയും ചെയ്തിട്ടുള്ള ആളുകളെയാണ് സമുദായം എന്നും പുകഴ്ത്തിപ്പോന്നിട്ടുള്ളത്. അതായത് ഔദ്യോഗികമായി സമുദായത്തിനുവേണ്ടി കൊല്ലുന്നവരാണ് ചരിത്രത്തിലെ ആദർശപുരുഷന്മാരായി തീർന്നിട്ടുള്ളത് എന്നുള്ള ചരിത്രത്തിന്റെ ധ്വനികളിലാണ് ഒരു നിമിഷം ബഷീർ നമ്മെ കൊണ്ടെത്തിക്കുന്നത്. ഇങ്ങനെ കൊല്ലാനുള്ള ഒരു സമുദായത്തിന്റെ തൊഴിലാളികളെയാണ് പട്ടാളക്കാർ എന്നുപറയുന്നത്. കൊന്നു കഴിയുമ്പോൾ, കൊല്ലുന്ന ആവശ്യം തീരുമ്പോൾ പട്ടാളക്കാരനെ പിരിച്ചുവിടുകയും അവന് കോഴി വളർത്താനുള്ള ഒരു ഐ.ആർ.ഡി.പി ലോൺ അനുവദിക്കുകയും ചെയ്യുന്നു. ഇനി നീ അതു ചെയ്താൽ മതി. അതായത്, ഇനിയും നിനക്ക് ആളെ കൊല്ലാൻ കഴിയില്ലെങ്കിൽ, അറുത്തു കൊല്ലാനുള്ള ശീലമുണ്ടെങ്കിൽ പോയി കോഴിയെ അറക്കുക എന്നുള്ളതാണ് കോഴി വളർത്തലിന്റെ തത്ത്വശാസ്ത്രം ആയിത്തീരുന്നത്. യുദ്ധത്തിന്റെ, പട്ടിണിയുടെ നിഴലിൽ ഇരുന്നുകൊണ്ട് ബഷീർ എഴുതിയ ആ കൃതിയുടെ ഒരർത്ഥം ഇതാണ്. രണ്ടാംലോകമഹായുദ്ധത്തിന്റെ നിഴലിൽ ഇരുന്നുകൊണ്ടാണ്, ഒരു സ്പൂൺ ചോറ് തിന്നുകൊണ്ടാണ് ഞങ്ങളൊക്കെ, ഞാനും ബഷീറും ഒക്കെ ഒരേ നഗരത്തിൽ ജീവിച്ചുകൊണ്ടിരുന്ന ആ കാലഘട്ടത്തിന്റെ ഓർമ്മ വെച്ചുകൊണ്ടാണ് ബഷീർ യുദ്ധം എന്നു പറയുന്നത്. ഏതാനും ശിങ്കിടികളെക്കൊണ്ട് ശമ്പളം കൊടുത്ത് മനുഷ്യനെ കൊല്ലിക്കുന്ന ഒരു വ്യവസായമാണ് യുദ്ധം എന്ന് ശബ്ദങ്ങളിൽ ബഷീർ കണ്ടെത്തുന്നു. ഇതിനേക്കാൾ വലിയ ഒരേ യുദ്ധവിരുദ്ധകൃതി നമ്മുടെ സാഹിത്യത്തിൽ ഉണ്ടായിട്ടുണ്ടോ എന്ന് സംശയമാണ്. നമുക്കതല്ല

വേണ്ടത്. നമുക്കു വേണ്ടത് 'ല' കാരങ്ങളിൽ സംസ്കരിച്ചെടുത്തിട്ടുള്ള ആപ്തവാക്യങ്ങളാണ്. 'ലോകാ സമസ്താ സുഖിനോ ഭവന്തു' പോലുള്ള മനോഹരമായ വാക്യങ്ങൾ. ഇത് ഒരു വരിയിൽ അച്ചടിക്കുമ്പോൾ എത്ര ഒത്തു നില്ക്കുന്നു എന്നും അതിന്റെ താഴെ ഒരു 'ശുഭം' കൂടിയിട്ടാൽ ഒരു വരയും ഒരു കുറിയും പോലെ അത് പരിപൂർണ്ണമായിരിക്കുന്നു എന്നും ആണ് നമ്മുടെ ധാരണ. ഇങ്ങനെയല്ലാ ലോകമെന്നും ലോകത്തിനു ഭ്രാന്തു പിടിച്ചിരിക്കുന്നു എന്നും പറയുവാനാണ് ബഷീർ ശബ്ദങ്ങൾ എഴുതിയത്.

ലോകം ഒരു ശബ്ദമാണ് എന്നും, ലോകം ഒരു ശബ്ദകോലാഹലമാണ് എന്നും ഈ ശബ്ദങ്ങളിൽ നമ്മുടെ മൂല്യങ്ങളെല്ലാം കൂട്ടി മുട്ടി തകർന്നുകൊണ്ടിരിക്കുന്നു എന്നും പറയുവാൻ അദ്ദേഹം ഒരു കഥ നിർമ്മിക്കുകയും ഒരു കൃതി എഴുതുകയും ചെയ്യുന്നു. പക്ഷേ, പലപ്പോഴും നാമിത് മനസ്സിലാക്കുന്നില്ല എന്നതാണ് സത്യം. കാരണം, ലോകമെന്ന ഉത്സവത്തിൽ തലയാട്ടാനായി, തലയിൽ ഒരു കെട്ടും കെട്ടി കൊണ്ടിരുത്തിയിരിക്കുന്ന ആസ്വാദകരാണ് നാം എന്നതാണ്. മുമ്പിലിരിക്കുന്ന ആളുകൾ ആനയെ നല്ലവണ്ണം കണ്ട് ആസ്വദിച്ചിട്ട് നല്ല ആന എന്നു തലയാട്ടുകയും ആനയുടെ ലക്ഷണങ്ങളൊക്കെ പറഞ്ഞിട്ട് അതിനെ വിവരിക്കുകയും അവർ ഒരു സമുദായത്തിലെ 'എലീറ്റ്' അല്ലെങ്കിൽ 'ക്രീം' ആയിത്തീരുകയും ചെയ്യുന്നു. അവസാനമിരിക്കുന്ന ആളുകൾ ഒരു പക്ഷേ, ആനയെ കാണാതെ ആനപ്പിണ്ടി മാത്രം കണ്ടു മടങ്ങിപ്പോവുകയും, ഈ ലോകം ഒരു ആനപ്പിണ്ടിയല്ലേ എന്നു സംശയിക്കുകയും ചെയ്യുന്നുണ്ട്. അതാണ് നമ്മുടെ സംസ്കാരത്തിന്റെ ഒരു നിർവചനം. ഒരാന വിരണ്ടോടുമ്പോൾ, ഈ ആന കാട്ടിലേക്കു പോവുകയും ആന കുന്നുകയറുകയും, ആന അനുഭവത്തിന്റെ കൊടുമുടികൾ കാണുകയും, ആന വെള്ളം കുടിക്കുകയും, കുത്തുമ്പോൾ ചാടുന്നത് വെള്ളമല്ല, ചോരയാണ്, എന്ന് ഒരുപക്ഷേ മനസ്സിലാക്കുകയും ചെയ്യുന്നു. 'വെള്ളം ഭൂമിയുടെ ചോരയാകുന്നു' എന്ന അധ്യായത്തിൽ ശബ്ദങ്ങളിലെ കഥാനായകൻ പറയുന്നത് "ഞാൻ ചോര കുടിച്ചിട്ടുണ്ട്" എന്നാണ്. രാത്രി ഞങ്ങൾ വെള്ളം കുടിച്ചിട്ട് രാവിലെ നോക്കിയപ്പോൾ പാത്രത്തിൽ ഉണ്ടായിരുന്നത്. കണ്ടത് ചോരയാണ് എന്നതാണ് അതിനു കൊടുക്കുന്ന തെളിവ്. ഇന്നലെ ഞാൻ കുടിച്ചുവെച്ച പാത്രത്തിൽ രാവിലെ നോക്കിയപ്പോൾ കണ്ടത് ചോരയാണ് എന്നുള്ളത്, നമ്മുടെ നാഗരികതയെക്കുറിച്ചുള്ള ഒരു തിരിച്ചറിവാണ്. ഞാൻ ഇന്നലെ കൊന്നത് ഒരു കൊലപാതകമാണ് എന്നും, ഇന്നലെ ചെയ്തത് ധർമ്മം എന്നു പറയുന്ന പച്ചവെള്ളമല്ലെന്നും, ഇന്നലെ ചെയ്തത് ചോര എന്നു പറയുന്ന

കൊലപാതകമാണെന്നും ഈ പട്ടാളക്കാരനറിയുന്നത് പിറ്റേദിവസം പാത്രം നോക്കുമ്പോൾ, ചരിത്രത്തിന്റെ പാത്രം നോക്കുമ്പോൾ ആണ്. താൻ ആളുകളെ കൊല്ലുകയായിരുന്നുവല്ലോ എന്ന് അയാൾ തിരിച്ചറിയുന്നു. അപ്പോൾ അയാൾ രക്തത്തിന്റെ കറപുരണ്ട ഒരാളായിത്തീരുകയും ഈ കറ അയാളുടെ ജീവിതത്തെ മുഴുവൻ വേട്ടയാടുകയും ചെയ്യുന്നു. അതുകൊണ്ടാണ് "രക്തം കൂട്ടിയ ചോറോ ഉണ്ടത്" എന്ന് അർജ്ജുനൻ ഭഗവദ് ഗീതയിൽ ശ്രീകൃഷ്ണനോട് ചോദിച്ച ആ ചോദ്യംപോലെയുള്ള ഒരു ചോദ്യം വൈക്കം മുഹമ്മദ് ബഷീറിന്റെ വീട്ടിൽ അസമയത്തു കയറിവന്ന പട്ടാളക്കാരനും ചോദിക്കുന്നത്.

ആരെയാണ് കൊല്ലേണ്ടതെന്ന സംശയത്തിൽ ധർമ്മം ഒരു കൊലപാതകിയെ 'എക്സനറേറ്റ്' ചെയ്യുന്നു എന്നുള്ളതാണ് ധർമ്മ വ്യവസ്ഥയുടെ അർത്ഥം. "നിമിത്തമാത്രം ഭവ സവ്യസാചിൻ-" നീ കൊല്ലുമ്പോൾ നീയല്ല കൊല്ലുന്നതെന്നും, നീ, കൊല്ലുന്ന ലാവണത്തിൽ ജോലി ചെയ്യുന്ന ഒരു ഉദ്യോഗസ്ഥൻ മാത്രമാണ് എന്നും ആമീൻ ഭൂമിയിൽ നിന്ന് കുടിയിറക്കുമ്പോൾ, ആരാച്ചാർ കൊലപാതകം നടത്തുമ്പോൾ, ആരാച്ചാർ കൊല്ലുകയോ ആമീൻ കുടിയിറക്കുകയോ ചെയ്യുന്നില്ല എന്നും, അയാൾ സമുദായത്തിനു വേണ്ടി കുടിയിറക്കുകയാണ് ചെയ്യുന്നത് എന്നും വിശ്വസിച്ചുകൊണ്ട് ഗുളിക കഴിക്കാതെ ഉറങ്ങുക എന്നതാണ് ഗീതയിലെ വിശ്വാസമായിത്തീരുന്നത്. ഈ വിശ്വാസം ചിലപ്പോൾ തെളിയിക്കാൻ സാധ്യമായില്ല എന്നു വരാം. അങ്ങനെയുള്ള കാലഘട്ടങ്ങളെ നാം ധർമ്മസംശയത്തിന്റെ കാലഘട്ടങ്ങൾ എന്നു പറയുകയും അങ്ങനെ ധർമ്മത്തെ സംശയിക്കുന്ന ആളുകൾ ഒരു കാലഘട്ടത്തിലെ വിഷംതീനികളായി രൂപാന്തരപ്പെടുകയും ചെയ്യുന്നതു എന്നതാണ് ബഷീർ കൃതികളിലെ പ്രധാനപ്പെട്ട ഒരു വസ്തുത. അതുകൊണ്ട് മനുഷ്യാനുഭവത്തിന്റെ ഒരു കൊടുമുടി യുദ്ധമാണ് എന്നു മനസ്സിലാക്കിയിട്ടാണ്, മനുഷ്യാനുഭവത്തിന്റെ ഒരറ്റം വീരരസമാണെന്നു മനസ്സിലാക്കിയിട്ടാണ് ബഷീർ യുദ്ധത്തിലേക്ക് പോകുന്നത്. നമ്മുടെ ആളുകൾക്കു ഇതറിയാമായിരുന്നു. വീരത്വത്തിലൂടെ പൂർണ്ണതയിലെത്തിച്ചേരുന്നത് വാളെടുക്കുമ്പോഴാണ്, വില്ലെടുക്കുമ്പോഴാണ്, സവ്യസാചിയാകുമ്പോഴാണ്, ഒരു ദേവി ശൂലമെടുക്കുമ്പോഴാണ്, ഒരു പട്ടാളക്കാരൻ തോക്കെടുക്കുമ്പോഴാണ്. ഇത് വടക്കൻ പാട്ടിനെക്കുറിച്ച് വൈലോപ്പിള്ളി പറയുന്ന ഒരു കാര്യമാണ്. അതുകൊണ്ട് യുദ്ധം എന്നുള്ളത് മനുഷ്യന്റെ സാധ്യതയുടെ ഒരു പാരമ്യമാണ്. ബഷീർ സഞ്ചരിക്കുന്നത് ഇത്തരത്തിലൊരു കൊടുമുടിയിലേക്കാണ്. ഇത്തരത്തിലുള്ള മറ്റൊരു കൊടുമുടി അനുരാഗമാണ് എന്നറിയാവുന്നതുകൊണ്ടാണ്

ബഷീർ അനുരാഗത്തിലേക്ക് പോകുന്നത്. മനുഷ്യനെക്കൊണ്ട് അയാൾ ചെയ്യാത്ത കാര്യങ്ങൾ ചെയ്യിക്കുന്നത്, അയാൾ ഇറങ്ങാത്ത കുളങ്ങളിൽ അയാളെ ഇറക്കുന്നത്. കുളത്തിലിറക്കുക എന്നത് അനുരാഗത്തിന്റെ ഒരു യാഥാസ്ഥിതിക നിർവചനമാണെന്ന് നമുക്കറിയാം.

"വൻചെളിയെത്ര ചവുട്ടി ഞാൻ തീരത്തു
പുഞ്ചിരിയൊന്നു വിരിഞ്ഞു കാണാൻ"

എന്നാണ് വൈലോപ്പിള്ളി പ്രേമത്തെപ്പറ്റി പറയുന്നത്. എത്ര ഭീരുവും ധീരനായിത്തീരുന്ന, എത്ര വൃത്തിയുള്ളവനും വൃത്തികെട്ടവനായിത്തീരുന്ന ഒരു അവസ്ഥയാണ്, അല്ലെങ്കിൽ ആ ഒരവസ്ഥയിലേക്ക് നമ്മെ എത്തിക്കുന്ന ഒരു അനുഭവമാണ് അനുരാഗം എന്ന് ബഷീറിന് അറിവുണ്ടായിരുന്നതുകൊണ്ടാണ് ബഷീർ ബാല്യകാലസഖിയിൽ സ്നേഹമെന്താണ് എന്നന്വേഷിച്ച് പോകുന്നത്. അതുകൊണ്ട് സനേഹമെന്നുള്ളത്, വെള്ളത്തിലിറങ്ങലാണ് എന്നും, സ്നേഹമെന്നുള്ളത് കാല് നഷ്ടപ്പെടലാണ് എന്നും, സ്നേഹമെന്നുള്ളത് കാത്തിരിക്കലാണ് എന്നും, സ്നേഹമെന്നുള്ളത് കാത്തിരുന്നുശബ്ദം കേട്ടുകൊണ്ട് അടയാളങ്ങൾ കണ്ടുകൊണ്ട് ജീവിതം മുഴുവൻ തുലച്ചുകൊണ്ടിരിക്കലാണ് എന്നും സ്നേഹത്തെ പല ദിക്കിലും നിർവചിക്കാൻ അദ്ദേഹം ശ്രമിക്കുന്നു. കാരണം, സ്നേഹമെന്നുള്ളത്, കാമമെന്നുള്ളത് യുദ്ധം പോലെ മനുഷ്യന്റെ ഒരു അനുഭവങ്ങളുടെ കൊട്ടുമുടിയാണ്. ബഷീർ അനുരാഗത്തിന്റെ കൊട്ടുമുടികളിലേക്ക് സഞ്ചരിക്കുകയും നമ്മളൊന്നും ചെയ്യാത്തവിധം ആഴങ്ങളിലേക്കും ഉയരങ്ങളിലേക്കും എത്തുകയും അനുരാഗം എത്ര വലിയ ശാരീരികമായ അനുഭവമാണ് എന്ന്, ഒരു ഗുളികയ്ക്കും മാറ്റാനാവാത്ത 'നെർവസ് ടെൻഷൻ' ആണ് എന്ന് പറയുകയും അത് ശാരീരികമായ ഒരു വലിയ ആധ്യാത്മികാനുഭവമാണെന്ന് നിർവചിക്കാൻ ശ്രമിക്കുകയും ചെയ്തു. അനുരാഗത്തിന്റെ ദിനങ്ങളിൽ ബഷീർ ചെയ്യുന്നത് ഇതാണ്. ഇത് അത്തരത്തിലുള്ള വലിയ ഒരു 'എക്സർസൈസ്' ആണെന്നു പറയാം. അവിടെ ശരീരം, ശരീരത്തിലെ കോശങ്ങൾ, മുടിനാരിഴകൾ, ഉമിനീരുകൾ, രക്തം, നഖങ്ങൾ നമ്മുടെ ആധ്യാത്മികാനുഭവങ്ങളുമായി ഇടയുകയും ഇതിൽ ഏതാണേത് എന്ന്, ഞാനമർത്തിയത് എന്റെ നഖമാണോ എന്റെ ആത്മാവാണോ എന്ന് നിങ്ങൾ തിരിച്ചറിയുക എന്ന്, നമ്മോട് ചോദിക്കുകയും ചെയ്യുന്നു. ഒരു കാമുകന് ഒരിക്കലും അത് തിരിച്ചറിയാൻ കഴിയാറില്ല. ഒരു ആശ്ലേഷം ശരീരം കൊണ്ടുള്ളതാണോ ആത്മാവുകൊണ്ടുള്ളതാണോ എന്ന് തിരിച്ചറിയാൻ കഴിയാത്ത ഒരവസ്ഥയേയാണ്, ആശ്ലേഷിച്ചിട്ടുണ്ടോ എന്നു പോലും അറിയാൻ കഴിയാത്ത ഒരവസ്ഥയേയാണ് അനുരാഗം എന്നു

പറയുവാനുള്ള ശ്രമം അനുരാഗത്തിന്റെ ദിനങ്ങൾ എന്ന വർക്കുബുക്കിൽ ഉണ്ട് എന്നു കാണാം.

എല്ലാ കൃതികളും യഥാർത്ഥത്തിൽ മാനുഷികവികാരങ്ങളുടെ വർക്ക്ബുക്കുകളാണ്. എങ്ങനെയാണ് അനുരാഗത്തിന്റെ 'നൊട്ടേഷൻ' കണ്ടുപിടിക്കേണ്ടത് എന്നന്വേഷിക്കുമ്പോൾ ബഷീർ എത്തിച്ചേരുന്ന ഒരു തലം, ഒരു മേഖല, ഒരു അടയാളശൃംഖല അനുരാഗത്തിന്റെ ദിനങ്ങളിൽ കാണാം. അനുരാഗത്തെ വെണ്മണി നമ്പൂതിരി തൃശ്ശൂർ പൂരപ്പറമ്പിലിരുന്ന് അടയാളപ്പെടുത്തിയത് വേറൊരു തരത്തിലാണ്. അത് നുണയാണെന്നൊന്നും പറഞ്ഞുകൂടാ. അതൊരു അടയാളമാണ്, അനുരാഗത്തിന്റെ മറ്റൊരു 'നൊട്ടേഷ'നാണ്. ബഷീർ അനുരാഗത്തിന്റെ ഒരു അതിരിലേക്ക് പോവുകയും എന്താണ് അനുരാഗമെന്ന് ഓരോ കോശം കൊണ്ടും തന്റെ ഓരോ ന്യൂറോൺ കൊണ്ടും കണ്ടെത്താൻ ശ്രമിക്കുകയും ചെയ്യുന്നുണ്ട്. അനുരാഗം ഒരു മണമാണ് അനുരാഗം ഒരു സുഗന്ധമാണ് എന്നു മാത്രമല്ല ബഷീർ പറയുന്നത്. ശബ്ദങ്ങളിൽ പറയുന്ന ഒരു കാര്യം 'എന്തൊരു വാടയുള്ള വാസന' എന്നാണ്. ഈ ലോകം ദുർഗന്ധമുള്ള ഒരു സുഗന്ധമാണ് എന്ന് ലോകത്തെ ശബ്ദങ്ങളിൽ നിർവചിക്കുന്നുണ്ട്.

ലോകത്തിലെ എല്ലാ സുഗന്ധങ്ങളെയും സുഗന്ധം ദുർഗ്ഗന്ധം എന്ന് രണ്ടായി വേർതിരിക്കുകയും സുഗന്ധമുണ്ടായിത്തീരുകയാണ് നിങ്ങളുടെ പരമമായ സായൂജ്യം എന്നു പറയുകയും, നിങ്ങളുടെ വായക്ക് ദുർഗന്ധമുണ്ട് എന്നു പറയുകയും നിങ്ങളുടെ വായുടെ ദുർഗന്ധം മാറ്റാനായി ഞങ്ങളുടെ പേസ്റ്റ് ആണ് നല്ലതെന്ന് സ്ഥാപിക്കുകയും ചെയ്യുമ്പോഴാണ് നമ്മുടെ നാട്ടിൽ ഒരു വ്യവസായസംസ്കാരം ഉദയം കൊള്ളുന്നത്. അതായത് 'ക്ലോസ്അപ്' എന്നുള്ള ഒരു പദം വാസ്തവത്തിൽ ഒരു സാംസ്കാരികമായ 'പ്രൊജക്ഷൻ' ആണ്. അടുപ്പം എന്നുള്ളത് ഒരു പേസ്റ്റിന്റെ പേരാണ് എന്ന് നാം ഇന്ന് നിർവചിച്ചിരിക്കുന്നു. നമ്മുടെ പല നിർവചനങ്ങളിൽ ഒന്നാണിത്. ഇത് ഗന്ധത്തെ നിർവചിക്കാനുള്ള ഒരു മാർഗ്ഗമാണ്. വിയർപ്പിന്റെ മണം ഒരു നല്ല മണമാണെന്ന് പുരോഗമനസാഹിത്യകാരന്മാരും അത് കഴുകിക്കളയേണ്ടുന്ന ഒന്നാണെന്ന പുരോഗമനക്കാരല്ലാത്ത സാഹിത്യകാരന്മാരും വിശ്വസിച്ചുപോരുന്നു. ഇതിനെയാണ് നാം മണത്തിന്റെ തത്വശാസ്ത്രം എന്നു പറയുന്നത്. ഇതിൽ ശരിയേത് തെറ്റേത് എന്ന് എനിക്കറിഞ്ഞുകൂടാ. ഇത് നിങ്ങൾ എവിടെ നിൽക്കുന്നു എന്നതിനെ ആശ്രയിച്ചിരിക്കുന്നു. നിങ്ങൾക്ക് ലൈഫ് ബോയ് സോപ്പുപയോഗിച്ച് ഒരു ഇൻഡസ്ട്രിയൽ കുളി നടത്തുകയോ, ഒരു കൊളോൺ സോപ്പുപയോഗിച്ച് ഒരു റൊമാന്റിക് കുളി

നടത്തുകയോ, ഒരു സാൻഡൽ സോപ്പപയോഗിച്ച് ഒരു ദേവാലയ സ്നാനം നടത്തുകയോ ചെയ്യാം. അത് നിങ്ങൾ എത്തിച്ചേരേണ്ടത് എവിടെയാണ് എന്നതിനെ ആശ്രിയിച്ചിരിക്കുന്നു. പക്ഷേ പടക്കളത്തിൽ യുദ്ധം ചെയ്തുകൊണ്ടിരുന്ന നെപ്പോളിയൻ, താൻ വീട്ടിലേക്കു വരുന്നു എന്നു പറഞ്ഞയക്കുന്നതിനു പകരം തന്റെ പടയാളിയെ ആദ്യം വീട്ടിലേക്കു പറഞ്ഞയച്ചത്. "ജോസഫൈൻ നീ കുളിക്കരുത്. നീ കുളിച്ചാൽ നിന്റെ ശരീരത്തിന്റെ സുഗന്ധം എനിക്കാസ്വദിക്കാൻ കഴിയില്ല'' എന്നാണ്. നെപ്പോളിയൻ ഇഷ്ടപ്പെട്ടിരുന്നത് വിയർപ്പിന്റെ സുഗന്ധമാണ്. കൊളോൺ സുഗന്ധമോ ലൈഫ് ബോയ് സുഗന്ധമോ അല്ല എന്നു പറായം. ഇത് ഒരു സേനാനിയുടെ ഒരു വിപ്ലവകാരിയുടെ സുഗന്ധസങ്കല്പം കൂടിയാണ്. പൊരുതുന്നവന്റെ സൗന്ദര്യം ഉറങ്ങുന്നവന്റെ സൗന്ദര്യം അല്ല. പൊരുതുന്നവന്റെ സൗന്ദര്യം ബീച്ചിലെ സൗന്ദര്യമല്ല, പാർക്കിലെ സൗന്ദര്യമല്ല. നിങ്ങൾ എവിടെ നിന്നുകൊണ്ടാണ് ഒരു സാഹിത്യകൃതിയെ സമീപിക്കുന്നത് എന്നും, എവിടെയിരുന്നുകൊണ്ടാണ് വായിക്കുന്നത് എന്നും, നിങ്ങൾക്കു വേണ്ടത് ഉറക്കമോ ഉണർവ്വോ എന്നും ഉള്ളതിനെ ആശ്രയിച്ചിരിക്കും അതിൽ കാണുന്ന സൗന്ദര്യവും വൈരൂപ്യവും. ബഷീറിനെ നമുക്ക് പല ദിക്കിൽ നിന്നും കാണാം. ബഷീറിന്റെ കഥാപാത്രങ്ങൾ വിചാരിക്കുന്നതുപോലെ "ലോകം എന്തൊരു ദുർഗ്ഗന്ധമാണ്'' എന്നു വിചാരിക്കാം. ഞാൻ പെട്ടെന്ന് ഓർത്തു പോവുന്നത് മറ്റൊരു കവിയുടെ വരികളാണ്.

"രതിപരിമളോദ്ഗാരിഭിന്നാഗരാണാ-
മുദ്ദാമാനിപ്രഥയതി ശിലാവേശ്മഭിരൈപനാനി''

എന്നെഴുതിയത് കാളിദാസനാണ്. നമ്മുടെ നാട്ടിൽ ചിത്രീകരിക്കാൻ മനുഷ്യരൊന്നും പോരാ എന്നു കണ്ടിട്ട് ശിവനെത്തന്നെ കഥാനായകനാക്കിയ ആളാണ് കാളിദാസൻ എന്ന കവി. അദ്ദേഹം വർണ്ണിച്ചു വന്നപ്പോൾ *മേഘസന്ദേശ*ത്തിൽ പറയുന്നത്, സ്നേഹമെന്നത് ഒരു പരിമളമാണ് എന്നാണ്. ഇപ്പോൾ ഉജ്ജയിനിനഗരത്തിൽ എന്തു നടക്കുന്നു എന്നതല്ല, ഉജ്ജയിനിനഗരത്തിലെ കൃത്രിമഗൃഹങ്ങളിൽ യൗവനമാസ്വദിക്കാൻ ഇറങ്ങിപ്പോയ യുവതീയുവാക്കളുടെ രതിപരിമളം തങ്ങിനിൽക്കുന്ന പ്രദേശം എന്നാണ് തന്റെ നാഗരികതയെക്കുറിച്ച് കാളിദാസൻ വർണ്ണിച്ചിട്ടുള്ളത്. അതായത് സുഗന്ധത്തെക്കുറിച്ച് നമുക്ക് എപ്പോഴും ഒന്നിലധികം അഭിപ്രായങ്ങൾ ഉണ്ടാകാം. ഇതിനെക്കുറിച്ചുള്ള ഒരഭിപ്രായമാണ് നാം പൂക്കളെക്കുറിച്ചുള്ള അഭിപ്രായമായി ഇന്നു കൊണ്ടുനടക്കുന്നത്. അതായത് ഒരു പൂവിനെക്കുറിച്ച് ബഷീർ പറയുമ്പോൾ അദ്ദേഹം ഒരു പ്രതീകമായി മാത്രം പൂവിനെ കാണുകയല്ല. അത് ഒരു ജീവിതമാണ്

എന്നു കണ്ടെത്തുകയും പൂവിനെ ഒരു സുഗന്ധമായി തിരിച്ചറിയുകയും പൂവിനെ പ്രകൃതിയായി മനസ്സിലാക്കുകയും പൂവിനെ ലോകത്തിന്റെ പുഞ്ചിരിയായി അറിയുകയുമാണ് ചെയ്യുന്നത്. അതുകൊണ്ട് ഞാൻ പറയുന്ന ഒരു കാര്യം ബഷീർ പലപ്പോഴും ഒരു ഗന്ധം കൊണ്ട് ഒരു സംസ്കാരത്തെ നിർവചിക്കുന്നു എന്നാണ്. ഇങ്ങനെ നമ്മുടെ മറ്റു പല സാഹിത്യകാരന്മാരും സംസ്കാരത്തെ നിർവചിച്ചിട്ടുണ്ട്.

കാട്ടിലലഞ്ഞു തിരിയുന്ന ലീല മദനനെ കാണാതെ വിഷമിച്ചിരിക്കുമ്പോൾ പെട്ടെന്ന് മണം പിടിച്ചിട്ട് പറയുന്നത് "ഇവിടെ എവിടേയോ അവനുണ്ട്'' എന്നാണ്. "ഇവിടെ എവിടേയോ അവനെ മണക്കുന്നുണ്ട്'' എന്നാണ്. ഇതു തന്നെയാണ് 'സഹ്യന്റെ മക'നിൽ ആനയും പറഞ്ഞത്. "എവിടെയോ മണക്കുന്നുണ്ട്'' എന്ന്. ഇങ്ങനെ മണം പിടിച്ചിട്ട് ഇവിടെ എവിടെനിന്നോ ~ഒരു പ്രത്യേക സുഗന്ധം വരുന്നുണ്ട് എന്നും ആ സുഗന്ധമുള്ളിടത്ത് എന്റെ കാമുകനുണ്ടായിരിക്കും എന്നും ഒരു കാറ്റിന്റെ പിന്നാലെ പോയിട്ടാണ്, ഹനുമാൻ ലങ്കയിലെന്ന പോലെ, ലീല മദനന്റെ അരികിലെത്തിച്ചേർന്നത്. ഒരു കാറ്റിന് ഒരു സംസ്കാരത്തിന്റെ മണമുണ്ട് എന്നു ബഷീർ പറയുന്ന മറ്റൊരു രീതി നമുക്ക് ശബ്ദങ്ങളിൽ കാണാം. കണ്ണിനെ തടഞ്ഞു നിർത്താം. പക്ഷേ,. പൊരിച്ച കോഴിയുടെ മണത്തെ നമുക്ക് തടഞ്ഞു നിർത്താൻ കഴിയില്ല എന്നതുകൊണ്ട് എൻ.വി. അദ്ദേഹത്തിന്റ മധ്യവയസ്സിൽ എഴുതിയ ഇമേജിസ്റ്റ് കവിതയിൽ തൊഴിലാളിയുടെ ദൈന്യം വർണ്ണിക്കാനായി പൊരിച്ച ഇറച്ചിയുടെ മണവും വിയർപ്പിന്റെ മണവും കൊണ്ടുവരുന്നത്. ഇങ്ങനെയുള്ള ചില അളവുകോൽ ഉപയോഗിച്ചാണ് ബഷീർ തന്റെ കൃതികളിൽ സംസ്കാരത്തെ അളക്കുന്നത്. ഇത് സ്ത്രീകൾക്കു തിരിച്ചറിയാം എന്നു ബഷീറിനറിയാം. സ്ത്രീകൾക്കു മാത്രമല്ല ആടിനുപോലുമറിയാം. ഒരെഴുത്തുകാരൻ തനിക്കു നിവേദനം ചെയ്യാനുള്ള കാര്യങ്ങൾ പണ്ഡിതന്മാരുടെ തലയിലേക്കു കയറാതെ വരുമ്പോൾ "സ്ത്രീകളെവിടെ, വിവരദോഷികൾ എവിടെ'' എന്നു വിളിച്ചു ചോദിക്കുന്നു. അടുക്കളക്കാരികൾക്കു വേണ്ടിയാണ് ഞാൻ എന്റെ കൃതികൾ എഴുതിയത് എന്നു ചങ്ങമ്പുഴ പറഞ്ഞതിന്റെയും അടുക്കളപ്പെണ്ണുങ്ങൾക്കുവേണ്ടിയാണ് തന്റെ കൃതികൾ എഴുതിയത് എന്ന് ചന്തുമേനോൻ പറഞ്ഞതിന്റെയും തന്റെ കൃതി സംസാരഭാഷയിലെഴുതിയ അജ്ഞാനികളുടെ കൃതിയാണ് എന്നു ബഷീർ കരുതിയതിന്റെയും അർത്ഥം ഒന്നാണ്. ബഷീർ തന്റെ കൃതികളിലൂടെ ഒരു പുതിയ ആസ്വാദനതലത്തേയും ഒരു പുതിയ ആസ്വാദകലോകത്തേയും ഒരു പുതിയ ആസ്വാദനശൈലിയേയും ഉണ്ടാക്കിത്തീർക്കുവാൻ ശ്രമിക്കുകയായിരുന്നു എന്നതാണ് നാമിന്നു മനസ്സിലാക്കുന്നത്.

ഏറ്റുമുട്ടലിന്റെ ഒരു ഘട്ടത്തിനുശേഷം ഇന്നദ്ദേഹം സമന്വയത്തിന്റെയും ഒത്തുതീർപ്പുകളുടേയും ഘട്ടത്തിലെത്തിയിട്ടുണ്ട്. അതുകൊണ്ടാണ് ഇപ്പോൾ ബഷീർ പറയുന്നതെന്ത് എന്നത് തീർച്ചയായിട്ടും സാംസ്കാരികമായ ഒരു പ്രശ്നമേ അല്ലാതായിത്തീർന്നിരിക്കുന്നത്. കാരണം, ബഷീർ, അദ്ദേഹം നടന്നുതീർന്ന വഴിയാണ്, ചാരിയിരിക്കുന്ന കസേരയല്ല, ബഷീർ അദ്ദേഹത്തിന്റെ തലയ്ക്കു മുകളിലുള്ള നിഴലല്ല, കത്തിയെരിയുന്ന സൂര്യനാണ്. അദ്ദേഹം കൊണ്ട വെയിലാണ്, അദ്ദേഹമിരുന്ന തണലുകളല്ല. ഇതു തെറ്റോ ശരിയോ എന്നുള്ളത് തെറ്റിനെയും ശരിയേയും കുറിച്ചുള്ള നിങ്ങളുടെ സങ്കല്പങ്ങളനുസരിച്ചിരിക്കും. ശിവൻ വിഷം കഴിച്ചപ്പോൾ പാർവ്വതി വന്നു കഴുത്തിനു പിടിക്കുകയും ശിവന്റെ കഴുത്തിൽ നീലയായ ഒരു നിറമുണ്ടായി എന്നും കഴുത്തിൽ നീലനിറമുണ്ടാകുന്നത് സൗന്ദര്യത്തിന്റെ ചിഹ്നമായി പിന്നീട് ദൈവത്തിന്റ ആശ്രിതന്മാരെല്ലാം കണക്കാക്കാൻ തുടങ്ങി എന്നുള്ളതുമാണല്ലോ നീലകണ്ഠസിദ്ധാന്തം എന്നു പറയുന്നത്. അതിൽ പ്രധാനപ്പെട്ട സംഭവം ശിവൻ മനുഷ്യർക്കുവേണ്ടി വിഷം കുടിച്ചു എന്നുള്ളതാണ്. അതവിടെ തങ്ങി എന്നുള്ളതോ, അതവിടെ ഒരു കലയായിത്തീർന്നു എന്നുള്ളതോ, അതിലെ കല മനോഹരമായ കലയായി തീർന്നു എന്നുള്ളതോ അല്ല പ്രധാനം. മനുഷ്യനുവേണ്ടി വിഷം കുടിക്കുന്നവനെയാണ് നാം ദേവൻ എന്നു പറയുന്നത്. ഇങ്ങനെ വിഷം കുടിക്കുകയും നമ്മുടെ സാംസ്കാരികമായ എല്ലാ വിഷങ്ങളും കുടിച്ചുനോക്കുകയും ഇങ്ങനെ കുടിച്ചിട്ട് അവിടെയിരുന്ന് വിഷത്തെ അതിജീവിക്കാനായി നമ്മെ സന്നദ്ധരാക്കുകയും ചെയ്തുകൊണ്ടേയിരുന്നു എന്നതാണ്, അദ്ദേഹം കത്തിയെരിഞ്ഞു എന്നതാണ്, അദ്ദേഹം കെട്ടുപോകുന്നു എന്നുള്ളതല്ല ബഷീറിന്റെ ജീവിതത്തിന്റെ ചാരിതാർത്ഥ്യമായി ഞങ്ങൾ കാണുന്നത്. ഇത് ആഴ്ചതോറും അഭിപ്രായഭേദങ്ങൾ ഉണ്ടാകാവുന്ന ഒരു പ്രശ്നമാണ്. കാരണം, ആഴ്ചതോറും അഭിപ്രായഭേദങ്ങൾ ഉണ്ടാകുന്നു എന്നുള്ളതാണ് ആഴ്ചപ്പതിപ്പുകളുടെ പ്രസക്തി.

തന്റെ ഭ്രാന്തിന് ബഷീർ പല കാരണങ്ങളും പറയാറുണ്ട്. അദ്ദേഹം പറയുന്നത്, ഞാൻ കുറേ ഇംഗ്ലീഷ് മരുന്നുകൾ കഴിച്ചു എന്നും ആന്റിബയോട്ടിക്കുകൾ ഒരുപാടു കഴിച്ചു എന്നും, അങ്ങനെ ഉറക്കമില്ലാതായിത്തീർന്നു എന്നും, അങ്ങനെ ഉന്മാദം വന്നു എന്നും, ഉന്മാദം വന്നപ്പോൾ പിടിച്ചുകൊണ്ടുപോയി എന്നും ആളുകളെല്ലാം കൂടി തലയിൽ വെള്ളം കോരി ഒഴിച്ചു എന്നുമാണ്. ഇത് പൂർണ്ണമായും അപ്രസക്തമാണ്. അദ്ദേഹം ഉന്മാദത്തിന്റെ ഓടക്കുഴൽ വായിച്ചു എന്നുള്ളതാണ് മനുഷ്യവർഗ്ഗത്തിന് പ്രസക്തമായ കാര്യം. അദ്ദേഹം ഒരിക്കൽ വിശപ്പ് എന്ന

സാഹിത്യകൃതിയിൽ-അതദ്ദേഹം പുരോഗമന സാഹിത്യപ്രസ്ഥാനവു മായി ലെയ്സൺ ഉണ്ടായിരുന്ന കാലത്ത് എഴുതിയതാണ്-വിശപ്പ് ഒരു ആത്യന്തികവികാരമാണ് എന്നു കണ്ടെത്തുന്നതു പോലെ തന്നെ ഉന്മാദമെന്നുള്ളത് മനുഷ്യൻ നിർമ്മിച്ച സമുദായത്തിന്റെ അതിരുകളെ ഉല്ലംഘിക്കുന്ന ഒരവസ്ഥയാണ് എന്നും കണ്ടെത്തിയിട്ടുണ്ട്. തല ചൂടാവുമ്പോൾ നിലാവുദിക്കുകയും നിലാവുദിക്കുമ്പോൾ പല കാര്യങ്ങളും തെളിഞ്ഞു കാണുകയും ചെയ്യുന്നു എന്നതാണ് സത്യം. അങ്ങനെയാണ് ബഷീർ 'പൂനിലാവിൽ' എന്ന കഥയെഴുതിയത്. നിലാവിൽ കാണുന്ന ലോകം വേറൊരു ലോകമാണ്. പകൽ കാണുന്ന ലോകം ഇതുകൂടാതെ മൂന്നാമത്തെ ഒരു ലോകമാണ്. മനുഷ്യന്റെ സാധ്യമായ ലോകങ്ങളിലേക്ക് നടന്നുപോവുകയും അവിടെ നിന്ന് ജീവിതത്തിന്റെ സ്പന്ദനങ്ങൾ അയയ്ക്കുകയും ചെയ്തുകൊണ്ടേയിരുന്നു എന്നുള്ളതാണ് ബഷീറിനെ സംബന്ധിച്ചിടത്തോളം അദ്ദേഹത്തിന്റെ ജീവിതത്തിന്റെ പരമമായ ചാരിതാർത്ഥ്യം.

അസംസ്കൃതമായ, പരുക്കനായ പ്രാഥമിക അനുഭവങ്ങളിലേക്ക് ഇറങ്ങിപ്പോകുവാനുള്ള കഴിവാണ് ഒരു കവിക്കുണ്ടായിരിക്കേണ്ടത് എന്ന് വേർഡ്സ്‌വർത്ത് പറഞ്ഞതിന്റെ സാമാന്യമായ ഒരർത്ഥം അനുഭവത്തിന്റെ നാനാലോകങ്ങളിൽ സഞ്ചരിക്കുക എന്നും ആണ്. ഇങ്ങനെയുള്ള ലോകങ്ങളിൽ നിന്ന് അശരീരികൾ കൊണ്ടുപോലും ഒരു ഘടന, ഒരു ശില്പം ഉണ്ടാക്കിയെടുത്തു എന്നതാണ് മതിലുകളിൽ ബഷീർ ചെയ്തത്.

തന്റെ വീടിന്റെ മുന്നിലുള്ള ഇടയിൽ വന്ന് കല്ലുകൊത്തുകയും കല്ലു കൊത്തി വിൽക്കുകയും ചെയ്യുന്ന പെണ്ണുങ്ങളെ, തമിഴത്തികളെ ബഷീർ ഇന്റർവ്യൂ ചെയ്യുന്നുണ്ട്. അത് സ്ത്രീത്വത്തെക്കുറിച്ചുള്ള ഇന്റർവ്യൂ ആണ്. "നിങ്ങൾ ഇങ്ങനെ തനിയെ നടക്കുന്നുണ്ടല്ലോ, നിങ്ങൾക്കെന്തെങ്കിലും ആപത്തുവന്നാൽ എന്തു ചെയ്യും?'' എന്നുള്ളതിനു ബഷീർ പറയുന്ന മറുപടി- ബഷീറിനുമാത്രം പറയാവുന്ന മറുപടി എന്നും പറയാം- "അവളപ്പോൾ അവളുടെ പാവാട ഉയർത്തിക്കാണിച്ച്'' എന്നാണ്. ഇവിടെ നിർത്തുന്ന വായനക്കാരനെയാണ് നാം അശ്ലീലവായനക്കാരൻ എന്നു പറയുന്നത്. ഇങ്ങനെ അവൾ പാവാട ഉയർത്തിക്കാണിച്ചപ്പോൾ നമ്മുടെ മഹാനായ സാഹിത്യകാരൻ കണ്ടത് അവൾ തുടയിൽ കഠാര കെട്ടിവച്ചിരിക്കുന്നതാണ്. ഇതാണ് എന്റെ പാതിവ്രത്യം എന്നും ഞാൻ എന്റെ ശരീരത്തോട്ടു ചേർത്ത് ഹിംസയെ പ്രതിഷ്ഠിച്ചിരിക്കുന്നു എന്നും ഈ കഠാരയാണ് എന്റെ പാതിവ്രത്യം സംരക്ഷിക്കുന്നതെന്നും പറയുവാനായി തുണി ഉയർത്തിക്കാട്ടുന്ന ഒരു ഭാരതീയ പതിവ്രതയെ സൃഷ്ടിച്ച

എന്നുള്ളതാണ് ബഷീറിന്റെ വലിപ്പങ്ങളിൽ ഒരു വലിപ്പമായി നാമിന്ന് മനസ്സിലാക്കുന്നത്. ഇവിടേയ്ക്ക് എന്തുകൊണ്ടോ നമ്മുടെ മഹാകവികൾ എത്തിച്ചേർന്നിട്ടേയില്ല. നമ്മുടെ മഹാകവികൾ എത്തിച്ചേർന്ന സ്ഥല ങ്ങളിലല്ല മഹാകാവ്യങ്ങളുള്ളത് എന്നു പറയാനാണ് ബഷീർ സാഹി ത്യമെഴുതിയത് എന്നും കൂടി പറയാം.

നിങ്ങൾ പോയ സ്ഥലത്തല്ല കല്യാണസൗഗന്ധികം ഉള്ളത് എന്നും കല്യാണസൗഗന്ധികം വേറൊരു ദിക്കിൽ വിരിയുന്ന ഒരു പൂവാണ് എന്നുമാണ് ബഷീർ നമ്മോട് പറഞ്ഞുകൊണ്ടിരുന്നത്. അതായത് കല്യാണസൗഗന്ധികം എന്നുള്ള ഒരു പൂവ് വാസ്തവത്തിൽ ഞങ്ങ ളൊക്കെ പറഞ്ഞ് കുട്ടികളെ പറ്റിച്ചിരുന്നതുപോലെ ഒരു സാങ്കല്പിക സൗവർണ്ണപുഷ്പമല്ല എന്നും അത് കൽഹാർ മരുഭൂമിയിലുള്ള ഒരു പുഷ്പ ത്തിന് കൊടുത്തിരുന്ന കൽഹാരപുഷ്പം എന്ന പേരായിരുന്നു എന്നുമുള്ള ഒരു സൂചന ഇന്ന് പുഷ്പങ്ങളെപ്പറ്റി ഗവേഷണം നടത്തുന്ന ആളുകൾ നമ്മോട് പറഞ്ഞു തുടങ്ങിയിട്ടുണ്ട്. കല്യാണസൗഗന്ധികത്തിന് ഒരു പര്യായമുണ്ടെന്നും, അത് കൽഹാരപുഷ്പമാണെന്നും, ഈ പേരിൽ ഒരു പ്രദേശമുണ്ടെന്നും, അതൊരു മരുഭൂമിയാണെന്നും, ആ മരുഭൂമിയിൽ വല്ലപ്പോഴുമൊരിക്കൽ വിരിയുന്ന അപൂർവ്വ പുഷ്പത്തെത്തേടിപ്പോക വാനാണ് പാഞ്ചാലി ഭീമനോട് പറഞ്ഞതെന്നും, അതുകൊണ്ടാണ് ഗദയുമെടുത്തിട്ട് ഒരു വലിയ യാത്ര ഭീമന് ചെയ്യേണ്ടിവരുന്നതെന്നുമുള്ള ഒരു പുതിയ മഹാഭാരതചരിത്രബോധം ഒരു പക്ഷേ, നാളെ ഉണ്ടായി എന്നു വരാം. ഇതുപോലെ കൊച്ചുകളെക്കുറിച്ച്, സിക്കിമിലേക്കുപോയ ഒരു ഭാരതീയ പക്ഷിശാസ്ത്രജ്ഞൻ, സിക്കിമിൽ ഒരു കൊച്ചുമാത്രമല്ല ഉള്ളതെന്നും, സിക്കിമിൽ ഒരൈതിഹ്യം കൂടിയുണ്ട് എന്നും, ഐതിഹ്യ ത്തിൽ കാമുകിക്ക് കാമുകന്റെ സന്ദേശം കൊണ്ടുകൊടുക്കുന്നത് ഒരു മേഘമാണ് എന്നു പറഞ്ഞിട്ടുണ്ടെന്നും റിപ്പോർട്ട് ചെയ്തിട്ടുണ്ട്. ഈ ഐതിഹ്യത്തിൽക്കൂടിയാണ് കാളിദാസന്റെ വലാഹകങ്ങൾ പറന്നു പോയിരുന്നത് എന്നും, ഒരു പക്ഷേ, കാളിദാസൻ *മേഘസന്ദേശ*ത്തിൽ മേഘത്തെ സന്ദേശവാഹകനായി സ്വീകരിക്കാൻ കാരണം അദ്ദേ ഹത്തിന്റെ ഒറിജിനാലിറ്റി കൊണ്ടായിരുന്നില്ല എന്നും, സിക്കിമിലെ ഒരൈതിഹ്യം അദ്ദേഹം മോഷ്ടിച്ചെടുക്കുകയായിരുന്നു എന്നും, അഞ്ചോ പത്തോ കൊല്ലത്തിനിടയിൽ കണ്ടു പിടിക്കപ്പെട്ടു എന്നുവരാം.

കല്യാണസൗഗന്ധികങ്ങളെ അല്ലെങ്കിൽ മരുഭൂമിയിലെ അനുഭ വങ്ങളെ തേടിപ്പോവുകയും, ജീവിതത്തിന് മരുഭൂമികൾ ഉണ്ടെന്നും അവിടെ പൂക്കൾ വിരിയുന്നുണ്ടെന്നും ആ പൂക്കൾക്ക് സമതലങ്ങളിൽ വിരിയുന്ന മുല്ലപ്പൂക്കളേക്കാൾ സൗന്ദര്യമുണ്ട് എന്നും പറയുന്ന ഒരപൂർവ്വ

സാഹസികത്വം ബഷീറിന്റെ സഞ്ചാരപഥങ്ങളിലുണ്ട്. അതുകൊണ്ട് തീർച്ചയായും നമ്മുടെ ഭാഷയേയും നമ്മുടെ സംസ്കാരത്തേയും നമ്മുടെ ബോധമണ്ഡലത്തേയും ശരി, തെറ്റ് എന്നുള്ള, സുഗന്ധം, ദുർഗന്ധം, ശ്ലീലം അശ്ലീലം എന്നുള്ള സർവ്വസമാനസങ്കല്പങ്ങളേയും തിരുത്തി യെഴുതുന്ന, ഒരു പക്ഷേ, സ്ഫോടനം ചെയ്യുന്ന അസാമാന്യമായ ഒരു നീണ്ട കരുത്താണ് ബഷീറിന്റെ ജീവിതം എന്ന് തിരിച്ചറിയുകയാണ് തീർച്ചയായിട്ടും ബഷീറിനോട് നാം ചെയ്യേണ്ട വിപ്ലവകരമായ കടമ എന്നും ഞങ്ങൾ മനസ്സിലാക്കുന്നു.

1992

ബഷീർ:
അപാരതയുടെ അനുഭവം

ഒമ്പതു വർഷം മുമ്പ്, 1993-ൽ ബഷീർ ചോദിച്ച മരുഭൂമികൾ പൂക്കുന്നത് കണ്ടിട്ടുണ്ടോയെന്ന്. ആ ചോദ്യം ഒരു കുസൃതിയായല്ല തോന്നിയത്. അത്, ജീവിതം എന്തുകൊണ്ടാണ് നിർമ്മിക്കപ്പെട്ടുന്നതെന്നു നിങ്ങൾക്കറിയുമോയെന്ന് നിരൂപകനോട് ഒരു എഴുത്തുകാരൻ ചോദിക്കുന്ന ചോദ്യമാണ്. എന്നിട്ട് ബഷീർ പറഞ്ഞു: ഞാൻ കണ്ടിട്ടുണ്ട്. എന്റെ നീണ്ട യാത്രകളിൽ, ഏകാന്തമായ മരുഭൂമിയുടെ നടുവിൽനിന്നുകൊണ്ട് മുകളിൽനിന്നും ചന്ദ്രഗോളം ഇറങ്ങിവരുന്നതും പെട്ടെന്ന് ഒരു മഴയിൽ പൂക്കൾ വിരിയുന്നതും കണ്ടിട്ടുണ്ട്. അപ്പോൾ അകലെ നോക്കെത്താത്ത ആകാശവും കര കാണാത്ത ഭൂമിയും ഞാനും പിന്നെ നാദബ്രഹ്മവും മാത്രമേ ഉണ്ടായിരുന്നുള്ളൂ. നാദബ്രഹ്മം എന്നല്ല; 'നാദബ്രഹ്മത്തിന്റെ വിഭ്രമം' എന്നാണ് അദ്ദേഹം പറഞ്ഞത്. ആർക്കും കേൾക്കാൻ കഴിയാത്ത, കേൾക്കാൻ കാതുകൾ അവശ്യമില്ലാത്ത നെഞ്ചിൽ പിടയുന്ന പ്രപഞ്ചത്തിന്റെ ശബ്ദം എന്നാണ് അദ്ദേഹം ഉദ്ദേശിച്ചിരിക്കുക. ഇതെന്തോ എനിക്കറിയില്ല. പക്ഷേ, അദ്ദേഹം അനുഭവത്തിന്റെ കൊടുമുടിയിലെത്തിയെന്നു നാമപ്പോൾ കാണുന്നുണ്ട്. നാം കാണുന്ന സാമാന്യമായ ലോകത്തുനിന്നും സാമാന്യമായ അനുഭവത്തിൽനിന്നും എത്രയോ അകലെയുള്ള ജീവിതത്തിന്റെ പിന്നിളുക്കകളിൽ, ജീവിതത്തിന്റെ കൊടുമുടികളിൽ എത്തിനിൽക്കുകയാണെന്നു അപ്പോൾ നമുക്ക് മനസ്സിലാക്കാം. അദ്ദേഹം അവിടെനിന്ന് അയക്കുന്ന സിഗ്നലുകൾ വാസ്തവത്തിൽ അനുഭവത്തിന്റെ കൊടുമുടികളിൽ നിന്നുള്ള സിഗ്നലുകൾ ആയിരുന്നു!

അപാരതയുടെ അനുഭവം എന്നത് ബഷീർകൃതികളിൽ ആവർത്തിച്ചുകാണുന്ന ആശയം തന്നെയാണ്. ഒരുപക്ഷേ അതിന് പഴയ

മതപണ്ഡിതന്മാർ ഓഷ്യാനിക് ഫീലിങ്ങ്സ് എന്നു പറയാറുണ്ട്. എനിക്ക് ഇതുവരെ അങ്ങനെയൊരു അനുഭവമുണ്ടായിട്ടില്ല എന്ന് ഇക്കാര്യത്തെക്കുറിച്ച് ഒരു കത്തു വന്നപ്പോൾ ഫ്രോയ്ഡ് മറുപടി പറഞ്ഞതായി ഞങ്ങൾ ഓർക്കുന്നുണ്ട്.

പക്ഷേ, ബഷീറിന്റെ കൃതികളിൽ ഈയൊരു അനുഭവം മാത്രമല്ല; ജീവിതത്തിന്റെ കൊടുമുടികളെ തൊടുവാൻവേണ്ടി കൈയുയർത്തുന്ന അനുഭവമാണ് നാം എപ്പോഴും കണ്ടുപോന്നിരിക്കുന്നത്. ഒരു പക്ഷേ അത് സ്വാതന്ത്ര്യസമരകാലത്തെ വീരോചിതമായ ഒരു ഭഗത്സിങ്ങ് മീശയാകാം- ഒരു മീശ പിരിച്ച് മേലോട്ട് വെക്കുമ്പോൾ അതിന്റെ അർത്ഥം ഞാൻ നിങ്ങളെ അനുസരിക്കുന്നില്ല എന്നാണ്- ഭഗത്സിങ്ങിനെപ്പോലെ മീശ ചുരുട്ടിവെക്കുകയും- മേലോട്ട് വെക്കുകയും - ഭഗത്സിങ്ങിനെപ്പോലെ വസ്ത്രധാരണം ചെയ്യുകയും ചെയ്തിരുന്ന ബഷീർ ഒരു പ്രത്യേകമായ അനുഭവത്തിൽ, എതിർപ്പിന്റെ അനുഭവത്തിൽ മരണത്തെ ജീവിതമാക്കി തീർക്കുന്ന സവിശേഷമായ സാഹസികതയിൽ എത്തിനിൽക്കുകയായിരുന്നു എന്നു നാം ഓർക്കേണ്ടതാണ്.

ഞാൻ ജയിലിൽ പോകാഞ്ഞത് ജയിലിൽ പോകാൻ എനിക്ക് ധൈര്യമില്ലാത്തതുകൊണ്ടാണ്. ജയിൽ സ്വീകരിക്കുവാൻ വേണ്ടത്ര സാഹസികത എന്നിൽ ഇല്ലാത്തതുകൊണ്ടാണ്. ഒരു കള്ളനാകാൻ പോലും കഴിയാത്തതുകൊണ്ടാണ്. ധ്യാനനിമഗ്നനായ ഒരു മനുഷ്യന് മാത്രമേ ഒരു നല്ല കള്ളനാകാൻ കഴിയുകയുള്ളൂ. കളവ് അനുഭവത്തിന്റെ മൂർധന്യമാണ് എന്ന് കണ്ടെത്തിയ ഒരു എഴുത്തുകാരനാണ് ബഷീർ. അതുകൊണ്ടാണ് എങ്ങനെ പോക്കറ്റടിക്കണം എന്നതിനെക്കുറിച്ച് ഒരു കഥ, ഒരു തീസിസ് അദ്ദേഹം എഴുതിയത്. അതിന് വലിയൊരു പുതപ്പും നല്ല ഉയരവും മാത്രമുണ്ടായാൽ പോരാ. മേലെനിന്ന് താഴേക്ക്, പോക്കറ്റടിക്കാൻ പാകത്തിന് നല്ല ഉയരവും ഉണ്ടാകണം. പിന്നെ എല്ലാം ഒളിപ്പിക്കാവുന്ന ഒരു പുതപ്പുമുണ്ടാവണം. ഇതു രണ്ടുമായാൽ നിങ്ങൾ പിടിക്കപ്പെടുകയേയുള്ളൂ. ഒരു പക്ഷേ ഒരു പോക്കറ്റടിക്കാരൻ ഒരു ദൈവജ്ഞനെപ്പോലെ ധ്യാനനിരതനായിരിക്കണമെന്നുള്ള, ബോധം വാസ്തവത്തിൽ നമുക്ക് ബഷീറിന്റെ കൃതികളിൽനിന്ന് മാത്രമേ കിട്ടുന്നുള്ളൂ. അവിടെയും അദ്ദേഹം എത്തിച്ചേരുന്നത് കലാപരമായ കൗശലത്തിന്റെ മൂർധന്യത്തിലാണ്.

കർമ്മത്തിന്റെ കൗശലമാണ് യോഗം എന്നു പറയുന്നത് ബഷീറല്ല; കൃഷ്ണനാണ് - ഗീതയിൽ പറഞ്ഞതാണ്. "യോഗ കർമ്മസു കൗശലം." അതിതീവ്രമായി ചെയ്യപ്പെടുന്ന ഒരു കർമ്മംപോലും വാസ്തവത്തിൽ യോഗാവസ്ഥയിലെത്തിച്ചേരുന്നു എന്നുള്ള

ബോധം എവിടെയെല്ലാമാകാം എന്നതിനെക്കുറിച്ചുള്ള വ്യാപകമായ അന്വേഷണം ബഷീറിന്റെ കൃതികളിലുണ്ട്. ഇത് ഭക്ഷണത്തിന്റെ രുചിയെക്കുറിച്ചുള്ള അന്വേഷണമാണ്.

ഹോട്ടലിൽ പോയി ഭക്ഷണം കഴിക്കുമ്പോൾ നാം ഉരുവിട്ടുകൊണ്ടേയിരിക്കുന്നത്, സദ്യയെക്കുറിച്ച് നാം ഉരുവിട്ടുകൊണ്ടേയിരിക്കുന്നത്, 'നാലും വച്ച ഒരുണ്' എന്നാണ്. നാലു വച്ച ഒരുണ് എന്നുള്ളത് ഒരു ക്ലാസ്സിക്കൽ ഫോർമുലയാണ്. അതിൽനിന്നു മേലോട്ട് നോക്കുവാനോ അതിൽനിന്ന് താഴോട്ട് നോക്കുവാനോ നമുക്ക് കഴിയുന്നില്ല.

നാവ് മനുഷ്യന് അനുഭവങ്ങൾ കൊണ്ടുതരുന്ന അസാമാന്യമായ ഒരു സാധനമാണെന്ന്, കാന്താരിയും ഉപ്പും കൂടി അരച്ചെടുത്തതിൽ കപ്പ മുക്കി തിന്നുമ്പോൾ ഉണ്ടാകുന്ന ആനന്ദം ഏതാണ്ട് ബ്രഹ്മത്തിന്റെ തുരീയാനന്ദം പോലുള്ള - ആനന്ദമാണ് - എന്നു കണ്ടെത്തുന്നതാണ് വാസ്തവത്തിൽ ബഷീറിന്റെ അനുഭവബോധത്തിന്റെ ഒരു അടിസ്ഥാനം. തീർച്ചയായും ഭക്ഷണം; നാവിൽ തേക്കുന്ന ഉപ്പ്, നാവിൽ തേക്കുന്ന എരിവ്, നമ്മെ കിടിലം കൊള്ളിക്കുന്ന രസനയുടെ അനുഭവങ്ങൾ, അനുഭവത്തിന്റെ കൊടുമുടിയാണ്. അങ്ങനെയതൊരു വലിയ വ്യവസായമാണ്. നാം അതിനെ പാചകകല എന്നു വിളിക്കുന്നു. അതുകൊണ്ടാണ് മുറിയുടെ ചൂടുള്ള ഭക്ഷണം വെറുക്കുകയും അതിനെക്കാൾ താഴെയുള്ള ഭക്ഷണം; അതിനെക്കാൾ മേലെയുള്ള ഭക്ഷണം ഇഷ്ടപ്പെടുകയും ചെയ്യുന്നത്. അതായത് മുറിയുടെ ചൂടുള്ള ഭക്ഷണം (Room Temperature) വെറുക്കുകയും അതിനെക്കാൾ താഴെയുള്ള ഭക്ഷണം കൊണ്ടുവരുന്ന ഭാര്യയുടെ തലയിൽ അഭിഷേകം ചെയ്യാനുള്ളതാണ് ആ ചോറും കറിയും. നേരെ മറിച്ച് അത് ശീതീകരിച്ച ഭക്ഷണമാണെങ്കിൽ അത് അനുഭവത്തിന്റെ മേലേക്കിടയിലേക്കോ അത് അനുഭവത്തിന്റെ താഴേ ആഴത്തിലേക്കോ എത്തിച്ചേരുന്നു എങ്കിൽ, അതായത് ടെംപറേച്ചർ എന്നത് മനുഷ്യന്റെ അനുഭവമുണരുന്നതാണ് എന്നും ഭക്ഷണത്തെയും ചൂടിനെയും സമന്വയിപ്പിക്കുമ്പോൾ ഭക്ഷണത്തിൽ പുതിയൊരു അനുഭവമുണ്ടായിത്തീരുന്നു എന്നുള്ളതും ഭക്ഷണ കലയിലെ ഒരു വലിയ കണ്ടുപിടുത്തമായി നാം ഇന്ന് കൊണ്ടുനടക്കുന്നുണ്ട്.

ബഷീറിന്റെ താൽപര്യം ഭക്ഷണ കലയിലുംകൂടിയാണ്. അതുകൊണ്ടാണ് അദ്ദേഹം ലോകത്തിൽ എത്രതരം ഭക്ഷണമുണ്ടെന്നും ഈ ഭക്ഷണങ്ങളെല്ലാം എവിടെക്കെല്ലാം നയിക്കുന്നു എന്നതിനെക്കുറിച്ചും കുഞ്ചൻ നമ്പ്യാരെപ്പോലെ തന്നെ അന്വേഷണം നടത്തിയിട്ടുള്ളത്.

കുഞ്ചൻ നമ്പ്യാർക്ക് ലക്കിടിയിലെ പാൽപ്പായസത്തെപ്പറ്റിയുമറിയാം. അമ്പലപ്പുഴ പാൽപ്പായസത്തെപ്പറ്റിയുമറിയാം. കാരണം

അദ്ദേഹത്തിന്റെ ജീവിതം അമ്പലപ്പുഴ പാൽപ്പായസച്ചെമ്പിലോ ഉരുളിയിലോ വീണു ചാവാനുള്ള ഒരു ക്ഷുദ്രയുടെ ജീവിതമായിരുന്നില്ല. വളരെ നിസ്സാരമായ കാര്യങ്ങളെ സംബന്ധിച്ചിടത്തോളം ഒരുപക്ഷേ ഞാൻ പറഞ്ഞത് - സ്വാതന്ത്ര്യ സമരത്തിൽ ഒരു ഭഗത്സിങ്ങ് ആയിരിക്കുന്നതുപോലെതന്നെ ഗൗരവമുള്ള കാര്യമായിട്ടാണ് ബഷീർ കപ്പയും കാന്താരിയും ഉപ്പും തമ്മിലുള്ള സമ്മേളനത്തെ കാണുന്നതെന്നാണ്.

'അനുരാഗത്തിന്റെ ദിനങ്ങളിൽ' ഉള്ള ഏറ്റുമുട്ടൽ, കേവലനായ മനുഷ്യന്റെ, കേവലമായ കാമത്തിന്റെ, കാമത്തിൽ അടങ്ങിയ സ്വാർത്ഥത്തിന്റെ, കാമത്തിൽ അടങ്ങിയ കൊതിയുടെ ഏറ്റുമുട്ടലായി നാം പതുക്കെപ്പതുക്കെ തിരിച്ചറിയാതിരിക്കുകയില്ല. അത് കാമത്തിന്റെ ഒരു തലമാണ്. ഒരുപക്ഷേ പ്രാകൃത നയം എന്നും പറയാം. അതുകൊണ്ടാണ്, അത് എത്ര ശക്തമായി പറയുവാൻ ബഷീറിന് കഴിയുകയും നമുക്കതേൽക്കുവാൻ ശക്തിയില്ലാത്തതുകൊണ്ട് അത് അശ്ലീലമാണെന്ന് നാം ഉപേക്ഷിക്കുകയും ചെയ്യുന്നത്. കാരണം, അശ്ലീലം ഏറ്റുവാങ്ങാനുള്ള കരുത്ത് ഇന്നും കേരളജനത സമ്പാദിച്ചു കഴിഞ്ഞിട്ടില്ല. അതുകൊണ്ട് 'ശബ്ദങ്ങൾ' ഉണ്ടായപ്പോൾ - ശബ്ദങ്ങൾ അന്നത്തെ മാന്യരായ എല്ലാവരും - മാന്യന്മാർ എന്നു പറയുന്നത് യാഥാസ്ഥിതികമായ സ്വന്തമല്ലാത്ത പരമ്പരാഗതമായ അനുഭവങ്ങളെ ലാളിക്കുന്നവരും അത് നിലനിർത്തുകയാണ് തങ്ങളുടെ കർത്തവ്യം എന്നു വിശ്വസിക്കുന്നവരുമായ ആളുകളെയുമാണ് നാം മാന്യർ എന്നു പറയുന്നത്. - അപഹസിക്കുകയും അത് ഏറ്റുവാങ്ങുമ്പോൾ പൊള്ളും എന്നു മനസ്സിലാക്കുകയും ചെയ്തിരുന്നു. കാരണം നമ്മുടെ മാന്യതയുടെ പൊള്ളുന്ന വശങ്ങൾ ചിത്രീകരിക്കുന്ന കൃതിയാണ് 'ശബ്ദങ്ങൾ' എന്നു നമ്മൾ എളുപ്പത്തിൽ മനസ്സിലാക്കുന്നു.

ചങ്ങമ്പുഴയെയും ബഷീറിനെയും അനുകരിച്ച് മറ്റു പലരും അനുഭവത്തിന്റെ കൊടുമുടികളിലേക്ക് അന്നു യാത്ര പോയിരുന്നു എന്നു നമുക്ക് അറിയാം. വിശപ്പ് ഒരു അനുഭവമാണെന്ന് പറയുമ്പോഴാണ് ബഷീറിന്റെ 'വിശപ്പ്' എന്ന കഥയുണ്ടാകുന്നത്. വിശപ്പ് ഒരു അനുഭവമാണെന്നും ഒരു പക്ഷേ മലയാളത്തിൽ ഒരിക്കൽ മാത്രമേ ആ ശബ്ദം വന്നിട്ടുള്ളൂ. "ഇല്ല, ദാരിദ്ര്യാർത്തിയോളം വലുതായിട്ടൊരാർത്തിയും ഇല്ലം വീണു കുത്തുമാറായതു കണ്ടാലും"... എന്ന് രാമപുരത്തു വാര്യരുടെ വരിയിലല്ലാതെ മറ്റൊരിടത്തും നമ്മുടെ ദാരിദ്ര്യത്തിന്റെ തീവ്രാനുഭവം സാഹിത്യത്തിന്റെ അനുഭവമാണെന്നു നാം അംഗീകരിച്ചിട്ടുണ്ടോയെന്ന് സംശയമാണ്. വിശപ്പിനെ ഒരു അനുഗ്രഹമാക്കിയെടുക്കുകയും അന്ന്- കേശവദേവ് പറഞ്ഞതുപോലെഹൃദയത്തിന്റെ വിശപ്പിനെ,

കാമത്തിനെ, ഒരു അനുഭവമാക്കി, അനുഭവത്തിന്റെ തീവ്രതയാക്കി കാണുകയും ഒരു പക്ഷേ ഭക്ഷണത്തിന്റെ രുചിപോലെ, സ്വാതന്ത്ര്യത്തിന്റെ സാഹസംപോലെ, യുദ്ധത്തിന്റെ ക്രൂരതപോലെ, ജീവിതത്തിന്റെ പല മേഖലകളിൽ മുഴുവൻ പരതി നടക്കുകയും ചെയ്യുന്ന ഒരു ബുദ്ധി, ഒരു സാഹസികബോധം ബഷീറിന് എന്നുമുണ്ടായിരുന്നു എന്ന് നമുക്ക് കാണാം.

ചങ്ങമ്പുഴയുടെ ഏറ്റവും വലിയ ഒരു ഗവേഷണം മദ്യത്തെപ്പറ്റിയുള്ളതായിരുന്നു. മറ്റൊരു ഗവേഷണം സെക്സ് എന്നും നാം പറയുന്ന സ്ത്രീപുരുഷ ബന്ധത്തിന്റെ നാനാ രൂപങ്ങളെപ്പറ്റിയായിരുന്നു. ഇത് ചങ്ങമ്പുഴ മാത്രമല്ല; ഇന്ത്യൻ സൗന്ദര്യശാസ്ത്രജ്ഞരും കവികളും ചെയ്തിട്ടുണ്ട്. എങ്ങനെയെല്ലാം ഇത് ചെയ്യാമെന്നതിനെക്കുറിച്ചുള്ള അന്വേഷണമാണ് കോണാർക്കിൽ ഉള്ളത്. അതിനെക്കുറിച്ചുള്ള അന്വേഷണമാണ് വാത്സ്യായനന്റെ കാമസൂത്രത്തിലുള്ളത്. വൈവിധ്യം തേടിപ്പോകുന്നത്, വാസ്തവത്തിൽ അനുഭവത്തിന്റെ തീവ്രത തേടിപ്പോകുന്നത് ഒരു പ്രത്യേകതയാണെന്ന് നാം ഇന്ന് വളരെ എളുപ്പത്തിൽ മനസ്സിലാക്കുന്നുണ്ട്. അതുകൊണ്ട് പലതരത്തിലുള്ള പോസുകളിൽ, പലതരത്തിലുള്ള ഔഷധങ്ങളിൽ, പല തരത്തിലുള്ള സങ്കേതങ്ങളിൽവെച്ച് രതി അനുഭവിക്കാം എന്നുള്ളത് രതി വൈചിത്ര്യത്തെക്കുറിച്ച് ഇന്ത്യക്കാർക്കുണ്ടായിരുന്ന ഒരു സങ്കൽപമായിരുന്നു. ഒരുപക്ഷേ ചങ്ങമ്പുഴ അങ്ങനെയല്ല കരുതിയിരുന്നത്. എന്തുകൊണ്ട് മനുഷ്യൻ മനുഷ്യനുമായി മാത്രം ഇണചേരണം എന്നു ചങ്ങമ്പുഴ സംശയിച്ചിരുന്നു. അതുകൊണ്ട് അദ്ദേഹത്തിന്റെ ഒരു പരീക്ഷണരംഗം മനുഷ്യനും മൃഗങ്ങളും തമ്മിലുള്ള ബന്ധം ആയിരുന്നുവെന്ന് ചങ്ങമ്പുഴതന്നെ പറഞ്ഞുനടക്കാറുണ്ട്. എനിക്ക് ഇനിയൊരു മോഹവുംകൂടിയേയുള്ളൂ എന്നു കൂടെക്കൂടെ പറയാറുണ്ട്. ആ മോഹത്തെപ്പറ്റിയാണ്, മോഹം നിറവേറിയതിനെപ്പറ്റിയാണ് 'ഖസാക്കിന്റെ ഇതിഹാസ'ത്തിൽ ഒ.വി. വിജയൻ പറയുന്നത്. എന്നു മാത്രമേ ഇപ്പോൾ പറഞ്ഞുകൂട്ടൂ. പാമ്പുമായിട്ടുള്ള ബന്ധം അതുമാത്രമേ എനിക്ക് കഴിയാതുള്ളൂവെന്ന്- ഇത് ശരിയോ തെറ്റോ എന്നുള്ളത് വേറൊരു കാര്യമാണ്. പക്ഷേ ഒരു എഴുത്തുകാരൻ എപ്പോഴും എല്ലാ അനുഭവങ്ങളുടെയും തീവ്രതയിലേക്ക് പോകുന്നു എന്നുള്ളത് പഴയകാലത്തെ ഒരു വലിയ സന്ദിഗ്ധതയായിരുന്നു.

എന്തിനാണ് വേശ്യാലയത്തിൽ പോകുന്നത്? എന്തിനാണ് ഇടപ്പള്ളിമുതൽ എറണാകുളം വരെയുള്ള ഷാപ്പുകളിൽ കയറി ഇറങ്ങുന്നത്. (വേറെ ഇടമൊന്നും ഇല്ലാഞ്ഞിട്ടാണോ) എറണാകുളം നഗരത്തിലെ ജനറൽ ഹോസ്പിറ്റലിനരികിലുള്ള തെരുവുകളിൽ

ജീവിതമെങ്ങനെയാണ് പൂക്കുന്നത് - (പുണ്ണുകൾ എങ്ങനെയാണ് പൂക്കുന്നത്) എന്ന് അന്വേഷിച്ചുകൊണ്ടാണ് ബഷീർ നടന്നിരുന്നത്. ബഷീറിന്റെ കഥാപാത്രങ്ങൾ രാത്രികാലങ്ങളിൽ പലരേയും കൈകാട്ടി വിളിക്കുമായിരുന്നത് വളരെ അപ്രസക്തമായ ഒരു കാര്യമാണ്. "ചെറുപ്പമാണല്ലോ എവിടേക്കാ ഈ പോകുന്നത്'' എന്നു ചോദിച്ചുകൊണ്ട് ശബ്ദങ്ങളിലേയും മറ്റും കഥാപാത്രങ്ങൾ നിരത്തുവക്കിൽ നിന്ന് ഇപ്പോഴും ചോദിക്കുന്നുണ്ട്.

മാന്യന്മാർ ഇതൊന്നും അറിയാതിരിക്കുകയും മാന്യന്മാർ പകൽ മാത്രം ജീവിക്കുകയും മാന്യന്മാർ മണിക്കൂറുവെച്ചുമാത്രം ഭക്ഷണം കഴിക്കുകയും മാന്യന്മാർ മണിക്കൂർ വെച്ചു മാത്രം ജീവിക്കുകയും ചെയ്യുന്ന ആൾക്കാരാണ്. അതുകൊണ്ട് ഒരു കലാകാരൻ എപ്പോഴും താൻ മാന്യതയുടെ ലോകത്തിന് അപ്പുറത്തേക്ക് കാണുകയും തന്റെ മാന്യതയുടെ പ്രത്യയശാസ്ത്രത്തിനകത്തുനിന്ന് പുറത്തേക്ക് നോക്കുകയും മാന്യമായ അനുഭവങ്ങളിൽ നിന്ന് വ്യത്യസ്തമായ അനുഭവങ്ങളെ തേടിപ്പോകുകയും സാമാന്യതയെ എപ്പോഴും വെറുക്കുകയും ചെയ്യുന്നു എന്നുള്ളതാണ്. ഇത് തീർച്ചയായും എഴുത്തുകാരന്റെ തലയിലെഴുത്താണ് എന്നു വേണമെങ്കിൽ പറയാം.

ഒരു എഴുത്തുകാരൻ കാലത്തെ അളക്കുന്നത് താൻ ജീവിതത്തിൽ പരാജയപ്പെടുന്നുണ്ടോ എന്നു നോക്കിയിട്ടാണ്. താൻ പരീക്ഷയിൽ തോൽക്കുന്നുണ്ടോ എന്ന് നോക്കിയിട്ടാണ് ഇടപ്പള്ളി ഈ ലോകം എന്തുലോകമാണെന്നു തിരിച്ചറിഞ്ഞത്. താൻ സ്നേഹിക്കുമ്പോൾ തിരിച്ചു സ്നേഹിക്കപ്പെടുന്നുണ്ടോ എന്നു നോക്കിയാണ് ഇടപ്പള്ളി ഈ ലോകത്തിന്റെ സ്നേഹത്തെ അളന്നത്. അങ്ങനെ പോയേടത്തെല്ലാം തോൽക്കുകയും ചെയ്തതിലെല്ലാം അടിവരെ പതറിവീഴുകയും ചെയ്ത ഇടപ്പള്ളിയെ സംബന്ധിച്ചിടത്തോളം ഈ ലോകം എന്നത് മരിക്കാൻ പറ്റിയ സ്ഥലമാണ്. ജിവിക്കാൻ പറ്റിയ സ്ഥലമല്ല എന്നുള്ള ഒരു തത്ത്വശാസ്ത്രം അതിൽനിന്ന് അദ്ദേഹം രൂപപ്പെടുത്തിയെടുക്കുന്നു എന്നു പറയാം. സാങ്കേതിക രീതിയിൽ അദ്ദേഹം സമ്മർദ്ദങ്ങളുണ്ടായിരുന്ന മനുഷ്യനാണെന്നു പറയാം. മാനസികമായി സമ്മർദ്ദമുള്ള ആൾ ഒരു ചെറിയ കാര്യത്തെ വലിയ കാര്യമായി കാണുന്ന ആളെയാണ് പലപ്പോഴും 'ഡിപ്രസീവ്' എന്നു പറയുക.

ഒരു മുഖക്കുരു നുള്ളിക്കൊണ്ടിരിക്കുകയും മുഖക്കുരു കണ്ണാടിയിൽ നോക്കിക്കൊണ്ടിരിക്കുകയും അതിന്റെ അറ്റം തുടുത്ത് തെഴുത്ത് വരുന്നതു കാണുകയും അതിൽ വ്യാകുലപ്പെടുകയും മെല്ലെ മെല്ലെ ഭയപ്പെടുകയും ഇങ്ങനെ അത് പൊട്ടുമ്പോൾ വാസ്തവത്തിൽ ഒരു അഗ്നിപർവ്വതം

പൊട്ടിത്തെറിച്ചു എന്ന് കരുതുകയും ചെയ്യുന്ന പ്രായം നമുക്ക് എല്ലാവർക്കും ഉണ്ട്. ഈ പ്രായത്തിൽ പുരട്ടാനുള്ള മരുന്ന് വിറ്റുകൊണ്ടാണ് നമ്മുടെ നാട്ടിൽ പല ആൾക്കാരും പണക്കാരായി മാറിയിട്ടുള്ളത്. ലോകത്തിൽ മുഖക്കുരുവിന് ഒരു മരുന്നുമില്ല എന്ന് നമുക്കറിയാം. നമ്മുടെ ജീവിതത്തിന്റെ കാലയളവിനെ അടയാളപ്പെടുന്ന ഒരു അഗ്നിപർവ്വതം എന്നുള്ളതാണ് മുഖക്കുരുവിന്റെ വാസ്തവം. അതുകൊണ്ട് പലപ്പോഴും ഒരു ചെറുപ്പക്കാരൻ ഒരു തരുണൻ ഒരു തരുണി കാലത്തെ അളക്കുന്നത് തന്റെ മുഖത്ത് ഒരു കുരു വന്നിട്ടുണ്ടോ എന്ന് നോക്കിയിട്ടാണ്. ഇത് തെറ്റാണെന്ന് പറയാൻ നമുക്ക് ഒരു അവകാശവും ഇല്ല. കാരണം അയാളുടെ അനുഭവം അയാളെ പഠിപ്പിക്കുന്നത് മുഖക്കുരു വളരെ വലിയ ഒരു കാര്യമാണ് എന്നാണ്. ഇത് ജീവിതത്തിന്റെ ഒരു ദശയാണ് എന്നും കുറച്ചു കഴിഞ്ഞാൽ മാറിപ്പോകും എന്നും വീട്ടിലുള്ളവർക്ക് പറയാം. ഇത് അങ്ങനെയൊന്നും മാറില്ല. ഇത് സെപ്റ്റിക് ആകാൻ ചാൻസുണ്ട് എന്നൊരു ഡോക്ടർക്ക് പറയാം. അതുകൊണ്ട് നിങ്ങൾ കടുത്ത മരുന്നുകൾ കഴിക്കണം എന്നദ്ദേഹത്തിന് പറയാം.

ഒരു ചെറുപ്പക്കാരൻ കണ്ണാടി നോക്കിയിട്ട് എന്റെ മുഖക്കുരു വന്നിരിക്കുന്നുവെന്നും അതൊരു മധുരമായ വേദനയാണ് എന്നും വികൃതമായ സൗന്ദര്യമാണെന്നും അത് തന്റെ സുഖകരമായ അവസ്ഥയാണെന്നും തിരിച്ചറിയുമ്പോൾ അത് മുഖക്കുരുവിനെക്കുറിച്ചുള്ള ഒരു കവിതയായി തീരുന്നു എന്നു പറയാം. ചില നിമിഷങ്ങളിൽ അവൻ അവന്റെ ജീവിതത്തെ കാണുന്നത് സൂക്ഷ്മദർശിനിയിൽക്കൂടിയാണ് എന്ന് വരും. അങ്ങനെ വരുമ്പോൾ ഒരു ചെറിയ കല്ലെടുക്കുന്നത് തുമ്പി കല്ലെടുക്കുന്നതുപോലെ വലിയ കാര്യമായിട്ട് തോന്നും. ചെറിയ കാര്യങ്ങൾ വളരെ വലുതായി ചിത്രീകരിക്കുകയും ചെയ്യും. ഒരു ജയിൽ മുറിയിൽ അടച്ചിട്ട ഒരാൾ കിടക്കുമ്പോൾ അവൻ കാണുന്നത് നാല്-ആറിൽ, നാല്-പത്തിൽ ഉള്ള ഒരു മുറിയിലെ ലോകമാണ്. അങ്ങനെ വരുമ്പോൾ ഈ ലോകം അയാൾക്ക് ഈ മുറി അയാൾക്ക് ലോകമായി തീരുകയും ഓരോ മണൽത്തരിയുമായി അയാൾ പരിചയപ്പെടുകയും ഓരോ തുണ്ടു കടലാസുമായി അയാൾ വേഴ്ച നേടുകയും ചെയ്യുന്നു. ചതുരശ്ര അടികളിൽ ജീവിതം കുടുങ്ങി പോകുകയും അങ്ങനെ കുടുങ്ങിയ ജീവിതത്തെ കാണുമ്പോൾ നിങ്ങൾ മറ്റൊരു ജീവിതം അനുഭവിക്കുകയും ചെയ്യുന്നു എന്നു പറയാം. അങ്ങനെയാണ് ലോക പ്രശസ്തനായ ഒരു ഫ്രഞ്ച് നോവലിസ്റ്റ് അദ്ദേഹത്തിന്റെ അലർജിക്ക് രോഗങ്ങൾകൊണ്ട് മുറിക്കകത്ത് അടച്ചിരുന്നിട്ട് ചെയ്യാവുന്ന ഏറ്റവും വലിയ കാര്യത്തെക്കുറിച്ച് - ഓർമ്മിക്കുക എന്ന കാര്യത്തെക്കുറിച്ച്, നോവലെഴുതുകയും ചെയ്തത്.

പക്ഷേ ജവഹർലാൽ നെഹ്റു ഇങ്ങനെ മുറിക്കകത്ത് അടച്ചിരുന്നിട്ട് ചരിത്രമെഴുതിക്കളയാം എന്ന് തീരുമാനിക്കുകയാണ് ചെയ്തത്. വർത്ത മാനകാലം ഇല്ലാതാകുമ്പോൾ നാം ചരിത്രം എഴുതാൻ ആരംഭിക്കുന്നു എന്നാണ് ഈ പറഞ്ഞതിന്റെ അർത്ഥം.

നാം പലപ്പോഴും അനുഭവത്തിന്റെ തീവ്രത എന്നു പറയുന്നത് കവികൾ സ്വന്തം വേദനകൊണ്ട് നേടുകയും നമുക്ക് നൽകുകയും ചെയ്തിട്ടുള്ള ജീവിതാനുഭവങ്ങളെയാണ്. അതുകൊണ്ടാണ് അനു രാഗത്തിൽ മരിക്കുകയാണെങ്കിൽ അതാണ് നല്ലത് എന്നും മറിച്ച് അനുരാഗമില്ലാതെ ദാമ്പത്യത്തിൽ ജീവിക്കുക എന്ന സാമ്പ്രദായിക ജീവിതമല്ല നല്ലത് എന്നു പറയാൻ ആശാൻ വീണ്ടും വീണ്ടും കവിത എഴുതിക്കൊണ്ടിരുന്നു. എത്ര നല്ല വിവാഹവും എത്ര സീതാരാമന്മാ രുടെ ദാമ്പത്യവും ആത്യന്തികമായി ഒരു മത്സരമായി, പകയായി, ദുരിതമായി, ദുരന്തമായി തീരുന്നു എന്നറിയുമ്പോൾ നാം ജീവിതത്തിന്റെ മറ്റൊരു രംഗം കാണുകയും നമ്മുടെ ജീവിതത്തിന് മറ്റൊരു സാധ്യത (Alternity)യുമുണ്ട് എന്ന് പറയുകയും ചെയ്യുന്നുണ്ട്. ഒരു പക്ഷേ എല്ലാ കലാകാരന്മാരും ശരിയായാലും നമുക്ക് പറ്റാത്തതായാലും ജീവിതത്തിന് മറ്റൊരു സാധ്യതയുണ്ട് എന്നു പറയുന്ന ആളുകളാണ്. ഒരു നമ്പൂതിരി പെൺകുട്ടിക്ക് ഒരു നമ്പൂതിരി ചെറുക്കനെ വിവാഹം ചെയ്യുകയോ ഒരു വിവാഹം ചെയ്യാതെ ചത്തുപോകുകയോ ചെയ്യാം എന്നുള്ള രണ്ട് choice മാത്രമുള്ള ഒരു സമുദായത്തിൽ ഒരു നമ്പൂതിരി പെൺകുട്ടിക്ക് ഒരു പുലയ യുവാവിനെ വിവാഹം ചെയ്യുകയും സാമാന്യ മായി ജീവിക്കുകയും ചെയ്യാം എന്നുള്ള ഒരു പ്രൊജക്ഷനാണ് അദ്ദേഹം 'ദുരവസ്ഥ'യിൽക്കൂടി നമുക്ക് തരുന്നത്. It is an alternate way of life.

എന്തിന് വേണ്ടി ചാകാം എന്നതിന് ആശാൻ നൽകിയ ഉത്തരം സ്നേഹത്തിനുവേണ്ടി പലതവണ ചാകാം എന്നാണ്. (ഇത് ആ കാലം വരെ 1910-20 കാലം വരെ നമ്മുടെ നാട്ടിൽ ഒരു ക്വിസ്സിലും കിട്ടാത്ത ഉത്തരമായിരുന്നു.) ഇങ്ങനെ മരിക്കാനുള്ള പല കാരണങ്ങളിൽ ഏറ്റവും വലിയ കാരണം സ്നേഹമാണ്. ജീവിതത്തിന്റെ ഒരു മൂല്യത്തെ എടുത്തു കാണിക്കുകയും ജീവിക്കാനും മരിക്കാനുമുള്ള ഒരു കാരണം പ്രൊജക്ട് ചെയ്യുകയും ചെയ്തു എന്നുള്ളത് ഒരുപക്ഷേ ഒരു കലാകാരന്റെ പ്രധാ നപ്പെട്ട സംഭാവനയായിത്തീരുന്നു എന്നു കാണാം. ഈ ഒരവസ്ഥയി ലാണ് തീർച്ചയായും നാം ബഷീറിന്റെയും മറ്റ് കവികളുടെയും കൃതികൾ കാണേണ്ടത്. അവർ നാം സഞ്ചരിക്കാത്ത കയങ്ങളിൽ മുങ്ങിത്തപ്പു കയും ഒരു കൽക്കരി ഖനിയിൽ ഇറങ്ങിനിന്നാൽ എന്ത് മർദ്ദമുണ്ടാകും

എന്ന് പരീക്ഷിക്കാൻ തന്നെത്തന്നെയാണ് ഉപയോഗിക്കേണ്ടത് എന്നു കരുതിയ ഒരു ജെ.ബി.എസ്. ഹാൽഡയിനിനെ പോലെ ജീവിതത്തിന്റെ വിഷമഹ്രദങ്ങളിൽ സ്വയം ഇറങ്ങിനിന്നിട്ട് അവിടുത്തെ സന്ദേശങ്ങൾ നമുക്ക് എത്തിക്കുവാൻ ശ്രമിക്കുന്ന കലാകാരന്മാരെ സംബന്ധിച്ചിടത്തോളം നമുക്ക് എന്തുചെയ്യാൻ കഴിയുമെന്നെനിക്ക് അറിഞ്ഞുകൂടാ.

ബഷീറിൽ കണ്ടത്

1945-ൽ വൈക്കം മുഹമ്മദ് ബഷീർ സുന്ദരനായിരുന്നു. ചുവന്ന നിറം. ആറടി ഉയരം. നീണ്ടു നിവർന്നുള്ള നടപ്പ്. ആരും ഒന്ന് നോക്കിപ്പോകുന്ന പ്രകൃതം. ഞാൻ കാണുമ്പോൾ ബഷീർ പുസ്തകക്കച്ചവടക്കാരനാണ്. അന്ന് എറണാകുളത്ത് പഠിക്കാൻ പോകാൻ ഞാൻ വെളുപ്പിന് രണ്ടരമണിക്കെഴുന്നേറ്റ് കൊടുങ്ങല്ലൂരിൽ നിന്ന് കോട്ടപ്പുറത്തേക്ക് നടക്കും. വഴികളൊക്കെ വിജനമായിരിക്കും. ഇരുട്ടുമാത്രമുണ്ടാവും കൂട്ടിന്. നാലരക്കാണ് ബോട്ട്. ഇരുപത്തി രണ്ട് മൈൽ താണ്ടാൻ നാലരമണിക്കൂർ വേണം. 9 മണിക്ക് എറണാകുളം ബോട്ടുജെട്ടിയിലേത്തുമ്പോൾ ചാരുകസേരയിൽ പുസ്തകങ്ങളിൽ തല പൂഴ്ത്തിയിരിക്കുന്ന ബഷീറിനെ കാണാം.

മൂന്നുമടക്കുകളുള്ള വാതിലോടുകൂടിയ ചുമരലമാരയാണ് ബഷീറിന്റെ ബുക്സ്റ്റാൾ. ചുമരിലെ തട്ടിൽ പുസ്തകങ്ങൾ അടുക്കിവെച്ചിരിക്കും. അലമാര ചൂലുകൊണ്ട് അടിച്ചുവൃത്തിയാക്കുന്നതും പുസ്തകങ്ങൾ അടുക്കി വെക്കുന്നതും ബഷീർ തന്നെ. അതിനുശേഷം തന്റെ മടക്കു കസേരയിൽ കാലിന്മേൽ കാൽ കയറ്റിവെച്ച് ഒരു മുതലാളിയായി ഇരുന്ന് ബഷീർ പുസ്തകങ്ങൾ വായിക്കും. ആരെയും ഇന്ന പുസ്തകം വാങ്ങണമെന്ന് അദ്ദേഹം നിർബന്ധിക്കില്ല. വിൽപനയിൽ ഒരു താൽപര്യവും ബഷീറിനുണ്ടായിരുന്നില്ല. പുസ്തകവായന തന്നെയാണ് അദ്ദേഹത്തിന്റെ ലക്ഷ്യം.

ബഷീർ ഇരുന്നിരുന്ന കസേരക്കു താഴെ നിലത്ത് ഒരു കൊങ്കിണി ബ്രാഹ്മണൻ വില കുറഞ്ഞ പുസ്തകങ്ങൾ വിൽക്കാൻ ഇരുന്നിരുന്നു. റഡ്ഡ്യാർ പ്രസ്സ് വേസ്റ്റ് പേപ്പറിൽ അടിച്ചിറക്കുന്ന മൂന്നു കാശിനുള്ള പുസ്തകങ്ങളായിരുന്നു അത്. തച്ചോളി ഒതേനൻ, ബാണയുദ്ധം തുടങ്ങിയ പുസ്തകങ്ങൾ അതിൽ ഉൾപ്പെട്ടിരുന്നു. അദ്ദേഹം വിൽക്കുന്ന മുഴുവൻ പുസ്തകങ്ങൾക്കുംകൂടി രണ്ടു രൂപയേ വില വരുമായിരുന്നുള്ളൂ.

കസേരയിൽ കാലും കയറ്റിയിരുന്ന് നിലത്തിരിക്കുന്ന ബ്രാഹ്മണനെ ബഷീർ 'മുതലാളീ' എന്ന് നീട്ടി വിളിക്കും "സീതാ ദുഃഖമുണ്ടോ" ബഷീറിന്റെ ചോദ്യം. 'നിന്റെ ഉമ്മാന്റെ ദുഃഖമുണ്ടെന്ന്' മുതലാളിയുടെ മറുപടി. അദ്ദേഹം പലപ്പോഴും പറഞ്ഞിരുന്ന മറുപടികൾ എഴുതാൻ കൊള്ളില്ല. ഇടവിട്ട് ഈ ചോദ്യവും ഉത്തരവും ആവർത്തിച്ചുകൊണ്ടിരുന്നു.

ഇത് ബഷീറിന്റെ ഒരു വഴിയാണ്. മേലെ ഇരിക്കുന്ന ബഷീർ താഴെ ഇരിക്കുന്ന ദരിദ്രനായ ബ്രാഹ്മണനെ മുതലാളി എന്നു വിളിക്കുന്നു. ഇതിലന്തർലീനമായിട്ടുള്ള വേദന, പരിഹാസം ഒക്കെ മുതലാളി എന്ന വാക്കിന്റെ, വ്യവസ്ഥയുടെ, നിരർത്ഥകതയെയാണ് സൂചിപ്പിക്കുന്നത്. ബഷീർ ഒരിക്കലും നേരിട്ട് അടിക്കില്ല. ഭഗത്സിംഗിന്റെ കാലഘട്ടത്തിൽ ഒരു പക്ഷേ വ്യവസ്ഥയെ പല്ലും നഖവും ഉപയോഗിച്ച് എതിർത്തിരുന്ന ഒരു ബഷീർ ഉണ്ടായിരിക്കണം. അതിന് നേരെ എതിരായ ഒരു വഴിയാണ് ബഷീർ പിന്നീട് സ്വീകരിച്ചത്. വൈലോപ്പിള്ളിയുടെ ഭാഷയിൽ പറഞ്ഞാൽ ബഷീർ എല്ലാം ഒരു തരം 'കുമ്മാട്ടിക്കളിയാക്കി' മാറ്റുകയായിരുന്നു.

ബാബരി മസ്ജിദ് തകർക്കുന്ന കാലത്ത് മസ്ജിദ് ഹിന്ദുക്കൾക്കു വേണമെങ്കിൽ കൊടുത്തുകൂടേ എന്നു പറഞ്ഞ ഒരേ ഒരാൾ ബഷീറാണ്. മസ്ജിദ് കൈമാറുമ്പോൾ ചരിത്രത്തിൽനിന്ന് അദ്വാനി ഉന്നം വെച്ചിട്ടുള്ള രാഷ്ട്രീയാധികാരം, നേട്ടം, കളഞ്ഞുപോവുന്നു എന്ന് അറിഞ്ഞിരുന്ന ആളായിരുന്നു ബഷീർ.

ബഷീർ എറണാകുളത്തുവെച്ച് ഇടക്കിടെ താമസം മാറ്റിയിരുന്നു. ഒരു യാദൃച്ഛികതയെന്നോണം ഞാനും താമസം മാറ്റിക്കൊണ്ടിരുന്നു. പരിചയപ്പെടുമ്പോൾ 'ബുക്ക്സ്റ്റാളിൽ പുസ്തകങ്ങളിലേക്ക് നോക്കി മിണ്ടാതെ നിന്ന ആളല്ലേ?' എന്നാണ് ബഷീർ എന്നോട് ചോദിച്ചത്. പെലിക്കൻ, പെൻഗ്വിൻ ബുക്കുകളാണ് ബഷീർ അന്ന് വിറ്റിരുന്നത്. പൈസ കൊടുക്കാൻ പണമില്ലാത്ത ഞാൻ എങ്ങനെയാണ് പുസ്തകം വാങ്ങുക!

ബഷീറിന് സൗഹൃദങ്ങൾ ഒഴിവാക്കാൻ കഴിയുമായിരുന്നില്ല. നിങ്ങളുദ്ദേഹത്തോട് സംസാരിക്കുമ്പോൾ രക്ഷപ്പെടാൻ നിങ്ങൾക്കോ അദ്ദേഹത്തിനോ കഴിയില്ല എന്നതായിരുന്നു സത്യം. അതുകൊണ്ട് ചെയ്തുതീർക്കേണ്ട കാര്യങ്ങൾ മുഴുവനാക്കാൻ വേണ്ടി അദ്ദേഹം മുറിക്കുള്ളിലിരുന്ന് സ്വന്തം മുറി പുറത്തു നിന്ന് പൂട്ടിയിടീപ്പിച്ചു. അപ്പോൾ ആളില്ലെന്ന് കരുതി സന്ദർശകൻ തിരിച്ചുപോകുമല്ലോ എന്ന ബുദ്ധിയായിരുന്നു അത്. ആർക്കും അദ്ദേഹം എന്തും കൊടുക്കുമായിരുന്നു. തന്റെ ഭക്ഷണം മറ്റുള്ളവർക്ക് നൽകി അദ്ദേഹം പട്ടിണി കിടക്കും. അങ്ങനെയാണ് സഖാവ്

പി.കൃഷ്ണപ്പിള്ളക്ക് അദ്ദേഹത്തിന്റെ വസ്ത്രങ്ങൾ ലഭിച്ചത്.

അതിഥികൾ വരുമ്പോൾ 'ഒരു ചോറ് രണ്ടില' എന്നാണ് അദ്ദേഹം പറയുക. അതിഥികളുടെ എണ്ണം കൂടുന്നതനുസരിച്ച് ഇലയുടെ എണ്ണവും വർദ്ധിക്കും. അങ്ങനെ ഒരിക്കൽ കരുതിവെച്ച ചോറ് പട്ടി തിന്നപ്പോൾ, 'അല്ല നീ ഊണു മാത്രമല്ലേ കഴിച്ചുള്ളൂ. വെള്ളം കുടിച്ചില്ലല്ലോ' എന്ന് ചോദിച്ച് പട്ടിക്ക് നേരെ ഒരു ഗ്ലാസ്സ് വെള്ളം നീട്ടുകയാണ് അദ്ദേഹം ചെയ്തത്. ദാരിദ്ര്യം കൂടുമ്പോൾ മനുഷ്യർ തമ്മിലുള്ള ഐക്യവും ബന്ധവും കൂടും. ഒരിലയിൽ നിന്ന് മനുഷ്യർ പരസ്പരം ചോറ് വാരി തിന്നും. ചിലപ്പോൾ ഒരിലയിൽ നിന്ന് മനുഷ്യനും പട്ടിയും ഒന്നിച്ച് തിന്നും.

സമൂഹത്തെ പരിഹസിച്ച് തകർക്കുക എന്നതാണ് ബഷീറിന്റെ സ്റ്റൈൽ. അത് ഒരറ്റാക്കിന്റെ രീതിയാണ്. ഇത്തരം ഡിസ്ചാർജ്ജുക ളിലൂടെയാണ് ബഷീർ സമൂഹത്തെ നിരന്തരമായി ആക്രമിച്ചത്.

മംഗളോദയം പ്രസ്സ് ഉടമ എ.കെ.ടി.കെ.എമ്മിന് മുന്നിലിരുന്ന് ബഷീർ കാലിന്മേൽ കാൽ കയറ്റി ബീഡി വലിച്ചു. ഇത് ആക്രമണോന്മു ഖമായ ഒരു രീതിയല്ല. എന്നാൽ വേറൊരർത്ഥത്തിൽ അത് അങ്ങനെ തന്നെയാണ്.

എല്ലാ ആനകളുടേയും പേര് ഹിന്ദുവിന്റേതായതുകൊണ്ടാണ് ബഷീർ യൂസഫ് എന്ന് ഒരാനക്ക് പേരിട്ടത്. ആനക്ക് മതം കൂടി നൽകുന്നതിന്റെ നിരർത്ഥകതയെ ബഷീർ ചോദ്യം ചെയ്യുന്നു. ആനകൾ ഹിന്ദുക്കളാണെ ന്നു പറയുമ്പോൾ മൈസൂരിലെ ആനകളും ആഫ്രിക്കയിലെ ആനകളും ഹിന്ദുക്കളാണോ എന്ന ചോദ്യവും ഉയർത്തുന്നു. ആനക്ക് ജാതിയില്ലെ ങ്കിൽ മനുഷ്യനെന്തിനാണ് ജാതി എന്നതാണ് ബഷീറിന്റെ ചോദ്യം.

മാപ്പിള വൃത്തിയില്ലാത്ത ഒരാളാണ് എന്നാണ് സങ്കൽപം. മാപ്പിള പുറത്തുനിന്നും അകത്തെ കോളാമ്പിയിലേക്ക് തുപ്പുന്നു. ഹിന്ദു ഇറയത്തി രുന്ന് മുറ്റത്തേക്ക് തുപ്പുന്നു. മുറ്റം മുഴുവൻ തുപ്പി നിറക്കുന്നതോ കോളാമ്പി യിൽ തുപ്പി കഴിച്ചുമൂടുന്നതോ കൂടുതൽ വൃത്തി എന്നതാണ് ബഷീറിന്റെ ചോദ്യം. വൃത്തി ഇവിടെ മതത്തിന്റെ പ്രശ്നമായി ബഷീർ തിരിച്ചറിയുന്നു.

ബഷീർ ഉള്ള വസ്ത്രങ്ങൾ ഏറ്റവും വൃത്തിയായി ഉപയോഗിച്ചിരുന്ന ആളാണ്. വളരെ ഗൗരവത്തിലായിരുന്നു അദ്ദേഹത്തിന്റെ നടപ്പ്. അന്നത്തെ സ്റ്റൈൽ അനുസരിച്ച് ജുബ്ബയുടെ ഇടതുകൈ അദ്ദേഹം എപ്പോഴും മടക്കി കയറ്റിക്കൊണ്ടിരിക്കും. ആരോടും ഒരു പ്രയാസവും പറയില്ല. അതൊരു tradition'ആണ്. എന്റെ ദുഃഖം ആരും അറിയണ്ട എന്നതായിരുന്നു ബഷീറിന്റെ മതം. അതുകൊണ്ടാണ് 'അനുരാഗത്തി ന്റെ ദിനങ്ങൾ' അദ്ദേഹം പ്രസിദ്ധീകരിക്കാതെ വെച്ചത്.

ഒന്നാം ക്ലാസ്സിൽ സഞ്ചരിക്കുന്നതിനേക്കാൾ രണ്ടാം ക്ലാസ്സിൽ സഞ്ചരിക്കുന്നവന് സാമൂഹ്യബോധം കൂടും. ഒന്നാം ക്ലാസ്സിൽ സഞ്ചരിക്കുന്നവൻ ആർക്കു വേണ്ടിയും സ്ഥലം ഒഴിഞ്ഞു കൊടുക്കില്ല. രണ്ടാം ക്ലാസ്സിൽ സഞ്ചരിക്കുന്നവൻ ആദ്യം വഴക്കിട്ടാലും സ്ഥലം ഒഴിഞ്ഞുകൊടുക്കും. പിന്നെ സുഹൃത്തുക്കളാവും. വെർജീനിയാ വുൾഫ് പറഞ്ഞത്, 'സ്ത്രീക്കൊരു മുറി' എന്നാണ്. ഇന്ന് മൂന്നാം ക്ലാസ്സിൽ പഠിക്കുന്ന കുട്ടി പറയുന്നത് എനിക്കൊരു സ്വന്തം മുറി വേണമെന്നാണ്. അതുകൊണ്ടാണ് താൻ വാങ്ങിയ രണ്ടര ഏക്കർ സ്ഥലം കുറുക്കന്റേതും പെരിച്ചാഴിയുടേതും പാമ്പിന്റേതും കൂടിയാണെന്ന് ബഷീർ പറഞ്ഞുകൊണ്ടിരുന്നത്. തങ്ങൾ നെല്ലാണ് എന്ന് കരുതുന്നവരാണ് പുല്ല് പറിച്ചു കളയുന്നത്. എല്ലാം ഞങ്ങൾക്ക് പുല്ലാണ് എന്ന മുദ്രാവാക്യം അങ്ങനെയാണ് പിറക്കുന്നത്. പുതിയ വാളണ്ടറി റിട്ടയർ സ്കീം ഒരു തരം പുല്ല് പറിക്കലാണ്. എല്ലാം ഞങ്ങൾക്കു മാത്രം മതി എന്നാണതിന്റെ അർത്ഥം.

ബഷീറിന്റെ ബുക്സ്റ്റാൾ പിന്നീട് പി.കെ. ബാലകൃഷ്ണൻ വാങ്ങി. ബഷീർ തെമ്മാടിയാണെന്നും വീട്ടിൽ കയറ്റാൻ കൊള്ളില്ല എന്നും വിശ്വസിച്ചവരുണ്ട്. എന്നാൽ അദ്ദേഹത്തെപ്പോലെ ഇത്രക്കും പേഴ്സണൽ ഇന്റഗ്രിറ്റിയുള്ള വേറെയാരുമില്ല. എല്ലാ തെമ്മാടികൾക്കും ഇന്റഗ്രിറ്റി കൂടും എന്നതാണ് മറ്റൊരു പാഠം.

ബഷീർ ക്രൂരമായ ഫലിതം പറഞ്ഞിരുന്ന ആളാണ്. ഒരു സംസ്കൃത പണ്ഡിതനെ പരിചയപ്പെടുത്തിയപ്പോൾ 'മലയാളം അറിയില്ല. അല്ലേ?' എന്നാണ് ബഷീർ നിഷ്കളങ്കമായി ചോദിച്ചത്. ഒരു Scientist എന്ന് പരിചയപ്പെടുത്തിയ ഒരാളോട് 'BScആണല്ലേ?' എന്നായിരുന്നു ബഷീറിന്റെ ചോദ്യം. ബഷീർ ആരെയും അപമാനിക്കുമായിരുന്നില്ല. ഈ ചോദ്യങ്ങൾ ഇതേ പടി വന്നുപോവുകയായിരുന്നു പതിവ്. ഭ്രാന്ത് വന്നപ്പോൾ ബഷീർ കത്തിയെടുത്തു. എന്നാൽ കത്തികൊണ്ട് ഒരാളെ പോലും പോറലേൽപിക്കാൻ ബഷീറിന് കഴിയുമായിരുന്നില്ല. ബഷീറിന് കുത്തുവാക്ക് അറിയില്ല. അത് അദ്ദേഹത്തിന്റെ വീടിന്റെ പാരമ്പര്യമാവാം.

എം.പി. പോളിന്റെ മകൾ റോസിയെ ബഷീർ പ്രണയിച്ചിരുന്നുവെന്ന് ചിലരെങ്കിലും ധരിച്ചിട്ടുണ്ട്. അത് ശരിയാണെന്ന് എനിക്ക് തോന്നിയിട്ടില്ല. ബഷീറിന് ചാപല്യങ്ങൾ ഉണ്ടായിരുന്നില്ല. ബഷീറിന് കിടക്കാൻ ഇടം കൊടുത്ത ആളാണ് പോൾ. ബഷീറിനെ അമൂല്യമായ ഒരു നിധിയായി പോൾ കരുതിയിട്ടുണ്ടാവണം. ആൺ മക്കളില്ലാത്തതുകൊണ്ട് ഒരു മകനായി കരുതിയിട്ടുണ്ടാവുകയും ചെയ്യാം. എന്തായാലും പ്രണയം ഉണ്ടായിരുന്നുവെങ്കിൽ ബഷീർ അത് നിശ്ശബ്ദമായി

ഉള്ളിലൊതുക്കിയിരിക്കാനാണ് സാധ്യത. ബഷീറും റോസിയും ഒരു കാലത്തും അത്തരമൊരു feeling പങ്കുവെച്ചിരിക്കില്ല എന്നുറപ്പ്.

കുട്ടകാരന്റെ തലക്ക് കല്ലെറിഞ്ഞിട്ട് അവന്റെ തലയിലുള്ള കുട്ടക്കാണ് കൊണ്ടതെങ്കിലും ബഷീർ ബാപ്പയിൽനിന്ന് അടി വാങ്ങിയിട്ടുണ്ട്. അതു കൊണ്ടാണ് എല്ലാ ശിക്ഷകളും ഏറ്റുവാങ്ങുന്നവർ കുറ്റം ചെയ്തവരല്ല എന്ന്, ശിക്ഷകൾക്ക് അർഹരല്ല ജീവിതത്തിലുടനീളം എന്ന് ബഷീർ ഏറ്റുപറയുന്നത്. ക്രിസ്തുവിന്റേയും ഗാന്ധിയുടേയും ശിക്ഷ അതാണ്. ദൈവത്തിന്, വിധിക്കുന്നവന് Partialityയുണ്ടെന്ന നിലവിളിയാണ് ബഷീറിന്റെ ജീവിതത്തിൽ നിന്ന് ഞാൻ ശ്രവിച്ചുകൊണ്ടിരുന്നത്.

ഫെബ്രുവരി 2001

ബഷീർ ഉപേക്ഷിച്ചുപോയ ലോകം

മനുഷ്യർ ജീവിക്കുന്ന ലോകങ്ങളിലെല്ലാം നീതിയും സ്നേഹവും തേടി ബഷീർ അലഞ്ഞുനടന്നു. ഭൂമിയുടേയും ചരിത്രത്തിന്റേയും ഭാവിയുടേയും അറ്റങ്ങളിലേക്ക്.പഴയ ഭർത്തൃഹരിയെപ്പോലെ ധർമ്മത്തിന്റെയും അനുരാഗത്തിന്റെയും വൈരാഗ്യത്തിന്റെയും വിതാനങ്ങളിലേക്ക്.എങ്കിലും ബഷീറിന്റെ പ്രക്ഷേപണങ്ങളെല്ലാം ജീവചരിത്രത്തിൽ നിന്നായിരുന്നു. അനുഭവങ്ങളുടെ മുറ്റത്തുനിന്നായിരുന്നു.

ജയിലുകളിലും ജയിലിൽ അടക്കപ്പെട്ട ഇന്ത്യയിലും ബഷീർ ജീവിച്ചു. കടലിലും കരയിലും പാർക്കുന്ന ഉഭയജീവിയെ പോലെ സ്വാതന്ത്ര്യം എന്ന അപാരതയുടെ തീരത്തേക്ക് നീന്തിക്കയറുകയും ചെയ്തു. ഈ കരയിൽ വച്ചാണ് സ്ഥാനമാനങ്ങൾ കൊണ്ടും സമ്മാനങ്ങൾ കൊണ്ടും നായയെ എറിയാം എന്ന് ബഷീർ മനസ്സിലാക്കിയത്.

സ്വപ്നം കണ്ട് ഉറങ്ങുകയും ഉണരുന്നത് പകൽവെളിച്ചത്തിന്റെ പാപ്പരത്തത്തിലേക്കാണ് എന്ന് അറിയുകയും ചെയ്യുന്ന ഒരു ഉച്ചനീചത്വം ബഷീറിന്റെ അനുഭവതാളമായിരുന്നു. പൂഴിമാളികകൾ ഉണ്ടാക്കി കേറി താമസിക്കുകയും കാപ്പി,ചായകളുടെ രുചിഭേദങ്ങൾകൊണ്ട് പിണങ്ങി ഇറങ്ങുകയും ചെയ്യുന്ന മഹാപ്രണയങ്ങളുടെ ഊഞ്ഞാലാട്ടം. ബലൂൺപൊട്ടിപ്പോകും എന്ന് വൃദ്ധൻമാരും അത് ഊതിവീർപ്പിക്കാം എന്ന് കുട്ടികളും കരുതുന്നു. ഇതിനെ ജീവിതവീക്ഷണം എന്നും പറയാം. അതുകൊണ്ട് യാഥാർത്ഥ്യത്തിന്റെ മറ്റൊരു പേരാണ്, മറ്റൊരു തലമാണ് സങ്കല്പം എന്ന് ബഷീർ മനസ്സിലാക്കിയിരിക്കുന്നു. നാളെയെ ഇന്നലെയാക്കി, ചരിത്രമാക്കിത്തീർക്കുക മാത്രമാണ് നമ്മുടെ പണി. ദാഹം മാറുമ്പോൾ പുതിയ ദാഹങ്ങൾ ഉണ്ടാക്കുകയാണ്

പുരോഗതിയുടെ തത്ത്വം. നമുക്ക് ദാഹിച്ചോ ദാഹിക്കാതേയോ മരിക്കാം.

എങ്കിലും ബഷീർ തേടിയിരുന്ന അപാരതയുടെ തീരങ്ങൾ കടലെടുത്തുകൊണ്ടേയിരിക്കുന്നു. അതിന്റെ ആകെ ദൈർഘ്യം മത്സരപരീക്ഷകളുടെ ഗൈഡുകൾ രേഖപ്പെടുത്തുന്നു. നമ്മെ വലയം ചെയ്യുന്ന തടവറയുടെ ചുററളവിനെയാണ് പുതിയലോകം അപാരത എന്നു വിളിക്കുന്നത്.സഞ്ചാരികൾക്ക് മറുനാട്ടുകളില്ലാത്ത, ഭാവനകൾക്ക് ചേക്കേറാൻ ഒലീവിൻ കൊമ്പുകൾ ഇല്ലാത്ത, ഒരു പ്രളയകാലത്തിലേക്ക് മനുഷ്യവർഗ്ഗത്തെ മാറ്റി പാർപ്പിച്ചുകൊണ്ടിരിക്കുന്നു. വളരുംതോറും വീടായിചുരുങ്ങുന്ന ലോകം. താനായി ചുരുങ്ങുന്ന മനുഷ്യൻ. ഈ മനുഷ്യത്ത്വത്തേയല്ലല്ലോ ബഷീർ തേടിയിരുന്നത്.

ബഷീർ സ്മരണ

തന്റെ ജീവിതംകൊണ്ട്, തന്റെ നെഞ്ച്കൊണ്ട്, തന്റെ വാക്യങ്ങൾകൊണ്ട്, തന്റെ ഭാഷകൊണ്ട് ചരിത്രത്തെ അളന്ന ഒരാളായതുകൊണ്ട് ബഷീറിനെ ഒരു വലിയ ബഷീറായി വൈകിയെങ്കിലും നാം ബഹുമാനിക്കുന്നു. ഞാനാണ് കഥ, ഞാൻ എഴുതുന്നത് ഭാഷയും. ഇതൊരാത്മാഭിമാനമാണ്, അഹന്തയാണ് എന്ന് നിങ്ങൾക്ക് പറയാം പക്ഷേ ബഷീറിന്റെ കൃതികളിൽ തനിക്കേറ്റ നഖപ്പാടുകളാണ് സ്നേഹം. തനിക്കു കിട്ടിയ ചവിട്ടും തെറിയുമാണ് സ്വതന്ത്ര്യസമരം. താനലഞ്ഞ നാടുകളാണ് ലോകം. തന്റെ അനുഭവങ്ങളുടെ സാകല്യമാണ് തത്ത്വചിന്ത. ബഷീർ ചരിത്രത്തെ തന്നെക്കൊണ്ടളക്കുന്നു.കൃതികൾകൊണ്ട് അടയാളപ്പെടുത്തുന്നു.ഭാഷയിലെ നിയമം തെറ്റിക്കുമ്പോഴോ സമുദായത്തിലെ നിയമം ലംഘിക്കുമ്പോഴോ ഒരു എഴുത്തുകാരനോ ഒരു വിപ്ലവകാരിയോ ചെയ്യുന്നത് ഒരു ലംഘനത്തിലൂടെ, ഒരു നശീകരണത്തിലൂടെ മറ്റൊരു ലോകം ഉണ്ടാക്കിത്തീർക്കുവാൻ ശ്രമിക്കുകയാണ് എന്ന് സാമാന്യലോകം വളരെ വൈകിയേ മനസ്സിലാക്കുകയുള്ളൂ. ബഷീർ കൊണ്ടുവന്ന അപരലോകം നാം തിരിച്ചറിയുന്നതേ ഉള്ളൂ.വളരെ സാമാന്യമായി പറഞ്ഞാൽ ഇന്ന് നാം ജീവിക്കുന്ന ലോകത്തിൽനിന്ന് വ്യത്യസ്തമായ ഒരു ലോകം എങ്ങനെ ഉണ്ടാക്കാമെന്ന് ചിന്തിക്കുന്ന ആളെയാണ് നാം സാധാരണയായി എഴുത്തുകാരൻ എന്ന് പറയുന്നത്.

അസംസ്കൃതമായ, പരുക്കനായ പ്രാഥമികാനുഭവങ്ങളിലേക്ക് ഇറങ്ങിപ്പോകുവാനുള്ള കഴിവാണ് ഒരു കവിക്കുണ്ടായിരിക്കേണ്ടതെന്ന് വേർഡ്സ്വർത്ത് പറഞ്ഞതിന്റെ സംഭവ്യമായ ഒരർത്ഥം, അനുഭവത്തിന്റെ നാനാലോകങ്ങളിൽ സഞ്ചരിക്കുക എന്നും ആണ്. ഇങ്ങനെയുള്ള ലോകങ്ങളിൽനിന്ന് അശരീരികൾ കൊണ്ടുപോലും, ഒരു ഘടന, ശില്പം ഉണ്ടാക്കിയെടുത്തു എന്നതാണ് മതിലുകളിൽ ബഷീർ

ചെയ്യത്. അതുപോലെ ഒന്നാണ് ബാല്യകാലസഖി. ബാല്യകാലസഖി എഴുതിയ ബഷീറും പാത്തുമ്മായുടെ ആട് എഴുതിയ ബഷീറും ഒരാളല്ല. ബാല്യകാലസഖിയിൽ അവന്റെ ആനന്ദത്തിൽ പങ്കുകൊള്ളുവാനെന്നവണ്ണം ബാലഭാസ്കരൻ കുന്നിന്റെ ഉച്ചിയിൽവന്ന് മന്ദഹാസപൂർവ്വം ചെരുവിലെ ഗ്രാമത്തെ പൊൻപ്രഭയിൽ മുക്കുകയാണ്. ഇങ്ങനെ ഒരു വാക്യമുണ്ട്. അങ്ങനെ പ്രയോഗിക്കുന്നവനെ കഞ്ഞിത്തവികൊണ്ട് അടിക്കണമെന്നാണ് പാത്തുമ്മയുടെ ആടിൽ പറയുന്നത്. വ്യാകരണത്തിൽ പറയുന്നവനെ, മന്ദമാരുതന്റെ ഭാഷ ഉപയോഗിക്കുന്നവനെ കഞ്ഞിക്കയിൽ കൊണ്ടടിക്കണമെന്നാണ് പാത്തുമ്മായുടെ ഉമ്മ അല്ലെങ്കിൽ ബഷീറിന്റെ മാതൃഭാഷ ബഷീറിനോട് അല്ലെങ്കിൽ ജനങ്ങളോട് പറയുന്നത്.

ബഷീർ സഞ്ചരിച്ച ലോകങ്ങൾ, ബഷീർ തേടിപ്പോയ ഭാഷയുടെ സാധ്യതകൾ, സ്നേഹത്തെയോ പാതിവൃത്യത്തേയോ തേടിപ്പോകുമ്പോൾ അദ്ദേഹം എത്തിച്ചേർന്ന പാവാടകൾ ഏതൊക്കെ എന്ന് അന്വേഷിക്കുമ്പോഴാണ് ബഷീർ ഒരു വലിയ ബഷീറായി നിൽക്കുന്നത്. തന്റെ വീടിന്റെ മുന്നിലുള്ള ആഴമുള്ള ഇടയിൽ വന്ന് കല്ല് കൊത്തുകയും കല്ല് കൊത്തിവിൽക്കുകയും ചെയ്യുന്ന പെണ്ണുങ്ങളെ, തമിഴത്തികളെ ബഷീർ ഇന്റർവ്യൂചെയ്യുന്നുണ്ട്. അത് സ്ത്രീത്വത്തിന്റെ ഇന്റർവ്യൂ ആണ്. നിങ്ങൾ തനിയെ നടക്കുന്നുണ്ടല്ലോ. നിങ്ങൾക്കെന്തെങ്കിലും ആപത്ത് വന്നാൽ എന്ത് ചെയ്യും എന്നുള്ളതിന് ബഷീറിന്റെ മറുപടി,ബഷീറിന് മാത്രം പറയാവുന്ന മറുപടി എന്നു പറയാം, അവളപ്പോൾ അവളുടെ പാവാട ഉയർത്തിക്കാണിച്ചു എന്നാണ്. ഇത് അശ്ലീലമല്ല. ഇവിടെ നിർത്തുന്ന വായനക്കാരെയാണ് നാം അശ്ലീലവായനക്കാർ എന്ന് പറയുന്നത്. ഇങ്ങനെ അവൾ പാവാട ഉയർത്തിക്കാണിച്ചപ്പോൾ ബഷീർ കണ്ടത് അവൾ തുടയിൽ കഠാര കെട്ടിവെച്ചതാണ്. ഇതാണ് എന്റെ പാതിവൃത്യം എന്നും ഞാൻ എന്റെ ശരീരത്തോട് ചേർത്ത് ഹിംസയേ പ്രതിഷ്ഠിക്കുന്നു എന്നും, ഈ കഠാരയാണ് എന്റെ പാതിവൃത്യം സംരക്ഷിക്കുന്നതെന്നും പറയുവാനായി തുണി ഉയർത്തി കാണിക്കുന്ന ഒരു ഭാരതീയ പതിവ്രതയെ സൃഷ്ടിച്ചു എന്നുള്ളതാണ് ബഷീറിന്റെ വലിപ്പങ്ങളിൽ ഒരു വലിപ്പമായി നാം ഇന്നു മനസ്സിലാക്കുന്നത്. ഇവിടെ എന്തുകൊണ്ടോ നമ്മുടെ മഹാകവികൾ എത്തിച്ചേർന്നിട്ടേയില്ല. നമ്മുടെ മഹാകവികൾ എത്തിചേർന്ന സ്ഥലങ്ങളിലല്ല മഹാകാവ്യങ്ങളുള്ളത് എന്ന് പറയുവാനാണ് ബഷീർ സാഹിത്യമെഴുതിയത് എന്നും പറയാം.

സാഹിത്യമല്ലെന്ന്തോന്നുന്ന തരത്തിലുള്ള സാഹിത്യമാണ് ബഷീർ എഴുതിയത്. ബഷീർ സാഹിത്യ പ്രവർത്തനം ആരംഭിച്ച ആദ്യത്തെ

ഒന്ന്രണ്ട് വർഷങ്ങളിൽ സ്വന്തമായ ഭാഷയിലേക്ക് എങ്ങനെയാണ് എത്തിച്ചേരുക എന്നുള്ള തേങ്ങലുണ്ട്. ചിലർക്ക് വളരെ വേഗത്തിൽ സ്വന്തംഭാഷയിലേക്ക് എത്തിച്ചേരാൻ കഴിയും. പൊൻകുന്നം വർക്കി അങ്ങനെയൊരാളാണ്. അദ്ദേഹം ഏറ്റവുമധികം സംസ്കൃത വാക്കുകൾ ഉപയോഗിച്ച് ഗദ്യം എഴുതിയിരുന്ന എഴുത്തുകാരനാണ്. സംസ്കൃതം ക്രിസ്ത്യാനികളുടെ നാവിനു വഴങ്ങും. മുസ്ലിമിന്റെ കഥ അതല്ല ബാല്യ കാലസഖി തുടങ്ങിയ കൃതികളിലെ ഭാഷയേ അതിജീവിച്ച് തനിക്ക് പഠിക്കേണ്ടതായി ഒരു ഭാഷയില്ലെന്നും താൻ പറയുന്നതാണ് ഭാഷ എന്നുമുള്ള അന്തിമ പരിഹാരത്തിലേക്ക് ബഷീർ എത്തിച്ചേരുക യാണുണ്ടായത്.

ബഷീറും കോവിലനും

കുട്ടിയായിരിക്കെയാണ് ബഷീർ വളരെ ദൂരെയുള്ള അനുഭവങ്ങളിലേക്ക് ഓടിപ്പോയത്. ലോകത്തിന്റെ അറ്റം വരെ എന്ന് നാം പറയാറുണ്ട്. ഒരു പക്ഷേ, സ്വഭാവത്തിന്റെയും ജീവിതത്തിന്റെയും ഘടകങ്ങളിലെല്ലാം ബഷീറിൽ നിന്ന് വ്യത്യസ്തൻ മാത്രമല്ല ബഷീറിന് വിപരീതമായി കോവിലൻ അനുഭവത്തിന്റെ മറ്റു മേഖലകളിലേക്ക് പാഞ്ഞുപോകുകയും പുതിയ ഒരു ലോകത്തെ സൃഷ്ടിക്കുകയുമാണ് ചെയ്തത്. രണ്ട് വ്യക്തികൾ തമ്മിൽ എത്രത്തോളം അകലമുണ്ടാകാമോ അത്രത്തോളം അകലം തീർച്ചയായും ബഷീറിനും കോവിലനും തമ്മിലുണ്ട്. ബഷീറിൽ നിന്ന് എത്രദൂരം പോകാമെന്നാണ് കോവിലൻ ചിന്തിച്ചത്. എന്നാൽ സംസ്കാരത്തിന്റെ കാര്യത്തിൽ ചരിത്രബോധത്തിന്റെ കാര്യത്തിൽ ഇവർ സമാന്തര രേഖകളാണ്.

താൻ ജീവിച്ചുകൊണ്ടിരിക്കുമ്പോൾ തന്റെ ജീവിതമാണ് സാഹിത്യം എന്നും മറ്റ് ഏത് തൊഴിലും പോലെയുള്ള തൊഴിലാണതെന്നും ഒരു പക്ഷേ മറ്റ് ഏത് എഴുത്തുകാരനും പറഞ്ഞിട്ടില്ലാത്ത കാര്യം വാസ്തവത്തിൽ ബഷീർ മാത്രമേ പറഞ്ഞിട്ടുള്ളൂ. തനിക്ക് ഒരുപാട് പണി അറിയാം എന്ന്. ചായ അടിക്കൽ, തുണി അലക്കലൽ, കപ്പൽ പണി, കൂട്ടത്തിൽ സാഹിത്യപണിയും. സാഹിത്യത്തിന്റെ ജീവിതബന്ധം വ്യക്തമാക്കുക മാത്രമല്ല മനുഷ്യപ്രവർത്തനങ്ങളുടെ സാകല്യേനയുള്ള സമത്വം സ്ഥാപിക്കുകയും ചെയ്യുന്നുണ്ട്. എല്ലാ തൊഴിലുകളും വാസ്തവത്തിൽ മനുഷ്യജീവിത്തിൽ ഒരുപോലെയാണെന്ന് തീർച്ചയായും ഇന്നും സാഹിത്യകാരന്മാർക്ക് ഉൾക്കൊള്ളാനാവാത്ത ഒരു തത്ത്വമാണ്.

അതുകൊണ്ട് എന്നാണ് എന്നെ മഹാകവിയെന്നു വിളിക്കുക എന്ന് കാതോർത്തുകൊണ്ട് കവികളും കവികളല്ലാത്തവരും കാത്തിരിക്കുന്നുവെന്ന് നാം അറിയുന്നു. നേരെമറിച്ച് ഒരു കുശവനെ ആരും

മഹാകവിയെന്ന് വിളിക്കുന്നില്ല എന്നും അതിന്കാരണം അവനുണ്ടാക്കുന്ന കലത്തിൽ കഞ്ഞിവെക്കാൻ കഴിയുന്നു എന്നുള്ളതാണ് എന്നും നാം തിരിച്ചറിയുന്നില്ല. ഒരു കഞ്ഞിയും വെക്കാൻ കഴിയാത്ത കലങ്ങൾ ഉണ്ടാക്കുന്ന ആളുകളെ നാം മഹത്വത്തിൽ അവരോധിക്കുകയും അതിന് പകരമായി യഥാർത്ഥത്തിൽ മനുഷ്യജീവിതപുരോഗതിക്ക് ഉതകുന്ന പ്രവർത്തനങ്ങളിൽ ഏർപ്പെട്ടിരിക്കുന്ന ആളുകളെ തിരസ്കരിക്കയും ചെയ്യുന്ന ഒരു സംസ്കാരത്തെ, ബോധത്തെ എതിർത്ത് തോൽപ്പിക്കാനാണ് ബഷീർ ഒരുപാട് പണിയറിയാം - മുടി മുറിക്കാനറിയാം, അരിവെക്കാനറിയാം പിന്നെ പാചകവിധിക്ക് അവതാരിക എഴുതാനറിയാം എന്ന് പറഞ്ഞത്. ഇതിനേക്കാൾ വിശിഷ്ടമായ കാര്യം, രസം ഉൽപാദിപ്പിക്കുന്നത് കവിതയിൽ മാത്രമല്ല, ബാല്യകാലസഖിയിലല്ല, ശബ്ദങ്ങളിലല്ല, കപ്പയും കാന്താരിയും കൂടിച്ചേരുമ്പോൾ ആണെന്നും ഇതാണ് ഭരതൻ നാട്യശാസ്ത്രത്തിൽ വിശദമാക്കുന്നതും ഇതൊന്നും വായിക്കാതെ ബഷീറിന് അറിയാം എന്നതാണ്. എല്ലാ സൗന്ദര്യങ്ങളും അഭിരുചികളും അഭിരുചികളുടെ രൂപസങ്കൽപങ്ങളും വാസ്തവത്തിൽ നമ്മുടെ ജീവിതത്തിൽ നിന്നു ഉദ്ഭവിക്കുന്നതാണെന്ന വളരെ സാധാരണമായ ബോധം ഉണ്ടാക്കിതീർത്തു എന്നതാണ് ബഷീറിന്റെ എറ്റവും വലിയ കഴിവായി നാം മനസ്സിലാക്കേണ്ടത്. അദ്ദേഹം സാഹിത്യത്തെ സാമാന്യമായി കാണുകയും സാഹിത്യം അസാമാന്യമാണെന്ന് തെളിയിക്കുകയും ചെയ്തു. കോവിലൻ ഈ കാര്യം മറ്റൊരു വിധത്തിൽ ചെയ്യാമോ എന്ന് പരിക്ഷിച്ചുനോക്കിയ ആളാണ്.

കോവിലൻ വ്യാകരണം കൊണ്ട് വ്യാകരണത്തെ തോൽപ്പിക്കുകയും സംസ്കൃതം വിട്ട് തന്റെ ഗോത്രപ്രഖ്യാപനം കൊണ്ട് മറ്റെല്ലാഗോത്രപ്രഖ്യാപനങ്ങളെയും തോൽപിക്കുകയും ചെയ്യുന്നു. ഇതാണ് അദ്ദേഹത്തിന്റെ ഗോത്രസ്മൃതിയുടെ പ്രത്യേകത. ബഷീറാവട്ടെ മാതൃഭാഷയിൽ നിന്ന് ഓടിപ്പോയി ഇംഗ്ലീഷിനെ പുണരുകയും തിരിച്ചു വന്ന് സംസ്കൃതവുമായി മല്ലിടുകയും ഒടിവിൽ സ്വന്തം ജീവിതത്തിന്റെ ഭാഷയാണ് യഥാർത്ഥ സാഹിത്യഭാഷയെന്ന് തിരിച്ചറിയുകയും ചെയ്തു. ഇന്ത്യയിൽ ദീർഘകാലമായി നിലനിന്ന് വിലമതിച്ചുപോന്ന ഗോത്രസങ്കൽപങ്ങളിൽ, ബ്രാഹ്മണ്യത്തെ തിരസ്കരിച്ച് കോവിലൻ തന്റെ തനതായ ഗോത്രവീര്യം കാണിച്ചിട്ടുണ്ട്. കോവിലൻ തന്റെ ജന്മത്തിന്റെ വാക്യം പറയുമ്പോൾ, തന്റെ എഴുത്തിലെ മുഖ്യമായ കാര്യമാണ് പറഞ്ഞിരിക്കുന്നത്. ഇതൊരു സമത്വബോധമാണ്. ബഷീറാണ് ഇതിനു മുമ്പ് ഇങ്ങനെയൊരു ധിക്കാരം കാണിച്ചിട്ടുള്ളത്. ഒരു മംഗളോദയം മാനേജരുടെ മുന്നിൽ കാലിന്മേൽ കാലുവെച്ചിരുന്ന് യാഗധൂമംപോലുള്ള ബീഡിപ്പുകയിൽ

യാഗത്തെയും ബീഡിയേയും സംയോജിപ്പിക്കുകയും ഒരു ധർമ്മത്തെ നേരിട്ട് തോൽപിക്കുകയുമാണുണ്ടായത്. നിസ്സാരമെന്ന് തോന്നാവുന്നതാണ് ഇതെങ്കിലും ഗൗരവപ്പെട്ട സംഗതിയാണ്. ഈ ബീഡിയെക്കുറിച്ചാണ് വൈലോപ്പിള്ളി 'പുറത്തു തള്ളട്ടെ ഒരു മുറിവീടിപ്പുകയായീ നാട്ടിൽ ശ്വസിച്ചത് ഞങ്ങൾ' എന്ന് പറഞ്ഞത്. ജീവിതമെന്നത് വളരെ ലളിതമായ നിർവചനത്തിൽ ഒരു ശ്വാസോച്ഛ്വാസമാണെന്നും അങ്ങനെ ആഞ്ഞു വലിക്കുമ്പോൾ അത് ആഴമേറിയ ജീവിതമാണെന്നും ആഴത്തിൽ ജീവിക്കുന്നത് ആഴത്തിൽ പുക വിടുന്ന ഒരു യാഗം പോലെയോ ഒരു ബീഡിപ്പുകപ്പോലെയോ ആകുന്നു എന്നും ഒരു പുതിയ വചനം ബഷീർ നൽകുന്നുണ്ട്. ജീവിതബന്ധമില്ലാത്ത ഭാഷ കൊണ്ട് മുച്ചീട്ട് കളിക്കുന്നവരാണ് നമ്മളെന്ന് ബഷീർ കണ്ടെത്തിയിട്ടുണ്ട്. എന്നാൽ ബഷീറും പിന്നീട് കോവിലനും ജീവസ്സുറ്റ ഭാഷകൊണ്ട് കാലത്തെ, സംസ്കാരത്തെ, ചരിത്രത്തെ തിരിച്ചറിയുകയാണുണ്ടായത്. ബഷീറും കോവിലനും ചേർന്നാണ് കേരളത്തിന്റെ ചരിത്രത്തെയും സംസ്കാരത്തെയും അട്ടിമറിച്ചത്. രണ്ടു വ്യക്തികളെ അറിയുമ്പോൾ, ഓർമ്മിക്കുമ്പോൾ അവർ തമ്മിലുള്ള സാമ്യതകളും അതിലേറെ വൈരുദ്ധ്യങ്ങളും കാണേണ്ടതുണ്ട്.

ബഷീർ
മരുഭൂമികൾ കാണുന്നു

ഇന്റർമീഡിയറ്റിനു പഠിക്കുമ്പോൾ രാവിലെ ഒമ്പതിന് കൊടുങ്ങല്ലൂരിൽ നിന്നെത്തുന്ന ബോട്ടിൽ ഞാൻ എറണാകുളം ജെട്ടിയിലിറങ്ങും. ജെട്ടിക്ക് സ്വന്തമായ കെട്ടിടം. ഒരറ്റത്ത് ആപ്പീസ്. ടിക്കറ്റുകൾ നൽകുന്നത് ഇവിടെ നിന്നാണ്. ഇതിന് സമീപമാണ് വൈക്കം മുഹമ്മദ് ബഷീറിന്റെ വിഖ്യാതമായ ബുക്സ്റ്റാൾ.

ജെട്ടിയുടെ ചുമരിലുള്ള അലമാരിയിലാണ് പുസ്തകങ്ങൾ വയ്ക്കുക. രാത്രി പൂട്ടിപോകുമ്പോൾ പുസ്തകങ്ങൾ അടക്കി വയ്ക്കേണ്ടതില്ല. ഷെൽഫിന്റെ വാതിലുകൾ പൂട്ടി താക്കോൽ ജൂബ്ബയുടെ പോക്കറ്റിലിട്ടു ബഷീർപോകും. ബുക്സ്റ്റാളിനു സമീപം മടക്കി വയ്ക്കാവുന്ന മരത്തിന്റെ 'അശോക' ചെയറിലാണ് ബഷീർ ഇരിയ്ക്കുക. അദ്ദേഹത്തിനു മുന്നിലൂടെ ബോട്ടിറങ്ങുന്ന ജനക്കൂട്ടം ഇരമ്പിക്കൊണ്ട് കടന്നുപോകും. ബഷീർ ഒന്നും അറിയുന്നുണ്ടാകില്ല. അദ്ദേഹം വായനയിലായിരിക്കും. പുതിയ ഇംഗ്ലീഷ് പുസ്തകങ്ങൾ അന്ന് ബഷീറിന്റെ ബുക്സ്റ്റാളിൽ വരും. ബഷീർ വായിച്ച പുസ്തകങ്ങൾ മാത്രമേ ഈ വിഖ്യാതമായ ബുക്സ്റ്റാളിൽ ലഭിക്കുമായിരുന്നുള്ളൂ.

ബോട്ട് ജെട്ടി അന്ന് ഒരുപാട് വ്യാപാരികളുടെ കേന്ദ്രമായിരുന്നു. ചീപ്പ്, പൊട്ട്, കൺമഷി വിൽക്കുന്ന ഒരു കച്ചവടക്കാരൻ, അദ്ദേഹം ചില്ലു ഗ്ലാസുകളും വിൽക്കാൻ വച്ചിരുന്നു. ഇടവിട്ട് അദ്ദേഹത്തിന് ചായ കുടിക്കണം. വിൽക്കാൻ വച്ചിരുന്ന ഗ്ലാസെടുത്ത് മകന്റെ നേരെ നീട്ടി അദ്ദേഹം കൽപിക്കും. "എടാ, ഒരു ഗ്ലാസ് ചായ വാങ്ങി വാ"

ഗ്ലാസ് നിറയെ ചായയുമായി പയ്യൻ വരും. അദ്ദേഹം ചായ കുടിച്ച് ഗ്ലാസ്സ് കഴുകി വീണ്ടും വിൽപനയ്ക്ക് വയ്ക്കും. ബോട്ടിറങ്ങിവരുന്ന

വീട്ടമ്മമാരോട് ഇപ്പോൾ വന്നെത്തിയ മനോഹരമായ ഗ്ലാസുകളെക്കുറിച്ച് അദ്ദേഹം പറയും.

ബഷീറിന്റെ പുസ്തകക്കച്ചവടം ഏതാണ്ട് ഇതുപോലെയാണെന്ന് ഞങ്ങൾ കഥയുണ്ടാക്കി. കഥകേട്ട് ബഷീർ ചിരിച്ചു. ഇട്ടിരിക്കുന്ന സിൽക്ക് ജൂബയുടെ കൈ കുറച്ചുകൂടി തെറുത്തുവെച്ചു. ബീഡിക്ക് തീ കൊടുത്ത് പുക വിട്ടു.

ബോട്ട് ജെട്ടി ബഷീറിന്റെ സുഹൃത്തുക്കളുടെ താവളമായിരുന്നു. ബഷീറിനെ അന്വേഷിച്ച് അദ്ദേഹത്തിന്റെ സുഹൃത്തുക്കൾ വന്നുകൊണ്ടിരുന്നു. ചിലർ പുസ്തകങ്ങൾക്കും ചിലർ പണത്തിനുമായും വന്നു. വരുന്നവർക്കൊക്കെ ബഷീർ കയ്യിലുള്ളതുകൊടുത്തു. എന്നിട്ട് രാത്രികളിൽ പട്ടിണി കിടന്നു.

പുസ്തകം വായിച്ചുകൊണ്ടിരിക്കുന്ന ബഷീർ വായന നിർത്തിയാൽ വായാടിയാകും. കടന്നുപോകുന്നവരെ നോക്കി കമന്റുകൾ പാസാക്കും. വർത്തമാനം തുടങ്ങിയാൽ നിർത്തില്ല. കേട്ടിരിക്കുന്നവർക്ക് തീരെ ബോറടിക്കില്ല. പുതിയ ലോകം, അറിവുകൾ, തമാശയുടെ ചിപ്പിയിലൊളിപ്പിച്ചുവച്ച കണ്ണീരിന്റെ ജീവിതം.

ബഷീറിനു സമീപം ബോട്ടുജെട്ടിയിൽ നിലത്തു പുസ്തകങ്ങൾ നിരത്തി ഒരു കൊങ്കിണി ബ്രാഹ്മണൻ ഇരിക്കുന്നുണ്ടാകും. ഒരു പൈസയുടെയും രണ്ടു പൈസയുടെയും എറണാകുളത്തെ റെഡ്ഡ്യാർ പ്രസ്സിലെ വേസ്റ്റ്പേപ്പറിൽ അച്ചടിച്ച പുസ്തകങ്ങളായിരുന്നു വിൽപനക്ക്. ശീതങ്കൻ തുള്ളലും ഉണ്ണിയാർച്ചയും രാമായണവും ഭാഗവതവും ഈ പുസ്തകങ്ങളിൽ വരും. അക്കാലത്തെ ഏറ്റവും പോപ്പുലർ പുസ്തകങ്ങളായിരുന്നു ഇതൊക്കെ. കൊങ്കിണി ബ്രാഹ്മണൻ പരമ ദരിദ്രനായിരുന്നു. ആകെ രണ്ടു രൂപയോളം വരുന്ന ഈ പുസ്തകങ്ങളാണ് അദ്ദേഹത്തിന്റെ ആകെയുള്ള സമ്പാദ്യം. ഒരു ജീവിതം - ഒരു കുടുംബം കഴിഞ്ഞിരുന്നത് ഈ പുസ്തകങ്ങളിലൂടെയായിരുന്നു. കൊങ്കിണി ബ്രാഹ്മണനെ അന്ന് 'മുതലാളി' എന്നാണ് നാട്ടുകാർ വിളിക്കുക. ബഹുമാനസൂചകമായിട്ടാണ് ഈ സംബോധന. അയ്യർമാരെ സാമി എന്നു വിളിക്കും.

തന്റെ പുസ്തക വായന തീർന്നാൽ ബഷീർ തന്റെ കാൽക്കീഴിൽ നിലത്ത് പടിഞ്ഞിരിക്കുന്ന ബ്രാഹ്മണനെ 'മുതലാളീ' എന്ന് നീട്ടിവിളിക്കും. വെയിലിൽ പൂണൂൽ വരെ വിയർത്തിരിക്കുന്ന ബ്രാഹ്മണന് ദേഷ്യം വരും.

"മുതലാളി ന്റെ ...." കൊങ്കിണി ബ്രാഹ്മണന് മലയാളം നല്ല വശമില്ലായിരുന്നു. അതുകൊണ്ടുതന്നെ അദ്ദേഹം പറയുന്ന തെറികൾക്ക് തീരെ

മയമില്ലായിരുന്നു. അവ വടിവൊത്തതും സുന്ദരവുമായിരുന്നു.

ബ്രാഹ്മണന്റെ ചീത്തവിളി കേൾക്കുമ്പോൾ ബഷീർ പൊട്ടിച്ചിരിക്കും. ശുഭ്രനിറമുള്ള വലിയ പല്ലുകൾ പ്രകാശിക്കും. ഒരു ചിരി പെട്ടന്ന് ബ്രാഹ്മണന്റെ മുഖത്തേക്ക് കടന്നെത്തും. ആ കണ്ണുകളിൽ വാൽസല്യമുണ്ടാകും. സ്നേഹം വെയിലിൽ തിളങ്ങുന്ന ഒരനുഭവമാകും. വീണ്ടും വളരെ പെട്ടന്ന് ബഷീർ മുതലാളീ എന്ന് നീട്ടിവിളിക്കും. ബ്രാഹ്മണൻ വീണ്ടും ക്ഷോഭിക്കും. ചീത്തവിളി പൂർവ്വാധികം ഭംഗിയായി തുടരും.

ബഷീറിന്റെ സ്നേഹപ്രവാഹത്തിലേക്ക് സുഹൃത്തുക്കൾ ഒഴുകിയെത്തിക്കൊണ്ടിരുന്നു. കനത്ത തിരക്ക്. ബഷീറിന് ഒരക്ഷരംപോലും എഴുതാൻ കഴിയാതായി. ആരോടും വരരുതെന്ന് പറയുവാൻ ബഷീറിന് കഴിയുമായിരുന്നില്ല. തിരക്കൊഴിവാക്കാൻ ബഷീർ ഒടുവിൽ വഴികണ്ടെത്തി. എറണാകുളം പൈ ആന്റ് കമ്പനി ബുക്ക്സ്റ്റാളിന് മുകളിലായിരുന്നു ബഷീറിന്റെ മുറി. അകത്തിരുന്ന് മുറി ബഷീർ പൂട്ടിയ്ക്കും. രാത്രിയും പകലും പറ്റം പറ്റമായി സുഹൃത്തുക്കൾ വരും. അവർ ബഷീറിന്റെ പൂട്ടിക്കിടക്കുന്ന മുറി കാണും.

“ബഷീറെ”

സുഹൃത്തുക്കൾ സംശയത്തോടെ വാതിലിൽ മുട്ടും. അകത്ത് നിശബ്ദത. സുഹൃത്തുക്കൾ ഹതാശരായി മടങ്ങും. കഥയുടെ പുതിയ ശബ്ദങ്ങൾതേടി ബഷീർ അകത്ത് തന്റെ യാത്ര തുടർന്നുകൊണ്ടിരിക്കും.

മഹാരാജാസിനും ജനറൽ ഹോസ്പ്പിറ്റലിനും സമീപം കടന്നുപോകുന്ന റോഡ് എന്റെ ഓർമ്മയിലുണ്ട്. നഗരത്തിന്റെ ഇരുണ്ട നിഴലായിരുന്നു ഇവിടം. റോഡിന്റെ ഒരു തിരിവിൽ ബഷീറിന്റെ ബുക്ക്സ്റ്റാൾ. ഒരറ്റത്ത് വൈൻകട. മറ്റൊരറ്റത്ത് പ്രശസ്തമായ കൊച്ചിൻ ബേക്കറി. അൽപം നീങ്ങി വേശ്യകൾ നിരന്തരം കയറിയിറങ്ങുന്ന ആർക്കും ഭക്ഷണമൊന്നും നൽകാത്ത ഹോട്ടൽ.

ഇവിടെവച്ച് ബഷീർ ഒരപരിചിതനെ കൈമാടി വിളിക്കുന്നു. അയാൾക്കു മുന്നിൽ ഒമർഖയാമിന്റെ കവിത പാടുന്നു. വാക്കുകൾ നിറച്ച പുസ്തകങ്ങൾ ഇവിടെ-ബഷീറിന്റെ ബുക്ക്സ്റ്റാളിൽ. വൈൻ നിറച്ച ജാറുകൾ- ഇവിടെ അരികെയുള്ള വൈൻകടയിൽ. വിശപ്പു മാറ്റാൻ സ്വാദിഷ്ടമായ അപ്പം-തൊട്ടടുത്ത കൊച്ചിൻ ബേക്കറിയിൽ. മരുഭൂമിയുടെ സ്വർഗ്ഗസുന്ദരമായ നിശ്ശബ്ദതയിൽ എന്നരികിലിരിക്കുന്ന കാമുകി-അവളെവിടെ?

അവൾ വരും. അവൾക്ക് ഒരൊറ്റ നരച്ച ജാക്കറ്റേയുള്ളൂ. അത് കഴുകി ഉണക്കാനിട്ടിരിക്കുകയാണ്. അതുണങ്ങിക്കഴിഞ്ഞാൽ

വേശ്യാലയത്തിന്റെ അജ്ഞാതമായ ഒരു മുറിയുടെ വാതിൽ തുറന്ന് എന്റെ കാമുകി വരും.

ബഷീർ പറയുമ്പോൾ ജീവിതത്തിന്റെ പൊള്ളലേറ്റ് കേൾവിക്കാരൻ നടുങ്ങുന്നു. ബഷീറിന്റെ മുഖഭാവം വല്ലാതെ മാറിയിട്ടുണ്ടാകും. കണ്ണുകളിൽ ജീവിതത്തിന്റെ ജ്വലിക്കുന്ന ആർദ്രത. 'ശബ്ദങ്ങളിൽ'നിന്നു കണ്ടെടുക്കാവുന്ന അപാരമായ കാരുണ്യം ഈ തെരുവിൽനിന്ന് ബഷീർ സ്വരൂപിച്ചതാണ്.

"മരുഭൂമികൾ പൂക്കുമ്പോൾ'' എന്ന എന്റെ പുസ്തകം ബഷീറിന് നൽകിയപ്പോൾ അദ്ദേഹം ആസ്ത്മകൊണ്ട് ശ്വാസംകിട്ടാനാവാതെ വലിക്കുകയായിരുന്നു. എന്റെ ഓർമ്മയിൽ ആ കാഴ്ച ഇപ്പോഴുമുണ്ട്. അദ്ദേഹം പുസ്തകത്തിന്റെ പേരുവായിച്ചു. എന്തോ അദ്ദേഹം ഓർത്തിരുന്നു. അടുത്ത നിമിഷം ബഷീർ ചോദിച്ചു. "നീ മരുഭൂമികൾ പൂക്കുന്നത് കണ്ടിട്ടുണ്ടോ?''

എറണാകുളം ബോട്ടുജെട്ടിയിലെ ബുക്ക്സ്റ്റാളിൽവെച്ച് 'ഹൗ ഗ്രീൻ വാസ് ദ വാലി' എന്ന പുസ്തകം എനിക്ക് തന്ന ബഷീറിനെ ഞാൻ ഓർമിച്ചു. അദ്ദേഹത്തിന്റെ പുസ്തകക്കടയിലേക്ക് സ്നേഹാദരങ്ങളോടെ നോക്കിനിന്ന മെലിഞ്ഞ ആരോടും അധികമൊന്നും സംസാരിക്കാത്ത പയ്യനായി ഞാൻ മാറി.

"മരുഭൂമികൾ പൂക്കുന്നത് ഞാൻ കണ്ടിട്ടുണ്ട്.'' ശ്വാസം കിട്ടാൻ പ്രയാസപ്പെട്ടുകൊണ്ട് ബഷീർ പറഞ്ഞു. ഞാൻ പൂത്ത മരുഭൂമി കണ്ടിട്ടില്ലായിരുന്നു. ബഷീർ എന്നെ മരുഭൂമികളിലേക്ക് കൂട്ടിക്കൊണ്ടുപോയി. തീപിടിച്ച കാഴ്ചകളിൽ ബഷീർ വീണ്ടും വീണ്ടും പിടയുന്നത് ഞാൻ കണ്ടു. പിന്നെയും കഥകളായിരുന്നു. കഥകൾക്ക് ഒരിക്കലും അന്ത്യമുണ്ടാവില്ലെന്നുതോന്നി.

പിന്നീട് വൈക്കം മുഹമ്മദ് ബഷീർ ഭൂമി വിട്ടുപോയപ്പോൾ ഞാൻ അദ്ദേഹത്തിന്റെ പുസ്തകങ്ങളിലൂടെ വീണ്ടും കടന്നുപോയി. മരുഭൂമികൾ പൂക്കുന്നകാഴ്ചയിൽ പൊള്ളലേറ്റുപോയ ഒരാൾ അപ്പോൾ എന്നോട് വീണ്ടും സംസാരിക്കാൻ തുടങ്ങി.

ബഷീർ എന്ന ഒറ്റമരം

ഈ നൂറ്റാണ്ടിന്റെ ആദ്യത്തെ നാലഞ്ച ദശകങ്ങളിൽ, കേരളത്തിലെ യുവാക്കൾ മൗലികമായ ചില ചോദ്യങ്ങൾ ചോദിച്ചുകൊണ്ടേയിരുന്നു. യുദ്ധത്തിന് തൊട്ടുമുമ്പും പിമ്പുമുള്ള കാലങ്ങളിൽ ഈ പ്രവണത ഏറെ രൂക്ഷവും ആയിരുന്നു. ദാരിദ്ര്യത്തെക്കുറിച്ചുള്ള ഉണർവാകണം ഇതിനു മുഖ്യകാരണം. ലോകത്തിൽ ഭക്ഷണവും സ്നേഹവും നീതിയും ആരോഗ്യവും തീരെ കുറഞ്ഞുവരുന്നതായി അവർക്കനുഭവപ്പെട്ടിരുന്നു. ചുറ്റും താലോലിക്കപ്പെടുന്ന ധർമ്മത്തിന് അധർമ്മത്തിന്റെ ചുവയുണ്ടെന്നും ഉണ്ണികൾ കുടിച്ചുകൊണ്ടിരിക്കുന്നത് പൂതനയുടെ പാലാണെന്നും പലരും വിളിച്ചുപറഞ്ഞു. വ്യവസ്ഥകളുടെ പിതൃത്വത്തേയും മാതൃത്ത്വത്തേയും ആണ് അവർ ചോദ്യം ചെയ്തിരുന്നത്. കുടുംബത്തിലെ നീതിയെക്കുറിച്ചു മാത്രമല്ല രാഷ്ട്രീയവും മതപരവും ആയ നീതിയെക്കുറിച്ചും ഈ സംശയങ്ങൾ നീണ്ടുപോയിരുന്നു. ഇതിൽ ദൈവത്തിന്റെ നീതിയും പെടും. നിയമങ്ങളായ നിയമങ്ങളെല്ലാം ചോദ്യംചെയ്യപ്പെടുകയും അവയുടെ നിയന്താവുപോലും യഥാർത്ഥമായി സംശയിക്കപ്പെടുകയും ചെയ്തിരുന്ന ഈ കാലത്താണ് ബഷീർ യുവാവായിരുന്നത്. നാലും കൂടിയ ഈ വഴിയിൽ നിന്നു കൊണ്ടു ശബ്ദങ്ങളിലെ നായകൻ കഥാകൃത്തിനോട് ചോദിക്കുന്നു.

"ഞാനൊന്നു ചോദിക്കെട്ടെ? ഈശ്വരനുണ്ടോ''

"വേണമെങ്കിൽ ഉണ്ട്. എന്റെ ഈ മുപ്പതിനാലാമത്തെ വയസ്സിൽ ഇങ്ങനെയാണ് തോന്നുന്നത്.''

ഇരുപത്തിയൊമ്പത് വയസ്സുള്ള പിരിഞ്ഞ പട്ടാളക്കാരൻ ആവട്ടെ അങ്ങനെ തോന്നാൻ ഞായമൊന്നുമുണ്ടായില്ല. തന്റെ കാരണക്കാരെന്ന് തോന്നു അച്ഛനമ്മമാരെ അയാൾ അറിയുന്നത് തന്നെ

ചോരക്കുഞ്ഞായിരിക്കെ ഉപേക്ഷിച്ചവർ എന്നാണ്. ഈ നാൽക്കവലയിലും അവരില്ലെന്ന് അയാൾ അറിഞ്ഞു കഴിഞ്ഞു. അനന്തതയിൽ ഏകാകിയാക്കപ്പെട്ട ഈ മനുഷ്യന്റെ ഛായ ബഷീറിന്റെ മിക്ക കഥാപാത്രങ്ങൾക്കുമുണ്ട്. ബഷീർ എന്ന കഥാപാത്രത്തിനുമുണ്ട്.

"പോട, പോ, നീ രാജ്യക്കെ ചുറ്റിയൊന്ന് പടിച്ചിട്ടുവാ- മനസ്സിലായൊ- ഇല്ല"

'പോ' ആ ശബ്ദം ലോകത്തിന്റെ അറ്റംവരെ മജീദിനെ ഓടിക്കുവാൻ പര്യാപ്തമായിരുന്നു.

'ബാല്യകാലസഖി'യിലെ ആ രംഗം 'ഓർമ്മയുടെ അറകളിലും' മറ്റിടങ്ങളിലും ബഷീർ വീണ്ടും സാക്ഷ്യപ്പെടുത്തുന്നുണ്ട്.

ലോകത്തിന്റെ അറ്റം മാത്രമല്ല എന്തിന്റെയും അറ്റം എവിടെയെന്ന ജീവന്മരണ ചിന്തയിലേക്ക് ബഷീർ എടുത്തെറിയപ്പെടുന്നു. ഉത്തരം കിട്ടാത്ത അഭിസന്ധികളിൽ ചെന്നുമുട്ടാത്ത ഒരു കഥയും ബഷീർ എഴിതിയിട്ടില്ല. അവ ട്രാജി-കോമിക്ക് വിഭജനങ്ങളെ പരിഹസിക്കുന്നു. സുഖദുഃഖങ്ങളുടെ വരമ്പുകളെ മുക്കിക്കളയുന്നു. തെരുവുകൾ തോറും അലയുന്നവൻ അനുഭവങ്ങൾക്ക് പേരിടുന്നില്ല.

ആട്ടിയോടിക്കപ്പെട്ട്, അലഞ്ഞുതിരിഞ്ഞ്, പിടിച്ചടക്കിയ പുതിയ രാജ്യങ്ങളിൽ അഭിഷിക്തമായിത്തീരുന്ന സുൽത്താൻ ഒരു ഈഡിപ്പൽ വൃത്തം പൂർത്തിയാക്കുന്നു എന്ന് നമുക്കറിയാം. ഗിൽഗമേഷിനെപ്പോലെ, കർണ്ണനെപ്പോലെ, രാമനെപ്പോലെ, കൃസ്തുവെപ്പോലെ അയാൾ തന്റെ രാജ്യം സ്ഥാപിക്കുന്നു. ഇന്നത്തെ നായകന് സഞ്ചരിക്കുവാനുള്ള ലോകങ്ങൾ വ്യത്യസ്തങ്ങളാണ് എന്നേയുള്ളു. അയാൾ സ്ഥാപിക്കുന്ന തന്റെ രാജ്യവും നീതിയും രീതിയും അതുപോലെതന്നെ പുതിയതായിരിക്കുകയും ചെയ്യുന്നു. താൻ നേടിയ ഭൂഭാഗത്തിൽ ബഷീർ പുതിയ ലോകത്തിന്റെ കമ്പുകളും വിത്തുകയും നടുന്നു. കുമനെയും പാമ്പനെയും പുള്ളിനെയും കടവാതിലിനെയും ഭൂമിയുടെ മറ്റവകാശികളേയും കണ്ടെത്തുകയും ചെയ്യുന്നു. ആരാണ് ഭൂമിയുടെ അവകാശിയെന്നും ആരാണ് അനുഭവത്തിന്റെ അവകാശിയെന്നുമുള്ള ചോദ്യങ്ങൾക്ക് ഇന്ന് ലഭിക്കുന്ന ഉത്തരങ്ങളെല്ലാം തെറ്റാണെന്ന് ബഷീറിന് അറിയാം. സാഹിത്യത്തിലും ഈ ചോദ്യങ്ങൾക്ക് ശരിയായ ഉത്തരങ്ങളല്ല നിലനിന്നിട്ടുള്ളത്. ജീവിതത്തിന്റെ ചെറിയ ഒരു ഛേദം മാത്രമേ നമ്മുടെ സാഹിത്യത്തിലേക്ക് എന്നും കടന്നുവന്നിട്ടുള്ളു. അനുഭവങ്ങളുടെ ഒരു പുതിയ വൻകരതന്നെ ബഷീർ സാഹിത്യത്തിലേക്ക് കൊണ്ടുവന്നു. കാടായിത്തീർന്ന ഒറ്റമരത്തിന്റെ ആത്മകഥയാണ് ബഷീറിന്റെ സാഹിത്യം.

“എനിക്ക് ഒരുപാട് അനുഭവങ്ങളുണ്ട്.’’ “ചുട്ടുനീറുന്ന കുറേയധികം അനുഭവങ്ങളും പേനയുമല്ലാതെ മറ്റുള്ളതൊന്നും ഉണ്ടായിരുന്നില്ല’’ എന്നെല്ലാം ബഷീർ പലപാട് പറഞ്ഞിട്ടുള്ളതാണ്. സഞ്ചാരമായിരുന്നു ഒരനുഭവം. ആരാണ് ഇരിക്കപ്പൊറുതി കിട്ടാത്തവിധം ബഷീറിനെ വേട്ടയാടി വേദനിപ്പിച്ച് കഥകളിലും കഥകളിലും എത്തിച്ചത്?. സംസ്കാരത്തിന്റെ എണ്ണമറ്റ മടിത്തടങ്ങളിലേക്ക്, എന്നും സ്നേഹം ചുരത്തുന്ന ആയിരം മുലക്കണ്ണുകളിലേക്ക് നിർധയമായ ഏതു നിയോഗമാണ് ഈ മുതിർന്ന കുഞ്ഞിനെ എടുത്തെറിഞ്ഞുകൊണ്ടിരുന്നത്? എന്റെ കണക്കുകളെല്ലാം തെറ്റായിരുന്നുവെങ്കിലും എനിക്കെന്നും അപാരമായ ഭാവനയുണ്ടായിരുന്നുവെന്ന് ബഷീർ ‘ബാല്യകാലസഖി’യിൽ ഓർക്കുന്നുണ്ട്. മാനത്തോളം വളർന്ന മാണിക്യകൊട്ടാരം കെട്ടുന്ന അറബിക്കഥകളിലെ ഭാവന. വീട്ടിലും ജയിലിലും നരകത്തിലും-താൻ പോകുന്നിടത്തെല്ലാം പൂന്തോട്ടങ്ങളുണ്ടാക്കിപോകുന്ന സൃഷ്ടിവൈഭവം. “ഞാനാണ് പൂവ്, ഞാൻതന്നെയാണ് തോട്ടവും’’എന്ന് ബഷീർ ഒരിടത്ത് പറഞ്ഞിരിക്കുന്നു. കൈവെള്ളയിൽ പൊള്ളുന്ന കനലിനെയും പൂവാക്കിത്തീർക്കുന്ന കലാകാരനാണ് താനെന്ന് അദ്ദേഹം അനുഭവങ്ങളോട് പറഞ്ഞുകൊണ്ടിരുന്നു- ഇതാണ് ബഷീർ ദേവിയോടും പറഞ്ഞുകൊണ്ടിരുന്നത്. “അനുരാഗത്തിന്റെ ദിനങ്ങളിൽ’’ “ഞാനൊരു കലാകാരനാണ്’’ എന്ന് ബഷീർ ആവർത്തിക്കുന്നുണ്ട്, വിവാഹപ്പിറ്റേന്ന് കാമുകിയുടെ കണ്ണടകളിൽ ചുംബിച്ചിട്ട് “ദീർഘസുമംഗലീഭവഃ’’ എന്നുവരെ ആശിർവദിക്കുവാൻ ബഷീറിനു കഴിയുന്നത്, കലയുടെ, കണ്ണടയുടെ ഈ ചെറുദൂരം കൊണ്ടാണ്. ജീവിച്ചിരിക്കെതന്നെ ബഷീർ ഒരു കഥയായി, കഥകളായി തീരുന്നതിന് കാരണമിതാണ് എന്ന് ഞാൻ കരുതുന്നു. ചങ്ങമ്പുഴക്കു പോലും ചെറിയൊരളവിൽ മാത്രമേ ഇങ്ങനെ സംഭവിച്ചിരുന്നുള്ളു.

“ഭാവനയൊന്നും ഇല്ല. ഒന്നും കൂട്ടിച്ചേർത്തിട്ടില്ല.’’ എന്ന സത്യവാങ്മൂലത്തോടെ അവതരിപ്പിക്കുന്ന “അനുരാഗത്തിന്റെ ദിന’’ങ്ങൾ യാഥാർത്ഥ്യത്തിന്റെ അഗാധമായ മറ്റൊരുതലമാണ് ഭാവന എന്ന് കേരളീയരെ ബോധ്യപ്പെടുത്തുന്നുണ്ട്. ചാലുകളും തോടുകളും തീർത്ഥങ്ങളും ശ്മശാനഘട്ടങ്ങളുമായി പേരിട്ട് വിവരിക്കപ്പെടുന്ന അനുഭവത്തിന്റെ നദിയെ ബഷീർ അതിന്റെ സ്വാഭാവികമായ ശൈതില്യത്തിലേക്കും കാലുഷ്യത്തിലേക്കും ദീരമായി ഇറക്കിനിർത്തുന്നു. അനുരാഗത്തിന്റെ ആത്മീയതയെ ബഷീർ ശരീരകോശങ്ങളിലേക്ക് കൊണ്ടുവരുന്നു. തന്റെ ‘വിഷാദകാവ്യ’ത്തോട് നല്ല ഭക്ഷണം കഴിക്കണം എന്ന് ഉപദേശിക്കുകമാത്രമല്ല, കൊക്കോ ശാസ്ത്രത്തിൽ നിന്നുള്ള ഔഷധച്ചാർത്തുകൂടി എത്തിച്ചുകൊടുക്കാൻ ബഷീർ മറക്കുന്നില്ല. കാമുകിയുടെ കണ്ണുകളിലും

ച്ചുണ്ടുകളിലും ചുംബിക്കുവാൻ മാത്രമല്ല അവളുടെ ഓർമ്മയിൽ ഭക്ഷണത്തെപ്പോലും മറക്കുവാനും ബഷീറിന് കഴിയുന്നുണ്ട്. അനുഭവത്തിന്റെ ഈ ദ്വന്ദ്വമാണ്, സങ്കീർണ്ണതയാണ് സ്നാനശുദ്ധരായ നിരൂപകർക്ക് മനസ്സിലാകാതെ വരുന്നത്. കലയിലെ പരിചയക്കുറവുകൊണ്ടും ശീലത്തിന്റെ പിരിമുറുക്കംകൊണ്ടുമാകാം അത്. ആശാന്റെ ആത്മീയ സ്നേഹത്തിൽ വന്നെത്തുന്ന ശരീരസാന്നിധ്യത്തെ നല്ലവരായ നമ്മുടെ അദ്ധ്യാപകർ വ്യാഖ്യാനിക്കാതെ ഒഴിഞ്ഞുമാറുന്നു. സിദ്ധാന്തങ്ങളെ സത്യംകൊണ്ട് വികലമാക്കിക്കൂടാ!

അദ്ധ്യാപകർക്കും നിരൂപകർക്കും സാദ്ധ്യമായ ആന്ധ്യം ഒരു യഥാർത്ഥ കലാകാരന് അപ്രാപ്യമാകുന്നു. അയാൾക്ക് ജീവിതത്തെ ഒരു പച്ചമാങ്ങയെപ്പോലെ പുളിയോടെ, നെല്ലിക്കയെപ്പോലെ ചവർപ്പോടെ കടിച്ചുതിന്നേ പറ്റൂ. ഈ തിരക്കിൽ എവിടെയെ വെച്ച് വാസവദത്തയെപ്പോലെ അയാൾ നിർവൃതിയുടെ, സ്വാതന്ത്ര്യത്തിന്റെ, ആനന്ദത്തിന്റെ അനർഘനിമിഷം മിന്നിമറയുന്നതായി അറിയുന്നു. തന്റെ മുറികളൊന്നും പൂട്ടാതെയാണ് താൻ ഇറങ്ങിപോകുന്നതെന്ന്, തന്റെ ഒരേയൊരായുധം പോലും നശിപ്പിച്ച് അടിയറവെച്ചിരിക്കുന്നുവെന്ന്, നിസ്വനും നിരായുധനുമായ തന്റെ മുന്നിൽ പ്രപഞ്ചം കഴുകിത്തെളിഞ്ഞ പുതിയ ഒരനുഭവമായിത്തീരുന്നു എന്ന്- താൻ സ്നേഹിക്കുകയാണ് ഇപ്പോൾ ചെയ്യുന്നത്- അയാൾ ഉണർന്നിരിക്കുന്നു.

"ആദ്യമായും അവസാനമായും പ്രേമം എന്തെന്ന് അപ്പോൾ അനുഭവപ്പെട്ടു. ആകാശമെല്ലാം കഴുകി പുതുചായങ്ങൾ ഇട്ടതുപോലെ - കെട്ടിടങ്ങൾ, മനുഷ്യർ, പക്ഷികൾ, വാഹനങ്ങൾ, എല്ലാം ഒരു പുതുവെളിച്ചത്തിൽ തെളിഞ്ഞു. ആരറിഞ്ഞു. നിയതി ഈ ദിവ്യമായ അനുഭൂതി എനിക്ക് ഒരുക്കിവെച്ചിരുന്നുവെന്ന്-"

ഔദ്യോഗികമായി അശ്ലീലതമമെന്ന് അംഗീകരിക്കപ്പെട്ട് കൃതിയിൽ നിന്നാണ് നാമിപ്പോൾ ഉദ്ധരിക്കുന്നത്. അതിനെ സാധൂകരിക്കുവാൻ ഇതുകൂടി കേൾക്കുക:

"ഒമ്പതരമണിക്ക് ദേവിയെ കാണാൻ പോയി.
ഒടുവിലത്തെ പോക്ക്. വഴിക്ക് പല പെണ്ണുങ്ങളും
ആഗ്രഹത്തോടെ എന്നെ നോക്കി.
ഞാനും നോക്കി"

അനുരാഗത്തിന്റെ അന്തിമാമായ വിപര്യയത്തിലും അതിന്റെ വൈകാരികവർണ്ണഭേദങ്ങൾ ബഷീറിന് നഷ്ടപ്പെട്ടിട്ടില്ല. വെള്ളമുണ്ടുടുക്കുന്നവരും മൂക്കിനുനേരെ നടക്കുന്നവരുമായ മലയാളികൾക്ക് ഇത് അനുഭവത്തിന്റെ പുതിയ വർണ്ണ ശാസ്ത്രമാണ്. അപ്പംപോലെയും

അഴിച്ചിട്ടും അറ്റം കെട്ടിയും മാറുന്ന മുടിയുടെ ശൈലി, വികാരത്തിന്റെ ശൈലിയെത്തന്നെ മാറ്റുന്നതായി ബഷീർ കാണുന്നുണ്ട്. സംശയം കൊണ്ടും അസൂയകൊണ്ടും അഭിമാനംകൊണ്ടും മാത്രമല്ല മറ്റുള്ളവരുടെ സാന്നിദ്ധ്യംകൊണ്ടും സ്നേഹത്തിന്റെ രസവർണ്ണങ്ങൾ അട്ടിമറിക്കപ്പെട്ടു ന്നു. ബ്രാഹ്മണ യുവതിയുടേയൊ സാവിത്രിയുടെയൊ കൊഴുത്ത മാറിടം കൊണ്ടോ മറ്റൊരു പുളിച്ച ചിരികൊണ്ടോ തിരുത്തപ്പെടുകയും ചെയ്യുന്നു.

ദേവി സഹോദരനായി എഴുതിയ കത്ത് മനപൂർവ്വം അറിയാതെ കൊടുത്തപ്പോൾ അതു വായിച്ച ബഷീറിന് എന്താണ് തോന്നിയത്. “ദേവിക്ക് ആ എഴുത്ത് ഞാൻ കാണണമെന്നുണ്ടായിരുന്നു. ധാരാളം വിവാഹാലോചനകൾ നിരസിച്ചിച്ചാണ് എന്നെ സ്വീകരിക്കുന്നതെന്ന് കാണിക്കണം. എങ്കിലും ഇങ്ങനെ നുണപറഞ്ഞിട്ടു വേണമോ?”

ഈ വീണ്ടുവിചാരമാണ് നമ്മക്ക് മറുപുറമുണ്ടെന്ന ബോധത്തി ലേക്ക് ബഷീറിനെ കൊണ്ടെത്തിക്കുന്നത്. ആദ്യാനുരാഗത്തിന്റെ പരാജയം നമ്മെ അനുരാഗത്തിൽ നിന്ന് മാന്യമായ ഒരകലത്തിലേക്ക്, അമാന്യമായ അകലങ്ങളിലേക്ക് നീക്കിനിർത്തുന്നു. ഇത് നോവലിൽ സംശയത്തിന്റേതായ മറ്റൊരു ഘനമാനം സൃഷ്ടിക്കുന്നു- ദേവി തന്നെ സ്നേഹിക്കുന്നു എന്നു മാത്രമല്ല. തനിക്കു മുമ്പും സ്നേഹിച്ചിരുന്നു എന്ന അറിവ് സ്നേഹത്തെ കേവലമല്ലാതാക്കി തീർക്കുന്നു. ദേവിയുടെ വിയർ പ്പിന് കാമോദ്ദീപകമായ സുഗന്ധം മാത്രമല്ല, ഗന്ധകത്തിന്റെയും ചെവി പ്പീളയുടെയും മണം കൂടിയുണ്ട്. സ്നേഹത്തിന് മാത്രമല്ല, ധർമ്മങ്ങൾക്കും നീതികൾക്കും എവിടെവെച്ചോ ജീർണ്ണിച്ചതിന്റെ വാടയടിക്കുന്നു എന്ന അറിവാണ് ബഷീറിന് ഒരിക്കലും പൊരുത്തപ്പെടാത്ത മനുഷ്യനാക്കി തീർക്കുന്നത്. പിന്നെപിന്നെ ദുർഗന്ധമായിത്തീരുന്ന ഒരു സുഗന്ധമാണ് ജീവിതമെന്ന് ബഷീർ അറിയുന്നു.

ജീവിതത്തിന്റെയും വികാരങ്ങളുടെയും ഐറണിയെക്കുറിച്ച് ബാല്യ കാലസഖിയിൽ അറിയാൻ തുടങ്ങുന്നതേയുള്ളൂ. സ്നേഹത്തിന് നഖത്തി ന്റെയും പല്ലിന്റെയും മൂർച്ചയുണ്ടെന്ന് മജീദ് മനസ്സിലാക്കുന്നുണ്ട്.

“ഞാനൊന്നും ചെയ്യില്ലേല്ലും ബാപ്പായും ഉമ്മായും ചുമ്മാ എന്നെ അടിക്കുകേം ചീത്തപറയുകേം ചെയ്യും.” സഹതാപവും നീതിയും തനി ക്കുള്ളതല്ല.

പിന്നീട് അവൻ ഏഴോ പത്തോ കൊല്ലക്കാലം സഞ്ചരിച്ചത് ലോകത്തിന്റെയും അനുഭവങ്ങളുടെയും അറ്റങ്ങളിലായിരുന്നു. മനുഷ്യർ പാർക്കുന്ന എല്ലാ ലോകങ്ങളിലും ബഷീർ സഞ്ചരിച്ചു എന്നു പറയാം. വെൺകളിയിട്ട വീടുകളിൽ പാർക്കുന്ന നിരൂപകന്മാർക്ക് ഈ

ലോകങ്ങളിൽ മിക്കതും അപരിചിതവും അതുകൊണ്ട് അസ്ലീലവുമായിരു ന്നു. അത് അവരുടെ കുറ്റമല്ല, കുറവുമാത്രമാണ്. അവർ ഗോസായിമാരു ടെയോ, സന്ന്യാസിമാരുടെയോ, യോഗികളുടെയോ, സൂഫികളുടെയോ ലോകങ്ങൾ കണ്ടവരല്ല. അനുരാഗത്തിന്റെ കൊടുമുടികൾ പോലും കണ്ടിട്ടുണ്ടെന്ന് പറയുന്നത് ശരിയാകണമെന്നില്ല.

ഒരു വേട്ടനായയെപ്പോലെ തന്നെ പിന്തുടരുന്ന നിയോഗത്തിന്റെ നീതിയെന്തെന്ന് ബഷീർ പലപ്പോഴും തിരിഞ്ഞുനിന്ന് ചോദിക്കുന്നുണ്ട്. താൻ ചെയ്ത തെറ്റെന്തെന്ന് യഹോവയോട് തിരക്കുന്ന ഈയ്യോബി നെപ്പോലെ- ഉത്തരമില്ലാത്ത ഈ ചോദ്യത്തിന് അസംഖ്യം ഉത്തരങ്ങ ളുണ്ട്. അവയിൽ സെമൈറ്റ് ഉത്തരങ്ങളുമുണ്ട്. പഠിച്ചിട്ട് തിരിച്ചെത്തിയ ബഷീറിന്റെ കയ്യിൽ ഇതിന്റെ ഉത്തരമുണ്ടോ? എനിക്ക് അങ്ങനെ തോന്നുനില്ല. “ഉത്തരമില്ലാത്ത കുറേ ചോദ്യങ്ങളുണ്ടല്ലോ. അതെല്ലാം അന്വേഷിച്ചുകൊണ്ടേയിരിക്കുക’’ എന്ന് ബഷീർ പറയുന്നതിന്റെ പൊരുൾ മറ്റെന്താണ്. ഉത്തരമില്ലാത്ത തന്റെ കഥകളെയെല്ലാം, സമസ്യകളെയെല്ലാം ഒടുവിൽ ഒരു സ്വർണപാത്രംകൊണ്ട് മൂടാൻ പിന്നെപിന്നെ ബഷീർ തീർച്ചയാക്കിയത് എന്തിനാണ്? ലോകാഃ സമസ്താഃ സുഖിനോ ഭവന്തു- കമഴ്ത്തിയ കൈത്തലം കൊണ്ട് പ്രശ്നങ്ങളെ ശാന്തമാക്കുന്ന അനുഗ്രഹം.

അതുകൊണ്ട് അലഞ്ഞുതിരിഞ്ഞ് വീട്ടിൽ വല്ല്യ ഇക്കാക്കയായി തിരിച്ചെത്തുകയും വിശ്രമിക്കുകയും തണലിൽ ആടിനെപ്പോലെ അയവിറക്കുകയും ചെയ്യുന്ന ‘പാത്തുമ്മയുടെ അടി’ലെ ബഷീർ മറ്റൊരാ ളാണെന്ന് ഞാൻ കരുതുന്നു. ആടുകളുടെ തനിമയായ ഉത്കണ്ഠ, ഭയം, ചടുലത, ഇവയൊന്നും ഈ ആടിനില്ല അപ്പോഴേക്കും അനുഭവങ്ങൾ ‘ഡൊമസ്റ്റിക്കേറ്റ്’ ചെയ്യപ്പെട്ടിരിക്കുന്നു. അപ്പോഴേക്കും ജീവിതം ഒരു പുനഃസ്മൃതിയായി തീർന്നിരിക്കുന്നു. ‘ശാന്തതയിൽ സമാഹരിക്കപ്പെടുന്ന ഓർമ്മ’ അതുകൊണ്ട് ‘ബാല്യകാലസഖി’യിലോ ‘അനുരാഗത്തിന്റെ ദിനങ്ങളി’ലോ കാണാത്ത പുതിയൊരു നർമ്മബോധം ‘പാത്തുമ്മയുടെ ആടി’ലുണ്ട്. “ഇതൊരു തമാശക്കഥയാണ്. എങ്കിലും എഴുതുമ്പോൾ ഞാനാകെ വെന്തുനീറുകയായിരുന്നു. വേദന മറക്കണം- എഴുതുക’’ എന്ന് ഇക്കാര്യം ബഷീർ മുഖവുരയിൽ പറഞ്ഞിരിക്കുന്നു. അപ്പോഴേക്കും നമുക്കേതാണ് ദഹിക്കുംവിധം ബഷീർ അനുഭവങ്ങളെ പാകപ്പെടുത്തി യിരിക്കുന്നു. യുദ്ധത്തിന്റെ പിൻനിലാവിലിരുന്നുകൊണ്ടാണ് ബഷീർ ‘ശബ്ദങ്ങൾ’ എഴുതിയത്. ചരിത്രത്തിന്റെ ഉന്മാദമാണ് യുദ്ധം എന്ന് നാം യുദ്ധത്തിനു ശേഷമേ അറിയുന്നുള്ളു. ആരുടെയോ ആവശ്യം കഴിഞ്ഞ പ്പോൾ പിരിച്ചുവിടപ്പെട്ടവനാണ് ‘ശബ്ദങ്ങളി’ലെ പട്ടാളക്കാരൻ.

"നിങ്ങളെ പിരിച്ചുവിട്ടതാണോ?
അതെ
എന്താ കാരണം?
യുദ്ധം ജയിച്ചു"

യുദ്ധം ജയിച്ചപ്പോൾ അയാൾക്ക് ഗൊണോറിയയും വഴിയമ്പലവു മാണ്. അയാൾ ജീവിതത്തിന്റെ മറ്റൊരു പുറംപോക്കിൽ എത്തിച്ചേർന്നിരിക്കുന്നു. യോഗികളെപ്പോലെ രാത്രി ഉണർന്നിരിക്കുന്നവരുടെ മറുലോകം.

ഈ ലോകത്തിന്റെ മുഖം കാണുവാൻ മാന്യനായ മനുഷ്യൻ ഒരിക്കലും ഇഷ്ടപ്പെടുന്നില്ല. തന്റെ നിഴൽ അവനെ നടുക്കുന്നുണ്ടാവണം. വേശ്യകളിൽ ആണുങ്ങളുണ്ടെന്നും അവർക്ക് ഹിജഡകളെന്ന പര്യായമുണ്ടെന്നും പഠിപ്പിക്കുകയല്ല 'ശബ്ദങ്ങളു'ടെ അർത്ഥം.

ഗുരുനാഥന്മാർക്കും സഹപാഠികൾക്കും വൈദികസ്ഥാപനങ്ങൾക്കും അതു പുതിയ അർത്ഥതലങ്ങൾ നൽകുന്നു. 'ആചാര്യാൽ പാദമാദത്തേ.' ആദ്യം ഗുരുവിൽ നിന്നും പിന്നീട് ബ്രഹ്മചാരികളിൽ നിന്നുമാണ് ഇതിലെ മാണവൻ തന്റെ വിദ്യകൾ അഭ്യസിക്കുന്നത്. വിദ്യയിൽ എങ്ങനെ അവിദ്യ അടക്കം ചെയ്യപ്പെട്ടിരിക്കുന്ന എന്ന സത്യം ഇങ്ങനെ പറഞ്ഞു കേൾക്കുവാൻ ധർമ്മിഷ്ഠന്മാർ ഇഷ്ടപ്പെടുന്നില്ല. എന്തുകൊണ്ടെന്നാൽ 'ശബ്ദങ്ങൾ,' ഒരർത്ഥത്തിൽ നമ്മുടെ സാംസ്കാരിക ചരിത്രവും കൂടിയാണ്. ജീവിതത്തിൽ നിന്നു വാറ്റിയെടുത്ത സംസ്കാര സുഗന്ധമാണ് ഒരു മാന്യസ്ത്രീക്ക് തന്റെ ആകർഷണവും ഒരു യുവാവിനെ തന്റെ സ്വപ്നവും ഒരാൺവേശ്യക്കു സ്വന്തം ദുർഗന്ധത്തിൽ നിന്നു മോചനവും നൽകുന്നത്. നമ്മുടെ നാഗരികത ഗന്ധങ്ങളുടെ നാഗരികതയാണെന്നു ബഷീറിനറിയാം. ഗന്ധങ്ങൾ രഹസ്യങ്ങളെ ഭേദിച്ച് നമ്മുടെ ഉള്ളുകള്ളികൾ പുറത്തുവിടുന്നു. ഗന്ധങ്ങൾ സംസ്കാരങ്ങളെ പ്രശസ്തമാക്കുകയും ചിലപ്പോൾ ഒറ്റിക്കൊടുക്കുകയും ചെയ്യുന്നു.

'ബാല്യകാലസഖി' പണ്ടേ പഴകിക്കഴിഞ്ഞ പ്രണയത്തിന്റെ മറ്റൊരു ഭാഷ്യം മാത്രമാണെന്നു ഇന്നു തോന്നാവുന്നതാണ്. നിരൂപണത്തിലെ ഓർമ്മക്കുറവുകൊണ്ടാണ് ഇഹങ്ങനെ സംഭവിക്കുന്നത്. അനുരാഗത്തിന്റെ നിറങ്ങളെക്കുറിച്ച് നമുക്കിന്നുള്ള ബോധം സൃഷ്ടിച്ചതുതന്നെ 'രമണന'നും 'ബാല്യകാലസഖി'യും അടക്കമുള്ള ഏതാനും കൃതികളാണ്. സ്നേഹത്തിന്റെന പുതിയ അടയാളങ്ങൾ കേരളീയർക്കു നൽകുകയാണ് ഈ കൃതികൾ ചെയ്തത്. സ്നേഹത്തിന് എത്ര വർണ്ണങ്ങളുണ്ട് എന്നു 'ബാല്യകാലസഖി' പതുക്കെ പറയുന്നു. ഉറക്കെ കേൾപ്പിക്കുകയും ചെയ്യുന്നു. സ്നേഹം ക്രൂരവും ദീനവും അനാഥവും ത്യാഗോജ്ജ്വലവും

ആണ് എന്നും ചിലപ്പോഴതു ശൂന്യതയിലേക്ക് ആവിയായിപ്പോകുന്ന ഒരു കണ്ണുനീർത്തുള്ളിയാണെന്നും നിങ്ങൾക്കൊടുവിൽ മനസ്സിലാകുന്നു. കൊടിയ വേനലിലും ഉണങ്ങാത്ത ഒരു ചെമ്പരത്തിയായി അതു 'ബാല്യ കാലസഖി'യിൽ പൂത്തുനിൽക്കുന്നു.

സ്വന്തം ജീവിതാനുഭവങ്ങളിൽ നന്നു മാത്രമേ കലാനുഭവത്തിലും തീവ്രതയുണ്ടാക്കാൻ കഴിയൂ.

ബഷീറിന്റെ ആനക്കഥയിൽ പ്രണയം വ്യക്തികളുടെ സ്വകാര്യമായ അനുഭവത്തിൽനിന്നുയർന്നു സമുദായത്തെത്തന്നെ മാറ്റിത്തീർക്കുന്ന ഒരു നവോത്ഥാനവികാരമായിത്തീരുന്നുണ്ട്. നരകത്തിന്റെ ദ്വീപിൽ സ്വർഗ്ഗം പണിയുകയാണ് ഇവിടെ സ്നേഹത്തിന്റെ നിയോഗം. ഓർമ്മ കളിൽ, ഭൂതകാലത്തിൽ, കുരുങ്ങിപ്പോയ ഒരു തലമുറയും പ്രകൃതിയെ പ്പോലെ സ്വച്ഛവും നിഷ്കളങ്കവുമായ മറ്റൊരു തലമുറയും ഇതിൽ കാണാം. 'കത്തിക്കരിഞ്ഞുപൊടിഞ്ഞു ധൂളിയായിരിക്കുന്ന പുരാതനചരിത്രത്തി'ൽ നിന്നാണ് നിസാർ അഹമ്മദ് 'ശോഭനമായ ഒരു ഭാവി'യുണ്ടാക്കാൻ ശ്രമിക്കുന്നത്. ചന്തുമേനോന് ഇന്ദുലേഖയിലും ആശാനു ചണ്ഡാലഭി ക്ഷുകിയിലും ഇത്തരം സാമുദായിക സ്വപ്നങ്ങൾ ഉണ്ടായിരുന്നു എന്നു നമുക്കറിയാം. സ്നേഹം ചിലപ്പോൾ ചരിത്രത്തിന്റെ ചാലകശക്തായായി മാറുന്നു.

തന്റെ യൗവ്വനത്തിൽ പ്രബലമായിരുന്ന ഏകലോക ആശയവും മനുഷ്യസാഹോദര്യ ബോധവും ബഷീറിനെ ഏറെ സ്വാദീനിച്ചിട്ടുണ്ട് എന്നതിന് സംശയമില്ല. "ഞാൻ എല്ലാ ജാതിയിലുംപെട്ട് സ്ത്രീകളുടെ മുലകുടിച്ചിട്ടുണ്ട്" എന്നും "എല്ലാ ജാതിക്കാരുമായും രമിച്ചിട്ടുണ്ട്" എന്നും അദ്ദേഹം സാക്ഷ്യപ്പെടുത്തുന്നുണ്ടല്ലോ. ശ്രീരാമൻമാർ അതെല്ലാം അശ്ലീലമായണെന്നേ കണ്ടുള്ളു. ആഹാരവും രതിയും മനുഷ്യകൃത്തിന്റെ മൗലിക ഘടകമാണെന്ന് നാം തിരിച്ചറിയുന്നത് മിശ്രഭോജനം മിശ്ര വിവാഹം എന്നെല്ലാം പറയുമ്പോൾ മാത്രമാണ്. എല്ലാ മുലകളിലും മുലപ്പാലാണ് എന്ന അറിവാണ് ബഷീറിന്റും മനുഷ്യ സാഹോദര്യബോ ധത്തിന്റെ അടിത്തറ എന്നുപറയാം. ഭക്ഷണത്തിനും ശരീരഗന്ധത്തിനും ചിലപ്പോൾ ചരിത്രം അധികാർത്ഥങ്ങൾ നൽകുന്നു. അത്തരം ഒരു സന്ദർഭത്തിലാണ്

"ചണ്ഡാലിതൻമെയ് ദ്വിജന്റെ ഭീജ-
പിണ്ഡത്തിനൂഷരമാണോ?"

എന്ന് കുമാരനാശാൻ എടുത്തുചോദിച്ചത്. ഭീജം ജാതിയെ ജൈവ ജാതിയാക്കി തീർക്കുന്നു. അപ്പോൾ മനുഷ്യന് ജാതി ഒന്നേയുള്ളൂ.

എങ്കിലും 'പ്രേമലേഖന'ത്തിലെ സാറാമ്മയ്ക്കും കേശവൻനായർക്കും യാത്രക്കിടയിൽ ഒരു നിമിഷമെങ്കിലും തോന്നിയത് അങ്ങനെയല്ല. ജാതിയും മതവും നാട്ടും തൊഴിലും മറന്ന് പ്രണയബദ്ധരായി ഓടിപ്പോകുമ്പോഴും ആത്മാവിൽ എവിടെയോ സാറാമ്മ സാറാമ്മയും കേശവൻനായർ കേശവൻനായരുമായിരുന്നു.

"കേശവൻ നായർ ചായക്ക് ഓഡർ ചെയ്തു. കാപ്പി മതിയെന്ന് സാറാമ്മ പറഞ്ഞു. രണ്ടുപേർക്കും ദേഷ്യം വന്നു. ഒടുവിൽ കേശവൻ നായർ ഒരു ചായയും സാറാമ്മ ഒരു കാപ്പിയും കുടിച്ചു. സൂര്യനും വളരെ ഭംഗിയായി സന്തോഷത്തോടെ ഉദിച്ചു."

മനുഷ്യസാധ്യമായ പല തൊഴിലുകളിൽ ഒന്നാണ് കലയെന്ന ജീവിത സമതക്വബോധം നമുടെ എഴുത്തുകാരിൽ ഇല്ലെന്നതന്നെയാണ് പറയേണ്ടത്. അവരിപ്പോഴും വെളിപാടിന്റെ തത്വശാസ്ത്രത്തിൽ കുരുങ്ങിക്കിടക്കുന്നു. ഏകാഗ്രതയും ജാഗ്രതയും കവിതയുണ്ടാക്കാനും ചായയുണ്ടാക്കാനും ആവശ്യമാണെന്ന് ധ്യാനബുദ്ധൻമാർക്ക് അറിയാം. സമുദായത്തിന് ആവശ്യമായ ചില സാധനങ്ങൾ ഉണ്ടാക്കുന്ന തൊഴിലാളിയാണ് കലാകാരൻമാർ എന്ന് ആനന്ദകുരസ്വാമി ഇക്കാര്യം മറ്റൊരുതരത്തിൽ പറഞ്ഞിട്ടുണ്ട്. മറ്റൊന്നിലും പരിശീലനം ഇല്ലാത്തതുകൊണ്ടാണ് പരിശീലനം ആവശ്യമില്ലാത്ത സാഹിത്യം താൻ സ്വീകരിച്ചതെന്ന് ബഷീറും പറഞ്ഞിട്ടുണ്ട്. അല്ലെങ്കിൽ താനൊരു കാവൽക്കാരനോ പാചകക്കാരനോ പത്രാധിപരോ പോക്കറ്റടിക്കാരനോ മജീഷ്യനോ ആകുമായിരുന്നു. തന്റെ ഇനത്തിൽപ്പെട്ട ഒരു തൊഴിലാളിയുടെ കഥയാണ് ബഷീർ 'കഥാബീജ'ത്തിൽ നാടകമാക്കുന്നത്. ഇതുപോലെ മുച്ചീട്ടുകളിക്കാർക്കും പുട്ടുകച്ചവടക്കാർക്കും വേശ്യകൾക്കും സന്ന്യാസിമാർക്കും പുസ്തക പ്രസാധകർക്കും രാഷ്ട്രീയ പ്രവർത്തകർക്കും അവരുടെ കഥകളും അവരുടെ ഭാഷകളും ഉണ്ട്. ജാതികൾക്കും മതങ്ങൾക്കും പ്രദേശങ്ങൾക്കും അവരുടെ ജീവിത ശൈലികളും പുരുഷാർത്ഥങ്ങളുമുണ്ട്. അവർ ഒറ്റക്കും ഒന്നിച്ചും ജീവിതം ഉത്പാദിപ്പിക്കുകയും ഭാഷ നിർമ്മിക്കുകയും ചെയ്യുന്നു. അതുകൊണ്ട് ഇവരെല്ലാം ഭാഷയുടെയും ഭൂമിയുടെയും അനുഭവത്തിന്റെയും അവകാശികളാണ്. ഈ ബോധത്തിന് സാഹിത്യത്തിന്റെ സ്വരൂപത്തെതന്നെ മാറ്റിത്തീർക്കുന്ന പ്രധാന്യമുണ്ട്. ബാല്യകാലസഖിയുടെ നിർമ്മാണകാലത്ത് മാന്യമായ സാഹിത്യഭാഷയോടൊപ്പം ഉയരുകയാണ് തന്റെ കർത്തവ്യം എന്ന് ബഷീറും കരുതിയിരുന്നു. "ബാലഭാസ്കരൻ കുന്നിന്റെ ഉച്ചിയിൽ വന്ന് മന്ദഹാസപൂർവ്വം ചെരിവിലെ ഗ്രാമത്തെ പൊൻപ്രഭയിൽ മുക്കുകയാണ്" എന്നെഴുതുന്നത് ഒരു രീതിയാണ്. അവിടെനിന്ന്

ബഷീറിന്റെ യഥാർത്ഥമായ ലോകത്തിലേക്ക് ഏറെ ദൂരമുണ്ട്. അപ്പോൾ ബഷീർ പറയുന്നതെന്തോ അത് മലയാളഭാഷയായി തീരുന്നു. ജീവിക്കുന്നതെല്ലാം കഥയാണെന്നും പറയുന്നതെല്ലാം ഭാഷയാണെന്നും ഉള്ള തിരിച്ചറിവ് ബഷീറിന്റെ ലോകങ്ങൾക്ക് അവസാനിക്കാത്ത വിസ്താരം ഉണ്ടാക്കിക്കൊടുത്തു. തന്റെ കുഞ്ഞ് ഹഗ്ഗ് ചോദിക്കുന്നതും അപ്പോൾ ഭാഷയും ജീവിതവും ആകുന്നു. ഭാഷ അതിന്റെ വറ്റാത്ത നൈസർഗ്ഗിക പ്രവാഹത്തിൽ എത്തിച്ചേർന്നിരിക്കുന്നു എന്നറിയാമായിരുന്നതുകൊണ്ടാണ് 'പോൾ ഇത് ജീവിതത്തിൽ നിന്ന് വലിച്ചുചീന്തിയ ഒരേടാണ്' എന്നെടുത്തുപറഞ്ഞത്. സ്വന്തം അനുഭവങ്ങളാണ്, പൊള്ളലുകളും മുറിവുകളുമാണ് യഥാർത്ഥമായ കലയുടെ ഉറവിടം എന്ന റൊമാന്റിക് (ക്ലാസിക് വിരുദ്ധ) സങ്കൽപ്പമാണ് 'ബാല്യകാലസഖി' അവതരിപ്പിക്കുന്നത്. ചന്തുമേനോനോ സിവിയോ ഇങ്ങനെ കരുതിയിരുന്നില്ല. ലോകത്തെയും കാലത്തെയും വർണ്ണിക്കുവാൻ നിയുക്തരായ കാണികൾ മാത്രമാണോ അവർ. ബഷീറിന്റെ കൃതികൾ മെലിഞ്ഞു പോകുവാൻ കാരണം അനുഭവങ്ങളോടുള്ള നിശിതമായ കൂറാണെന്ന് ഇന്നു നാം മനസ്സിലാക്കുന്നു.

ഞാനാണ് കഥ. ഞാനെഴുതുന്നത് ഭാഷയും. ഇതൊരഭിമാനമാണ് അഹന്തയാണ് എന്നു നിങ്ങൾക്ക് പറയാം. പക്ഷേ ബഷീറിന്റെ കൃതികളിൽ തനിക്ക് ഏറ്റ നഖപ്പാടുകളാണ് സ്നേഹം. തനിക്ക് കിട്ടിയ ചവിട്ടും തെറിയുമാണ് സ്വാതന്ത്ര്യസമരം. താനലഞ്ഞ നാടുകളാണ് ലോകം. തന്റെ അനുഭവങ്ങളുടെ സാകല്യമാണ് തത്വചിന്ത. ബഷീർ ചരിത്രത്തെ തന്നെക്കൊണ്ടളക്കുന്നു. കൃതികൾകൊണ്ട് അടയാളപ്പെടുത്തുന്നു. ഉണർന്നു ജീവിക്കുന്ന ഒരു കലാകാരന്റെ ആത്മകഥയാണ് ചരിത്രം. ഇങ്ങനെ പിഴതെറിയപ്പെട്ട ചില മനുഷ്യർ ഒറ്റക്ക് കാലത്തിന്റെ താപനില രേഖപ്പെടുത്തുകയും വിളിച്ചറിയിക്കുകയും ചെയ്യുന്നു എന്നതുകൊണ്ടാകാം ബഷീർ സംഘടനകളിൽ നിന്നു നിരന്തരമായി ഒഴിഞ്ഞുനിന്നത്. ലോകത്തിന്റെ അറ്റങ്ങൾവരെ ഓടാൻ നിയുക്തനാണ് താനെന്ന ബോധമായിരുന്നു. തനിക്ക് എവിടെയും കൂട്ടംകൂടി നിന്നുകൂടാ. എവിടെയും സ്ഥിരമായി താമസിക്കാനും വയ്യ. അതുകൊണ്ട് ബഷീർ സ്ഥലങ്ങളിൽ നിന്ന് സ്ഥലങ്ങളിലേക്കും തൊഴിലിൽ നിന്ന് തൊഴിലിലേക്കും എന്നും പുതിയ അനുഭവങ്ങളിലേക്കും സഞ്ചരിച്ചു. ബഷീർ അനേകം ജന്മങ്ങളുടെ ജീവിതതലങ്ങളുടെ കഥപറയുന്നു. രാഷ്ട്രീയവും സന്യാസവും പോക്കറ്റടിയും സ്വവർഗ്ഗ സംഭോഗവും വരെ- ഒരു പാചകകൃതിക്ക് അർഹമായ അവതാരിക എഴുതിയ നോവലിസ്റ്റ് ബഷീറേ ആകൂ- കാന്താരിയും ഉപ്പും ചേർന്ന രസനയുടെ തീവ്രതകളിലേക്ക് ഏഴാം

സ്വർഗ്ഗത്തിലേക്കെന്നപോലെ അദ്ദേഹം സഞ്ചരിക്കുന്നു. ചൊറിയും അതിന്റെ ധ്വാനരൂപമായ വരട്ടുചൊറിയും ആത്മീയതയെ ശരീരത്തിലേക്കെത്തിക്കുന്ന ബഷീർതന്നെയാണ് മതിലുകളിൽ അനുരാഗത്തെ അശരീരിയാക്കി തീർക്കുന്നത്. മതിലുകളാൽ നിരോധിക്കപ്പെട്ട സ്നേഹം തികച്ചും ഒരു കൊതിയായിത്തീരുന്നു. ദേശങ്ങളിൽ തടവിലാക്കപ്പെട്ട മനുഷ്യർ ആശയങ്ങളുടെ ലോകം നിർമ്മിക്കുന്നതുപോലെ ജയിലുകളിലെ ജീവികൾക്ക് ഓർമ്മയും ഭാവനയും ഭക്ഷണമായിത്തീരുന്നു. നിങ്ങൾ അവിടെവെച്ച് ചരിത്രവും ആത്മകഥയും ഭാവഗാനവും നിർമ്മിക്കുന്നു. പുറത്തുകടക്കുമ്പോൾ യാഥാർത്ഥ്യത്തെക്കാൾ ഭാവന സത്യമായിത്തീരുന്ന അവസ്ഥ.

ആശയലോകത്തിന്റെ വകതിരിവുകളാണ് ബഷീറിന്റെ കൃതികളെ ശ്രദ്ധേയമാക്കുന്നതെന്നല്ല ഇതിന്റെ അർത്ഥം. ബഷീറിന്റെ ആഖ്യാനരീതിയുടെ കൗശലം മലയാളത്തിലെ മറ്റൊരു എഴുത്തുകാരനും നേടിയിട്ടില്ല. വായനക്കാരനെ ഇതിവൃത്തത്തിന്റെ ഏത് ഇടവഴിയിലേക്കും കൂട്ടിക്കൊണ്ടുപോകാൻ കഴിയുന്ന മോപ്പസാങ്ങിന്റെയും ശ്വാസംമുട്ടുന്ന അന്തരീക്ഷങ്ങൾ നിർമ്മിക്കാൻ കഴിയുന്ന ചെക്കോവിന്റെയും കൗശലങ്ങൾ ബഷീറിൽ ഒന്നിക്കുന്നുണ്ട്. 'ശബ്ദങ്ങളി'ലും 'മതിലുകളി'ലും 'സ്വർണ്ണമാല'യിലും 'അമ്മ'യിലും 'പൂവൻപഴ' ത്തിലും ഇത് തെളിഞ്ഞുകാണാം. നമ്മുടെ എഴുത്തുകാരെക്കാളും സ്ഫുടമായി സൂക്ഷ്മമായി നർമ്മമധുരമായി ബഷീർ ജീവിതരംഗങ്ങളെ കാണുന്നു. യഥാർത്ഥ ജീവിതത്തിലുള്ള താൽപര്യംകൊണ്ട് ആത്മകഥാരീതിയുടെ ശൂന്യതയെയും വൈരസ്യത്തെയും ജയിക്കാനും അദ്ദേഹത്തിനു കഴിയുന്നുണ്ട്. ബഹിർമുഖരായ മറ്റെഴുത്തുകാരെക്കാൾ വൈചിത്ര്യം എന്തുകൊണ്ടോ, ബഷീറിന്റെ സാഹിത്യത്തിലുണ്ട്. ഒരു ജീവിതംകൊണ്ട് ബഷീർ ഉഴുതുമറിച്ച നിലങ്ങൾ, കീഴടക്കിയ കൊടുമുടികൾ ഏത് വലിയ വായനക്കാരനെയും അത്ഭുതപ്പെടുത്താതിരിക്കുകയില്ല. ബഷീറിന് വലിയ റേഞ്ച് ഉണ്ട് എന്നുച്ചരിച്ച് നിങ്ങൾ തൃപ്തിപ്പെട്ടുകൊള്ളുക.

എങ്കിലും നാളത്തെ ലോകം 'ശബ്ദങ്ങളു'ടെ സ്രഷ്ടാവ് എന്ന നിലയിൽ ബഷീറിനെ ഓർക്കാതിരിക്കുകയില്ല. 'ബാല്യകാലസഖി'യുടെയോ 'പാത്തുമ്മയുടെ ആടി'ന്റെയോ ലോകങ്ങളിലേക്ക് മറ്റെഴുത്തുകാർക്ക് എത്തിനോക്കാൻ കഴിഞ്ഞു എന്നുവരാം. ജീവിത വ്യവസ്ഥയുടെ സകലമാനങ്ങളെയും ചോദ്യംചെയ്യുന്ന 'ശബ്ദങ്ങളു'ടെ മിതത്വവും ശക്തിയും ആവർത്തിക്കാൻ കഴിയുന്നതല്ല. ഇതിലെ പത്രണ്ടദ്ധ്യായവും ചേർന്ന് നിർമ്മിക്കുന്ന കിടിലം കൊള്ളിക്കുന്ന ജീവിതശിൽപ്പത്തിന് തുല്യമായി മലയാളത്തിൽ മറ്റൊന്നും എടുത്തുകാട്ടുവാനില്ല. ഭൂമിയു.യടെ

ചോരയെപ്പോലെ ഒരു യുദ്ധക്കളം മഹാഭാരതരംഗങ്ങളെ വെല്ലുന്ന കരുത്തോടെ ബഷീറുമാത്രമെ സംഘനനം ചെയ്യാൻ കഴിയൂ.

ഒരീറ്റപ്പുലിയുടെ വാത്സല്യം ക്രോധമാണെന്ന് ഇതിലെ അമ്മയുടെ ചവിട്ടേറ്റ പട്ടാളക്കാരന് അറിയാം. തനിക്ക് തെറ്റി എന്നറിയുമ്പോൾ തുണിത്തുമ്പഴിച്ച് നാലണ അയാളുടെ മടിയിലിട്ടുകൊടുക്കുന്ന അമ്മയുടെ കൃതജ്ഞത നമ്മുടെ കവികൾക്കൊന്നും സങ്കൽപ്പിക്കാൻ കഴിയാത്ത താണ്. പിറ്റേന്ന് രാവിലെ അയാൾ കയ്യിലെടുക്കുന്ന ചൂടുള്ള നാലണയ്ക്ക് രാമായണത്തിലെ ഭരദ്വാജസത്ക്കാരത്തിൽ അടയാളമായി അവശേഷിച്ച വാടിയ പൂമാലയുടെ ഛായയാണുള്ളത്. ഒരു ദുഃസ്വപ്നസത്യത്തിന്റെ അടയാളമായി അത് ബാക്കിയായിരിക്കുന്നു.

നാഗരികതയുടെ പ്രത്യയശാസ്ത്രങ്ങളെയെല്ലാം ശിഥിലമാക്കുന്ന ജീവിതാവസ്ഥകളാണ് 'ശബ്ദങ്ങളി'ൽ മുഴങ്ങുന്നത്. നമ്മുടെ സംസ്കാരം ഒരു സ്ഫോടനം കൊണ്ട് തകർക്കുവാൻപോന്ന കരുത്ത് അതിലെ രംഗങ്ങൾക്കുണ്ട്. ആത്മഹത്യയിൽക്കൂടിപോലും രക്ഷനേടുവാൻ കഴിയാതെ ജീവിതം അനുഭവിച്ചുതീർക്കുവാൻ വിധിക്കപ്പെട്ട ഒരനാഥനിൽ നമുടെ മൂല്യവ്യവസ്ഥകളെല്ലാം ചോദ്യംചെയ്യപ്പെടുന്നു. നാം 'ശബ്ദങ്ങളെ' ഭയപ്പെടുന്നത് അത് നമ്മുടെ തന്നെ തകരുന്ന ശബ്ദങ്ങളായതുകൊണ്ടാണ്.

1992

ബഷീർ പാർക്കുന്ന ലോകങ്ങൾ

"അക്ഷരം മുഴുവനറിയാത്ത ഒരു ചെറുപ്പക്കാരൻ അരനൂറ്റാണ്ടു മുമ്പ് നമ്മുടെ സാഹിത്യത്തിലെ വർണ്ണ വ്യവസ്ഥ തിരുത്തിത്തുടങ്ങി. ബഷീർ എഴുതുമ്പോൾ വാക്കുകൾ വിറച്ചിരുന്നു. തന്റെ അനുഭവം കുറിക്കാനുള്ള അടയാളങ്ങൾ തേടിയാണ് അദ്ദേഹം വാക്കുകളിൽ തടഞ്ഞുവീണത്.

ഭാരതം ഒരിതിഹാസമാണെന്നും ഇതിഹാസം പഴയതാണെന്നും അറിയാനുള്ള പാണ്ഡിത്യം ബഷീറിനുണ്ടായിരുന്നില്ല. പക്വത എന്ന വാർദ്ധക്യവും അദ്ദേഹത്തിനുണ്ടായിരുന്നില്ല. അതുകൊണ്ട് തിളച്ചുമറിയുന്ന തന്റെ ഭാരതത്തിലൂടെ അദ്ദേഹം ഉഴറി നടക്കുകയും ഇവിടെ പാകം ചെയ്യുന്നതാണ് ചരിത്രമെന്ന്, താനാണ് തന്റെ നാടിന്റെ ചരിത്രമെന്ന് അറിയുകയും ചെയ്തു. താൻ ഉച്ചരിക്കുന്നതാണ് വാക്കെന്നും താനെഴുതുന്നതാണ് സാഹിത്യമെന്നും ബഷീർ തെളിയിച്ചു."

'മരുഭൂമികൾ പൂക്കുമ്പോൾ'

പത്തു പന്ത്രണ്ടു വർഷങ്ങൾക്കുമുമ്പ് ബഷീറിനെക്കുറിച്ച് വിജയൻ മാഷ് പറഞ്ഞതാണിത്. ആഖ്യയും ആഖ്യാതവും അറിയാത്ത ഒരു മനുഷ്യനു പിന്നാലെ ഞങ്ങളെ എടുത്തോന്നു ഓമനിക്കൂ എന്നു നിലവിളിച്ചുകൊണ്ട് വാക്കുകൾ വന്നതും അനുഭവത്തിന്റെ ഒരു പുതിയ വൻകര അങ്ങനെ മലയാളത്തിലേക്ക് ആ മനുഷ്യൻ കൊണ്ടുവന്നതും വിജയൻ മാഷ് നമ്മെ പഠിപ്പിച്ചു. അതേ ജാഗ്രതയോടെയും വ്യഗ്രതയോടെയും മാഷു ബഷീറിനെക്കുറിച്ചു പറയുന്നു. നിങ്ങൾ പത്തുവർഷം കൂടുമ്പോൾ, വർഷം തികയുമ്പോൾ ബഷീറിനെ ഓർക്കുന്നു, ഞങ്ങൾ എല്ലാ ദിവസവും ബഷീറിനെ ഓർക്കുന്നു എന്ന ആമുഖത്തോടെ...

അനുഭവം, ഭാവന, ബഷീറിന്റെ എഴുത്തിന് വീണ്ടും ഒരു വിശദീകരണം വേണ്ടത് ഇവ രണ്ടിനേയും ബന്ധപ്പെടുത്തിയാണ്.

സാഹിത്യത്തിൽ അനുഭവം ഉണ്ട്. ഭാവനയും ഉണ്ട്. ഇതിൽ ഏതെങ്കിലും ഒന്നില്ലാതെ സാഹിത്യം ഉണ്ടാവില്ല. അതിന്റെ അനുപാതത്തിൽ മാത്രമാണ് വ്യത്യാസം ഉണ്ടാവുക. ഇതൊന്നും ഒരു പുതിയ വിഷയമല്ല. തകഴിയേയും ബഷീറിനെയും സാദൃശ്യപ്പെടുത്തിയിട്ട് ഇതിനു മുമ്പും പഴയ നിരൂപകൻമാർ പറഞ്ഞിട്ടുള്ളതാണ്. ആത്മകഥാപരമായി എഴുതുമ്പോൾ intensity ആഴം കൂടും. നോവലിന്റെ കാലഘട്ടത്തിൽ അഥവാ ആധുനിക കാലത്ത് വ്യക്തിപരമായ അനുഭവങ്ങൾ ചിത്രീകരിക്കുമ്പോൾ അതിന് വൈകാരികമായ ആഴം കൂടുതലുണ്ടാവും. അതിനാലുണ്ടാകാവുന്ന ഒരു ദോഷം നിങ്ങൾ നിങ്ങളെപ്പറ്റി പറയുമ്പോൾ ആവർത്തിച്ച് പറയും. Repetition വരും. കാരണം ഒരാൾക്ക് ഒരു കഥയേ ഉണ്ടാവുകയുള്ളൂ. അങ്ങനെ ഒരു പരിമിതിയുണ്ടിതിന്. ആഴം കൂടുകയും വ്യാപ്തി കുറയുകയും ചെയ്യും എന്നതാണ്. നേരെമറിച്ച് എഴുത്തു നടത്തുന്നവരിൽ അനുഭവം കൊടുക്കുന്ന ആഴം പലപ്പോഴും കുറഞ്ഞിരിക്കും. കുറഞ്ഞിരിക്കാൻ സാധ്യതയുണ്ട്.

ഡി.എച്ച്.ലോറൻസിനെ ഉദാഹരിച്ച് പറയാറുണ്ട്. കൃതികൾ മുഴുവൻ ആത്മകഥാപരമാണ്. അതുകൊണ്ടവയുടെ ഇമോഷണൽ ടോൺ വളരെ ഭദ്രമാണ്. പക്ഷേ ഞാനെന്നെക്കുറിച്ച് പറയുമ്പോൾ ആവർത്തിച്ച് പറയും അതു നല്ലതോ ചീത്തയോ അല്ല. രണ്ടു തരങ്ങളാണ്. നമ്മളിപ്പോൾ കൂട്ടിമുട്ടി ശബ്ദമുണ്ടാക്കുകയാണ്. ഒരേ തരത്തിലുള്ള സൗഹിത്യം അല്ലാത്തതുകൊണ്ടാണ് നമ്മൾ സാഹിത്യത്തെ ഇഷ്ടപ്പെടുന്നത്. ഒന്ന് നല്ലതെന്നോ മറ്റതു മോശമാണെന്നോ പറയുന്നത് സാഹിത്യത്തിന്റെ ആവശ്യത്തിനുവേണ്ടിയല്ല. മറ്റെന്തോ ആവശ്യത്തിനു വേണ്ടിയാണ്.

ബഷീറിനെ വീണ്ടും വീണ്ടും വായിക്കുകയാണ് ചിലർ. വി.കെ. എന്നിനെക്കുറിച്ചുള്ള ഓർമ്മക്കുറിപ്പിൽ എൻ.എസ്.മാധവൻ വി.കെ.എൻ സാഹിത്യത്തിൽ വി.കെ.നാരായണൻകുട്ടിനായരുടെ ഹാജർ വളരെ കുറവാണ് എന്നു പറയുന്നുണ്ട്. ബഷീറിനെ ഉദ്ദേശിച്ചാണ് ആ ലേഖനത്തിലെ ഏറെ ഭാഗവും. രണ്ടു പരാമർശങ്ങൾ ഉദ്ധരിക്കാം.

1. അഹത്തിന്റെയും സ്വത്വത്തിന്റെയും നിയതമായ വ്യാസത്തിന്റെ അകത്തുള്ള ഭ്രമണങ്ങൾ.
2. സ്വന്തം ഇടം ഏറ്റവും കേമമാണെന്നു കരുതുകയും അപരനെ നിരാകരിക്കുകയും ചെയ്യുന്ന പ്രവണതകൾക്ക് വരാവുന്ന അപകടകരമായ രാഷ്ട്രീയ പരിഭാഷ.

അതുകൊണ്ടാണല്ലോ ഒരാൾക്ക് വി.കെ.നാരായണൻകുട്ടിയെന്നും മറ്റേയാൾക്ക് വൈക്കം മുഹമ്മദ് ബഷീറെന്നും പേരുള്ളത്. അനുഭവത്തെയും രാഷ്ട്രീയത്തെയും ചരിത്രത്തേയും അളക്കുന്നത് പല രീതികളാണ്. വി.കെ.എൻ. എഴുതുന്ന പോലെയല്ല മാധവൻ എഴുതുന്നത്. ഒരാളെപ്പോലെ എഴുതുന്നതിന് നമ്മൾ എഴുത്ത് എന്നു പറയില്ല. എഴുത്തിലെ ഫാസിസം എന്നല്ല എഴുത്തിലെ വ്യക്തിബോധം എന്നു പറയാം. individualism ഉണ്ടാകുന്നതു മുതലാളിത്ത വ്യാപനത്തോട് കൂടി തൊഴിൽ ഘടനയും ഫ്യൂഡൽ ഘടനയും മാറിയിട്ട് വ്യക്തി ഒറ്റപ്പെടുന്ന കാലഘട്ടത്തിലാണ്. വ്യക്തിസത്തയെക്കുറിച്ചുള്ള അന്വേഷണമാണത്. മറ്റേത് വംശം, കുലം, വീട്, നാട് ഈ തലത്തിലുള്ള ക്രൈറ്റീരിയയാണ്.

ഫ്യൂഡൽ കാലം നശിക്കുന്ന കാലത്ത് പഴയ ബന്ധങ്ങളും തുടർച്ചകളും അവസാനിച്ചിട്ട് വ്യക്തി ഒറ്റപ്പെടുന്നുണ്ട്. വ്യക്തി ഒറ്റപ്പെടുമ്പോൾ വ്യക്തിക്ക് അനുഭവമുണ്ടാകും. അക്കാലത്ത് വ്യക്തിവാദം, പ്രണയം തുടങ്ങിയ പല രോഗങ്ങളുമുണ്ടാകും. പ്രണയമില്ല എന്നു പറഞ്ഞൊരു ലക്കം വന്നിട്ടുണ്ടല്ലോ ഇപ്പോൾ അതുകൊണ്ടാണ് പറയുന്നത്.

വി.കെ.എൻ മരിച്ച ശേഷം അദ്ദേഹത്തെ മുകളിലും ബഷീറിനെ താഴത്തും ഇരുത്തിയ ചിത്രങ്ങൾ പ്രസിദ്ധീകരിച്ചിരുന്നു. വി.കെ.എന്നെ നമുക്കറിയില്ലേ? വി.കെ.എൻ ജനിച്ചപ്പോൾ തന്നെ നല്ല ഉയരം ഉള്ളയാളായിരുന്നു. സാഹിത്യത്തിൽ ഇപ്പോഴുള്ള പ്രവർത്തനം ആളുകളെ കൂട്ടിമുട്ടിച്ച് ഒച്ചയുണ്ടാക്കുകയാണ്. എഴുത്തുകാരെയും കഥാപാത്രങ്ങളെയും കൂട്ടിമുട്ടിക്കും. ഇതിന്റെ ആവശ്യം പത്രപ്രവർത്തനത്തിൽ ഉണ്ട്. സാഹിത്യത്തിൽ ആവശ്യമുണ്ടോ എന്നത് സംശയമാണ്.

ബഷീറിൽ എഴുത്തിന്റെ രാഷ്ട്രീയം എങ്ങനെയുള്ളതായിരുന്നു.

എഴുത്തിന്റെ രാഷ്ട്രീയം എന്നു മാത്രമായിട്ടല്ല, രാഷ്ട്രീയം പൊതുവേ എല്ലാത്തിനേയും സ്വാധീനിക്കുന്നുണ്ട്. ഭക്ഷണത്തിൽ രാഷ്ട്രീയ സ്വാധീനമുണ്ട്. ഗോതമ്പ് ഇറക്കുമതിയുണ്ട്. പാൽപ്പൊടി ഇറക്കുമതിയുണ്ട്. ആ കൂട്ടത്തിൽ ആശയങ്ങൾ ഇറക്കുമതി ചെയ്യുന്നുണ്ട്. അപ്പോൾ രാഷ്ട്രീയം എല്ലാത്തിനെയും സ്വാധീനിക്കുന്നുണ്ട്. മതം സ്വാധീനിക്കുന്നുണ്ട്. കാലാവസ്ഥ സ്വാധീനിക്കുന്നുണ്ട്. അപ്പോൾ രാഷ്ട്രീയം ഇല്ല എന്നു പറയുന്നവർ കളവു പറയുകയല്ല ചെയ്യുന്നത് അവരറിയുന്നില്ല എന്നേയുള്ളൂ. we are politically ditermined എന്നു വേണമെങ്കിൽ പറയാം. ചിലപ്പോൾ രാഷ്ട്രീയം വലിയ ശല്യമാണ്. വിട്ടുനിൽക്കണം എന്നു തോന്നും. പുകവലി നിർത്തണം എന്നു തീരുമാനിക്കുന്നതു പോലെ പുക വലിക്കാനുള്ളതല്ലാതെ പിന്നെന്തിനുള്ളതാണെന്നാണ്

ങ്ങളൊക്കെ ചോദിക്കുക. നിങ്ങൾക്ക് രാഷ്ട്രീയം വേണോ എന്നത് നിങ്ങൾ അറിഞ്ഞോ അറിയാതെയോ ചെയ്തുപോകുന്ന കാര്യമാണ്. രാഷ്ട്രീയപാർട്ടികളുമായി ബന്ധം വേണ്ട. ആശയങ്ങളുമായി ബന്ധപ്പെടാം. കുട്ടികൾക്ക് രാഷ്ട്രീയം വേണ്ട. പാഠപുസ്തകങ്ങളിൽപഠിക്കാം. അതുപോലൊരു അഭിപ്രായമാണിത്. നിങ്ങൾക്കു മറ്റുള്ളവരിൽ താൽപര്യമുണ്ടെങ്കിൽ അത് തനിയെ രാഷ്ട്രീയമാകും

സ്നേഹത്തിന്റെ പല ഭാഷകളാണ്. പ്രണയം, ആനിമൽ പ്രണയം, മതപ്രണയം, ജാതി പ്രണയം, ജാതി വിരുദ്ധ പ്രണയം, മിശ്രവിവാഹ പ്രണയമൊക്കെയാവാം. ഇതിനൊക്കെ വ്യക്തിപരമായ അർത്ഥങ്ങളും സാമൂഹികമായ അർത്ഥങ്ങളും ചരിത്രാർത്ഥങ്ങളുമുണ്ട്. അതുകൊണ്ട് എം.ആർ.ബി. വിവാഹം കഴിച്ചപ്പോൾ എം.ആർ.ബിയുടെ വിവാഹം മാത്രമല്ല നടന്നത്. സമുദായത്തിൽ ഒരു പ്രഹരം കൂടി ഉണ്ടായിട്ടുണ്ട്. ഒറ്റപ്പെടുമ്പോഴാണ് വ്യക്തി തന്നിൽ കേന്ദ്രീകരിക്കുക. അപ്പോഴാണ് റൂസ്സോ പറഞ്ഞത് മനുഷ്യൻ സ്വതന്ത്രനായി ജനിക്കുന്നു. പക്ഷേ, അവനെവിടേയും ചങ്ങലകളിലാണ്. മനുഷ്യൻ സ്വതന്ത്രനായി ജനിക്കുന്നു. എന്നുള്ളത് ഒരു വ്യവസായ യുഗ സങ്കൽപമാണ്. അതിനുമുമ്പെ സ്വതന്ത്രനായി ജനിക്കുന്നു എന്നാരും പറയാറില്ല.

ആ കാലഘട്ടത്തിൽ ഇൻസ്റ്റബിലിറ്റി വരികയാണ്. ഉറപ്പുണ്ടായാൽ (security) മറ്റു കാര്യങ്ങളെക്കുറിച്ച് ചിന്തിക്കും. ഉറപ്പില്ലാതെ വരുമ്പോൾ നിങ്ങൾ നിങ്ങളെക്കുറിച്ച് മാത്രമാണ് ചിന്തിക്കുക. എങ്ങനെ ജീവിച്ചുപോവും. എങ്ങനെ നിലനിൽക്കും സ്വകാര്യത്തെക്കുറിച്ചാണ് ചിന്തിക്കുക. നിങ്ങൾക്കൊരു നിലനിൽപുണ്ടെങ്കിൽ, ഒരു സർക്കാർ ഉദ്യോഗസ്ഥനാണെങ്കിൽ, എപ്പഴാണ് ജോലിയിൽ നിന്നു പിരിച്ചുവിടുക എന്ന ബേജാറ് ഇല്ലെങ്കിൽ മറ്റു കാര്യങ്ങൾ ചിന്തിക്കും. അല്ലെങ്കിൽ ജോലി മാത്രമാവും ചിന്ത. അങ്ങനെ ഘടനാപര (structural) മായ ശൈഥില്യമാണ് ഫ്യൂഡലിസത്തിന്റെ അവസാനകാലത്ത് ഉണ്ടാകുന്നത്. അങ്ങനെ വരുമ്പോഴാണ് വ്യക്തിത്വവാദം അതിൽ നിന്നുണ്ടാകുന്നത്. അക്കാലത്ത് നീയാരാണ് എന്ന ചോദ്യത്തിന് ഞാൻ ഞാനാണ് എന്നാണ് ഞങ്ങൾ ഉത്തരം പറഞ്ഞിരുന്നത്. സമുദായം വിഘടിക്കുകയാണ്, ഞാൻ ഒറ്റപ്പെട്ടിരിക്കുന്നു എന്ന തോന്നൽ വരികയാണ്. ഒരു വലിയ തടാകത്തിൽ ഒരു ഐസുകട്ടക്കു മുകളിൽ നിൽക്കുന്ന ആൾ. അങ്ങനെ ഒരു ചിത്രം ഉണ്ട്. ഒരു വലിയ ഐസ്ബർഗ്. ഒരു സ്ത്രീയും പുരുഷനും കൂടി മുകളിൽ നിൽക്കുന്നു. ഐസ് ഉരുകിത്തീരുകയാണ്. അലിയുന്ന തുരുത്ത് എന്നൊക്കെ ചിലർ കവിതയിൽ എഴുതിയതങ്ങനെയാണ്. വേറെ ഒരു ചിന്തയുമുണ്ടാകില്ല ആ നിലനിൽപിൽ. ഇന്നത്തെ മനോരമ വായിച്ചില്ലല്ലോ എന്നല്ല

ഉരുകിത്തീരുമല്ലോ എന്ന ചിന്തയാണ് You are thinking always about yourself! അങ്ങനെ വരുമ്പോൾ നിങ്ങളുടെ ചെറിയ അനുഭവം പോലും വലിയ അനുഭവമായിത്തീരും. അങ്ങനെയാണ് വ്യക്തിവാദം വരുന്നത്. അത്തരത്തിലുള്ള ഒരു കാലമല്ല ഇത്. അതുകൊണ്ടാണ് ഇത്തരത്തിലുള്ള പ്രബന്ധങ്ങൾ വരുന്നത്. 50 പുരുഷൻമാരും അമ്പത് സ്ത്രീകളുമുള്ള പ്രണയരംഗമേ ഇപ്പോൾ അവതരിപ്പിക്കാറുള്ളൂ. എന്നാലേ വൈഡ് സ്ക്രീനിൽ കാണാൻ പറ്റൂ. ഒരാൾ വന്നിട്ട് വല്ലതും കാണിച്ചാൽ രസമില്ല കാണാൻ. നേരെ മറിച്ച് രാജ്കപൂർ പടമെടുക്കുന്ന കാലത്ത് ഒരു സ്ത്രീ മഴകൊണ്ട് നിൽക്കുന്നു. ഒരു പുരുഷൻ കുടയുമായി വരുന്നു. ഒരു മഴ, ഒരു കുട, ഒരു പ്രണയം എന്നായിരുന്നു. ഇപ്പോൾ അങ്ങനെയൊന്നും പോര. വൈഡ് ആംഗിളിൽ എടുക്കണം. ഏകാംഗ പ്രണയം പോയി. വ്യക്തിവാദം പോയി എന്നതിന്റെ ഒരു സൂചനയാണിത്.

ബഷീർ ഒരു പഥം, സാഹിത്യം മുന്നോട്ടു വളരുന്ന ഒരു പഥം തുറന്നില്ല എന്നാണ് പറയുന്നത്.

ഇത് കുറച്ചു കഴിഞ്ഞാൽ അവർക്കു തന്നെ ഉത്തരം കിട്ടുന്ന കാര്യമാണ്. ഇല്ലാന്നു പറഞ്ഞാൽ ഉണ്ട് എന്ന് ഞാൻ പറയും. ഇല്ലാന്ന് അവർ രണ്ടു തവണ പറയും ഉണ്ടെന്നു ഞാൻ മൂന്നു വട്ടം പറയും. ലേലം വിളിക്കുന്ന പോലെയാകും. 100 തരം ഇല്ല എന്നെനിക്കു പറയാം. അപ്പോൾ 101 തരം ഉണ്ട് എന്ന് തിരിച്ചുപറയാം. കോവിലൻ പറഞ്ഞിട്ടുണ്ട്. ബഷീറിന്റെ ഭാഷയിൽ നിന്നു രക്ഷപ്പെടാൻ വേണ്ടിയാണ് ഞാനെന്റെ ഭാഷയുണ്ടാക്കിയതെന്ന്. കോവിലൻ പറഞ്ഞതാണ്. ഞാൻ ഉണ്ടാക്കിയതൊന്നുമല്ല. അത് ബഷീറിന്റെ സാന്നിദ്ധ്യത്തെ അംഗീകരിക്കലാണ്. ബഷീറിനെ ഭേദിക്കാതെ പുറത്തു പോവാൻ കഴിയില്ല എന്നതുകൊണ്ടാണ്. അത് എല്ലാ എഴുത്തുകാരുടെയും ഒരു പ്രശ്നമാണ്. വലിയ എഴുത്തുകാരുടെ പിന്നിൽ വന്നു കഴിഞ്ഞാലുള്ള ഒരു പ്രശ്നം. അതിനു പല വഴികൾ നോക്കും. ചിലപ്പോൾ ജയിക്കും. ചിലപ്പോൾ ജയിച്ചില്ലാന്നു വരും. ഏതായാലും വേറെ വഴി കണ്ടെത്തും. വായനക്കാർക്കു വലിയ ഉത്സവമാണത്. ഇതു വായിക്കാം. അതും വായിക്കാം അല്ലാതെ എല്ലാവരും ബഷീറിന്റെ വഴിയേ പോയാൽ ആരെങ്കിലും സാഹിത്യം വായിക്കുമോ? കുമാരനാശാനെ അനുകരിച്ച് ഒരുപാട് പേർ കവിതയെഴുതിയിട്ടുണ്ട്. കുമാരനാശാൻ എന്ന പേര് മാത്രമേ ഇപ്പോഴുള്ളൂ. കെ.സി.കേശവപ്പിള്ള പറഞ്ഞിട്ടുണ്ട്. ഞാൻ കാളിദാസനെയാണ് അനുകരിക്കുന്നതെന്ന്. കാളിദാസൻ ആ വിവരമേ അറിഞ്ഞിട്ടില്ല.

ഭാവനയെയോ അനുഭവത്തെയോ ഇന്ന് സാഹിത്യത്തിൽ പ്രധാനമാണെന്ന് പറയാമോ?

അങ്ങനെ മികച്ചതൊന്നുമില്ല. നമ്മൾ അച്ഛൻ, അമ്മ ഏതാണ് മികച്ചതെന്ന് ചോദിക്കുന്ന പോലെ ഒരു ചോദ്യമാണ്. അനുഭവം എന്നത് എല്ലാവർക്കും ഉണ്ടാകും. ഭാവന എല്ലാവർക്കും ഉണ്ടാവില്ല. ഭാവന എന്നു പറയുന്നത് കളവു പറയാനുള്ള കഴിവ്. ഇംഗ്ലീഷുകാർക്ക് കളവ് പറയാനുള്ള കഴിവ് വളരെ കുറഞ്ഞിരിക്കുന്നു എന്നു പറഞ്ഞ് ഓസ്കാർ വൈൽഡ് ഒരു പ്രബന്ധം എഴുതിയിട്ടുണ്ട്. ഡീക്കേ ഓഫ് ലയിംഗ് ഇൻ ഇംഗ്ലണ്ട് എന്നാണ്. ഫാബ്രിക്കേഷൻ ആണത്. ഒരു ചിത്രം പോലെ വേറെ ചിത്രം വരച്ചാൽ അയാളെ കലാകാരൻ എന്നു പറയില്ല. അതു മാറ്റിവരക്കണം. അതിനെയാണ് ക്രിയേറ്റീവ് പ്രോസസ്സ് എന്നു നമ്മൾ പറയുക. ഇതുവരെ ഇല്ലാതിരുന്ന ഒന്നിനെ ഉണ്ടാക്കുന്നതാണ് ക്രിയേഷൻ. സംസ്കൃതത്തിൽ അപൂർവ്വ വസ്തു നിർമ്മാണം എന്നും പറയും. ന്റുപ്പാപ്പാക്ക് ഓരാനേണ്ടാർന്നു എന്നത് മുമ്പില്ല. അതുണ്ടായി. വീണ്ടും എഴുതിയാൽ ആ സാധനം അല്ല അത്.

ഭാവന എന്നത് ഒരു പേരു കൊടുക്കുന്നതാണ്. ക്രിയേറ്റീവിറ്റിക്ക് കൊടുക്കുന്ന ഒരു പേര്. നെയ്ത്തുകാരൻ എന്നൊരു കൃതിയുണ്ട്. ബൽജിയൻ കൃതി. നെയ്ത്തിനെപറ്റി നമുക്കാകെ അറിയുന്നത് ഊടും പാവും എന്നൊരു പദമാണ്. വേറെ വാക്കുമറിഞ്ഞുകൂടാ. ഇവിടെ തറിയിട്ട് നെയ്തിരുന്ന സ്ഥലമാണ്. അതാണ് ഞാനിത്ര കട്ടപ്പത്തിൽ പറയുന്നത്. ഊടുണ്ട്, പാവുണ്ട്, അച്ച്, റക്ക, അങ്ങനെ ഒരുപാട് വാക്കുകളുണ്ട്. ഇതറിയാൻ ഭാവനകൊണ്ട് കഴിയില്ല. നെയ്യുന്നിടത്തു പോവണം. കയറിനെപ്പറ്റി എഴുതുമ്പോൾ അതെന്താണെന്നെങ്കിലും അറിയണം. ശബ്ദ താരാവലി നോക്കിയാൽ പോര. ഖനിത്തൊഴിലാളികളെക്കുറിച്ചെഴുതുമ്പോൾ ഭൂമിയുടെ മേലെയുള്ള മർദ്ദമല്ല അടിയില് എന്നെങ്കിലും അറിയണം. ഭാവനയാണോ അനുഭവമാണോ ശ്രേഷ്ഠം എന്നു ചോദിച്ചാൽ എനിക്കീ ശ്രേഷ്ഠമെന്നതിന്റെ അർത്ഥം അറിഞ്ഞുകൂട. ഓരോ ആളും വിചാരിക്കുന്നത് അയാളുടെ തിയറിയാണ് ശരി എന്നാണ്. ഗസ്റ്റാൾട്ട് തിയറിക്കാർ കരുതിയത് വീണയുടെ പാട്ടിനേക്കാൾ മഹത്താണ് ഓർക്കസ്ട്ര എന്നാണ്. അതൊരു തിയറിയാണ്. നമ്മൾ അംഗീകരിച്ചുകൊള്ളണമെന്നില്ല.

എഴുത്ത് മറ്റ് പല അദ്ധ്വാനങ്ങൾ പോലെ ഒരു പണിയായിരുന്നു ബഷീറിന്. മുതലാളിത്ത വ്യവസ്ഥയിൽ അദ്ധ്വാനം ആത്മാവിഷ്കാരത്തിനുള്ള വഴിയാണോ?

ഇന്ത്യയിൽ ആകെ ഒരു അൽഭുതമേയുള്ളൂ. അതു കൽപണിക്കാരൻ ഉണ്ടാക്കിയതാണ്. താജ്മഹൽ എന്നാണതിന്റെ പേര്. അതൊരു സാഹിത്യകൃതിയല്ല. മനുഷ്യന് ഉപയോഗമുള്ള ഒരുസാധനം ഉണ്ടാക്കുന്ന പല പ്രവൃത്തികളിൽ ഒരു പ്രവൃത്തിയാണ് കല. ഇത് ആനന്ദകുമാരസ്വാമിയും പറഞ്ഞിട്ടുണ്ട്. സാഹിത്യകാരൻ ഋഷിയാണ് എന്നു നമ്മുടെ ആളുകൾ പറയുന്നുണ്ട്. ഋഷി എന്ന് പണ്ട് പറഞ്ഞിരുന്നത് എഞ്ചിനീയർമാരെയാണ്. നമ്മൾ കൊല്ലൻ എന്നു പറയും. കൊല്ലൻ എന്നു പറയുന്നതു മോശമാണിന്ന്. എഞ്ചിനീയറാകാൻ എൻട്രൻസ് ഉണ്ട്. കൊല്ലനാകാൻ എൻട്രൻസില്ലാത്തതാണ് കാരണം. വേദത്തിൽ ഋഷി സത്‌ലജ് നദി കടക്കാൻ പുതിയ വഴി കണ്ടു പിടിച്ച ആളാണ്. കവി ഋഷിയാണെന്നു പറയുന്നതുമങ്ങനെയാണ്. ഇതുവരെയില്ലാത്ത വഴി കണ്ടുപിടിക്കുകയാണ് കവിയും. എഴുത്തുകാരൻ കാണാത്ത അനുഭവം കാണിച്ചു തരികയാണ്. പ്രണയമാകാം. അതു കല്ലുകൊണ്ടും വാക്കുകൊണ്ടുമാകാം.

ബഷീറിൽ അനുഭവമേയുള്ളൂ എന്നു പറയാമോ?

ഭാവന ഇല്ലാത്ത സാധനം ഉണ്ടാക്കലാണ്. താജ്മഹൽ മുമ്പുണ്ടായിരുന്നില്ല. മാർബിളേ ഉണ്ടായിരുന്നുള്ളൂ. മാർബിളാണ് താജ്മഹലായത്. അതാണീ ഭാവന എന്നു പറയുന്നത്. അനുഭവത്തിനു പ്രാധാന്യം വരുന്നത് insecurity വരുമ്പോഴാണ്. social insecurity. നിങ്ങൾ നിങ്ങളെക്കുറിച്ച് തന്നെ ആലോചിക്കുക. നിങ്ങൾക്ക് സെക്യൂരിറ്റി കിട്ടിക്കഴിഞ്ഞാൽ മറ്റുള്ളവരെക്കുറിച്ച് ആലോചിക്കും. ഒരു ചരിത്ര കാലഘട്ടത്തിൽ മനുഷ്യന് ഇത്തരത്തിലുള്ള ഹിസ്റ്റോറിക്കൽ ഇൻസെക്യൂരിറ്റി വരുമ്പോൾ അയാൾ കൂടുതൽ വ്യക്തിവാദിയായിത്തീരാൻ തുടങ്ങുകയും അയാളുടെ അനുഭവങ്ങൾക്കു പ്രാധാന്യം കൊടുക്കുകയും ചെയ്യും. ചില കാലത്തങ്ങനെയാണ്. നമ്മുടെ ശരീരത്തിനു മാറ്റം വരുമ്പോൾ കണ്ണാടി എടുത്തിട്ട് മുഖക്കുരു വരുന്നുണ്ടോ എന്നു നോക്കും. അഡോളസൻസ് എന്നു പറയും. ഞാനൊക്കെ ചെയ്തിട്ടുണ്ട്. വേറെ ഒരു ചിന്തയുമില്ല. അതിന്റെ മരുന്നുകൾ ഏതാണ്ട്, കസ്തൂരി തേച്ചാൽ മാറും, മഞ്ഞൾ പുരട്ടിയാൽ മാറും എന്ന ചിന്ത. അതിന്റെ കാരണം ശരീരം മാറുന്ന കാലമാണ്. ശരീരം മാറുമ്പോൾ ശരീരത്തിലുണ്ടാകുന്ന ഓരോ ചെറിയ സംഭവത്തിലും ശ്രദ്ധയും പ്രാധാന്യവുമുണ്ടാകും. ഇതുപോലെ ചരിത്രത്തിന്റെ ശരീരത്തിനുണ്ടാകുന്ന വലിയ ചെയ്ഞ്ച് വരുമ്പോഴാണ് ഈ

ചെറിയ സംഭവങ്ങൾക്ക് പ്രാധാന്യം വരുന്നത്, അപ്പോൾ നിങ്ങളുടെ ഫീലിങ്ങ്സിനെക്കുറിച്ച്, ഒറ്റപ്പെട്ട എന്നുള്ളതിനെക്കുറിച്ച് സമുദായം എന്നിൽ നിന്ന് വ്യത്യസ്തമാണെന്നതിനെക്കുറിച്ച്, ആലോചിച്ച് കൂടുതൽ individualistic ആകും. ഇത് ശരീരം മാറുമ്പോഴും സമുദായ ശരീരം മാറുമ്പോഴും ചരിത്രം മാറുമ്പോഴും സംഭവിക്കുന്ന കാര്യമാണ്. ആ കാലത്തെ കൃതികളിലുമതുവരും.

ബഷീറിന്റെ ഭാഷ സാഹിത്യഭാഷയാണോ ബദൽഭാഷയാണോ എന്നൊരു പ്രശ്നമുണ്ട്.

നിങ്ങൾ സാഹിത്യമെഴുതാൻ ശ്രമിക്കുന്ന സമയത്ത് കവിത എഴുതിനോക്കും. കാരണം മനസ്സിലുള്ള വിചാരം മുഴുവൻ കവിതയാണ് സാഹിത്യം എന്നായിരിക്കും. മുണ്ടശ്ശേരി മാഷ് എഴുതി നോക്കിയിട്ടുണ്ട്. കവിത എഴുതി ശരിയാകുന്നില്ലാ എന്നു കണ്ട് എന്നാപിന്നെ കഥ എഴുതിക്കളയാമെന്നു വെക്കും. അതുപോലെ ഉയർന്ന ജാതിക്കാര് സംസ്കൃതത്തിൽ എഴുതുന്നതാണ് സാഹിത്യം എന്ന ധാരണ വന്നതുകൊണ്ട് ബഷീർ അവരുടെ ഭാഷയോടൊപ്പിച്ച് എഴുതാൻ, മനപൂർവ്വമൊന്നുമല്ല, ശ്രമിച്ചിരുന്നു. സാഹിത്യഭാഷ, ഒരു കോട്ടയം പത്രത്തിലെ മുഖപ്രസംഗത്തിന്റെ ഭാഷ. ഞങ്ങൾ അന്നു പറഞ്ഞിരുന്നത് സംസ്കൃതത്തിൽ മുഖപ്രസംഗം എഴുതുന്ന പത്രം എന്നാണ്. കാരണം മലയാളത്തിൽ മുഖപ്രസംഗം എഴുതേണ്ട ആവശ്യമില്ല. മലയാളത്തിൽ എന്തുമെഴുതാം. സംസ്കൃതം, സംസ്കൃതത്തിലുള്ള പദങ്ങൾ, സാമാന്യത്തിൽ നിന്നു വ്യത്യസ്തമായ ഒരു ശൈലി ഇതൊക്കെ വന്നാലേ സാഹിത്യമാകൂ എന്ന് കരുതിയിരുന്ന ഒരു കാലത്ത് എഴുതാനാരംഭിക്കുന്ന ഒരാള്- എഴുതിക്കൊടുത്തു പൈസ വാങ്ങി ചോറ് കഴിക്കാനാണ് അല്ലാതെ ലോകം നന്നാക്കാനല്ല. ആ സമയത്ത് ബഷീർ എഴുതാൻ തുടങ്ങിയത് ഒരു ഗൗഡ സാരസ്വത ബ്രാഹ്മണന്റെ പത്രത്തിലാണ്. അന്ന് നിലവിലുള്ള സാഹിത്യഭാഷയോട് യോജിക്കാനുള്ള ഒരു ശ്രമം ആദ്യകാലത്തെ ബഷീറിലുണ്ട്.

എപ്പോഴാണ് മാറ്റം വരുന്നത് ?

ഞാൻ ആദ്യം കണ്ടതിനേക്കാൾ എന്നൊരു ലേഖനത്തിലെഴുതി എന്റെ കൂടെയുള്ളയാൾ എടുത്തിട്ട് 'പ്രഥമ ദൃഷ്ടത്തേക്കാൾ' എന്ന് തിരുത്തി. ഞാൻ എന്റെ അനുഭവം പറഞ്ഞതാണ്. 'പ്രഥമ ദൃശ്ടം' സാഹിത്യവും ആദ്യം കണ്ടത്, സാഹിത്യമല്ല എന്നും കരുതിയിരുന്ന കാലം ഉണ്ടായിരുന്നു. അറുപത് കൊല്ലം മുമ്പുള്ള ഒരു കാലമാണ്. ഇങ്ങനെയുള്ള ഒരുകാലത്ത് എഴുതാൻ തുടങ്ങുന്ന വൈക്കം മുഹമ്മദ്

ബഷീർ സാഹിത്യവുമായിട്ട്, ഭാഷയുമായിട്ട് ബന്ധപ്പെടണമെന്നാഗ്രഹിച്ച് എഴുതുകയും പിന്നീട് വലിയ കവികളെയും എഴുത്തുകാരെയും പോലെ തന്റെ ഭാഷയും തന്റെ ശൈലിയും കണ്ടെത്തുകയുമാണ് ചെയ്യുന്നത്. അങ്ങനെയാണ്. ഒരു ഇമിറ്റേറ്റീവ് പിരീഡ് എല്ലാ കവികളുടേയും എഴുത്തുകാരുടേയും എഴുത്തിലുണ്ടാകും. അല്ലാതെ ജനിക്കുമ്പോൾ തന്നെ മഹാകവിയായിട്ടോ എഴുത്തുകാരനായിട്ടോ ജനിക്കുകയല്ല. ഇങ്ങനെ ഇമിറ്റേറ്റ് ചെയ്തിട്ട് അങ്ങനെയല്ല നടക്കേണ്ടത്, പാടേണ്ടത്, എഴുതേണ്ടത്, വരക്കേണ്ടത് എന്റെ പാട്ട് ഇങ്ങനെയാണെന്ന് തീരുമാനിക്കുന്ന ഘട്ടം. അതങ്ങനെ വന്നിട്ടാണ് ഞാൻ പറയുന്നതാണ് ഭാഷ, ഞാൻ എഴുതുന്നതാണ് സാഹിത്യം എന്നു ബഷീർ കണ്ടെത്തുന്നത്. ബാല്യകാലസഖിയിൽ ബഷീർ ഉപയോഗിച്ച ശൈലിയല്ല പാത്തുമ്മയുടെ ആടിൽ. പാത്തുമ്മയുടെ ആട് എഴുതുമ്പോൾ ജീവിതത്തിന്റെ തുടർച്ചയാണ് കഥയെന്നും സംസാരിക്കുന്നതിന്റേയും നമ്മൾ തമ്മിൽ തമ്മിൽ പറയുന്നതിന്റേയും ഒരു തുടർച്ചയാണ് സാഹിത്യം എന്നുമുള്ള ഒരു ബോധത്തിലേക്ക് അദ്ദേഹം എത്തുന്നുണ്ട്. ഇതു നേരെയങ്ങെത്തുന്നതല്ല.

മതിലുകളിലെത്തുമ്പോൾ എങ്ങനെയാണ്

മതിലുകളിലെത്തുമ്പോൾ, സാമാന്യ മനുഷ്യന് ഇല്ലാത്ത ഒരനുഭവമാണതിൽ. നിങ്ങൾക്കത്ര വേഗമൊന്നും പിടികിട്ടാത്ത ഒരു സാധനം. വളരെ ഫിസിക്കലായിട്ടു തന്നെ ഒരു മതില്, കാണാത്ത ഒരാളപ്പുറത്ത്, കാണാത്തൊരാളിപ്പുറത്ത്, അന്യോന്യമറിയുന്ന വികാരങ്ങൾ ഉണ്ടായിരിക്കുക - അതിന്റെ സിംബോളിക് അർത്ഥം എന്തെങ്കിലുമാവട്ടെ - ഇതിന്റെ ഒരുപാട് വ്യാഖ്യാനങ്ങളുണ്ടായിട്ടുണ്ട്. പക്ഷേ, ഇതൊരു ഫിസിക്കൽ ഫാക്ടാണ്. ചുമരിനപ്പുറത്തും ഇപ്പുറത്തും നിന്നിട്ട് വിനിമയം ചെയ്യുക എന്നുള്ളത്. ഇങ്ങനെ ഒരു unusual situation. അപ്പോൾ മതിലുണ്ട്, കുറ്റകൃത്യമുണ്ട്, ജയിലുണ്ട്, ശിക്ഷയുണ്ട്, സമുദായമുണ്ട് ഇവയൊക്കെ കൂടിയുള്ള ഒരു ചുറ്റുപാടിലാണീ സംഭവം നടക്കുന്നത്. ഇവയൊക്കെ മുറിച്ചു കടന്നിട്ടാണ് സ്നേഹം എന്നു പറഞ്ഞ ഒരു സാധനം, ഒരു കമ്പ്, ഇതിന്റെയൊക്കെ മേലേക്കൂടി വരുന്നത്. അതിന് പറഞ്ഞ അർത്ഥങ്ങളൊക്കെയുണ്ടാകും. പക്ഷേ, it is quiet unusual situation. അതാണതിന്റെ ഒരു പ്രത്യേകത. നമ്മുടെ എല്ലാ മതിലുകളേയും തകർത്തുകൊണ്ട്, അറിയാതെ, പക്ഷേ, ഒരു ബഹളവും ഉണ്ടാക്കാതെ. നിസ്സാര കാര്യമാണ്. ഒരു ചുള്ളിക്കമ്പാണ് എടുത്തെറിയുന്നത്. അത്രയേയുള്ളൂ. പക്ഷേ അതിനൊരുപാട് വിലയുണ്ട്. ഒരു റോസാപൂവാകാം, തുവാലയാകാം, ഒരു കത്താകാം. പക്ഷേ, അതിനൊരുപാട് വിലയുണ്ട്. ഒരു വൈകാരികമായ ഭാരമുണ്ടതിന്. നമ്മൾ

എഴുതുന്ന ഒരു പേനയും നമുക്ക് സമ്മാനം കിട്ടിയ ഒരു പേനയും തമ്മിലുള്ള വ്യത്യാസം. നമ്മുടെ പേന നാമൊരാൾക്കു കൊടുക്കും. സമ്മാനം കിട്ടിയ പേന വേറെ ഒരാൾക്കു കൊടുക്കില്ല. ആ വ്യത്യാസം.

മതിലുകളിൽ എത്തിയ സ്ഥിതിക്ക് ഒരു ചോദ്യം. സ്ത്രീ പുരുഷബന്ധം ബഷീറിന്റെ കൃതികളിലെങ്ങനെയാണ്. അതിൽ ആധിപത്യമില്ലെന്നു തോന്നുന്നു.

ബഷീറിന് സ്വന്തമായിട്ടുള്ള അനുഭവമുണ്ട്. എം.പി.പോളിന്റെ കുടുംബത്തിലെ അനുഭവമുണ്ട്. പോളിന്റെ കൂടെയായിരുന്നു ബഷീർ കുറേകാലം. പോളിന്റെ വീട്ടിലെ അന്തരീക്ഷം സ്ത്രീ പുരുഷബന്ധങ്ങളിൽ വലിയ സ്വാതന്ത്ര്യത്തിന്റെ ഒരന്തരീക്ഷമായിരുന്നു. പലതരത്തിൽ ജീവിക്കാം. സ്ത്രീയെ അടിമയാക്കാം. ബഷീർ ഒരിക്കൽ പറഞ്ഞിട്ടുണ്ടല്ലോ. എനിക്ക് വീട്ടിൽ ജോലിക്ക്, പാചകത്തിന് ആളു വേണം. ശമ്പളം കൊടുക്കാതെ ഒരാളെക്കിട്ടാനാണ് കല്യാണം കഴിക്കാൻ തീരുമാനിച്ചത് എന്നു പറയുന്നുണ്ട്. ഒരു വണ്ടിയിലൊന്നിച്ച് യാത്ര ചെയ്യുന്ന സമയത്ത് കേശവൻ നായർക്ക് ചായ വേണം മറ്റേയാൾക്ക് കാപ്പിയേ വേണ്ടൂ അതുകൊണ്ട് തെറ്റി പിരിയാവുന്നതേയുള്ളൂ പ്രണയം എന്നും പറയുന്നുണ്ട്. ഇതൊക്കെ ശരിയാണ്. പ്രപഞ്ചത്തിന്റെ ഉൽപ്പത്തിയെക്കുറിച്ചു പറയുമ്പോഴും ഈ മാതിരി സില്ലിയാണ് കാര്യങ്ങൾ എന്ന് ബഷീർ പറയുന്നുണ്ട്. നമ്മൾ പറയുന്ന ആനക്കാര്യങ്ങൾ ചേനക്കാര്യങ്ങളാണ് എന്ന അർത്ഥത്തിൽ ബഷീർ പലദിക്കിൽ പറയുന്നുണ്ട്. എന്റെ ഇഷ്ടം എനിക്ക്, എന്റെ ഇഷ്ടം നിനക്കും എന്നു പറയുന്നതാണ് ആധിപത്യം. അതൊരു പ്രത്യേക വിഷയമായിട്ടല്ല ബഷീർ കൈകാര്യം ചെയ്യുന്നത്. ബഷീറിന്റെ കൃതികളിലൊക്കെ സ്ത്രീയും പുരുഷനും വേറെവേറെയാണ്. ഒരാളുടേയും മേൽക്കോയ്മയല്ല. പക്ഷേ വ്യത്യസ്തത ഉറപ്പിച്ചു പറയും.

ബഷീർ ഭാഷ സൃഷ്ടിച്ചു എന്നു പറയാമോ. ഒരു ഭാഷയുടെ കണ്ടെടുക്കലല്ലേ നടന്നത്.

ബദൽ ഭാഷ എന്നത് മനസ്സിലാക്കാൻ ആ കാലത്തെ മനസ്സിലാക്കണം. ഞങ്ങൾ പറയാറുള്ള ഒരു ഫലിതമുണ്ട്. മലയാളം ക്ലാസെടുക്കുന്ന ഒരധ്യാപകൻ ഉച്ചാരണം ശരിയാക്കുന്നതിന് വാര്യരുകുട്ടിയോട് ചോദിക്കൂ എന്ന് പറഞ്ഞ കഥ. വാര്യരുടെ ഉച്ചാരണം ശരി, മുസൽമാന്റെ ഉച്ചാരണം തെറ്റ്. മഹാരാജാസ് കോളജിൽ ഒരു പ്രശ്നമുണ്ടായപ്പോൾ, മുസ്‌ലിം കുട്ടികൾ സംസ്കൃതപദങ്ങൾ ശരിക്കുച്ചരിക്കുന്നില്ല എന്നൊരാക്ഷേപം ഒരാൾ ഉന്നയിച്ചിരുന്നു. ഏതെങ്കിലും ഒരു മുസ്‌ലിം പേര് തെറ്റാതെ ഉച്ചരിക്കാൻ ഒരു ബ്രാഹ്മണനോട് പറഞ്ഞാൽ മതി നമുക്ക്

ഈ പ്രശ്നം തീർക്കാമെന്ന് ഞാനന്നു പറഞ്ഞിരുന്നു. ഒരറബിപദം നമ്മൾ എടുത്തുകഴിഞ്ഞാൽ നമ്മൾ സംസാരിക്കുന്ന മലയാളത്തിന്റെ രീതിയിലേക്ക് കൊണ്ടുവരികയാണ് ചെയ്യുന്നത്. ആധിപത്യമല്ല, സ്വീകരിക്കലാണത്. പിന്നീട് ഈ ഭാഷ ഉപയോഗിച്ചാൽ, പേരുമാറ്റിയിട്ട് ഒരു മുസ്ലിമാണെന്നു കൂടി തോന്നുന്ന ഒരു പേരു കൂടി സ്വീകരിച്ചാൽ അത് മലയാളഭാഷക്കു വലിയ സേവനമായിത്തീരും എന്നു മനസ്സിലാക്കി പി.സി.കുട്ടികൃഷ്ണൻ. പി.സി.കുട്ടികൃഷ്ണൻ ഉപയോഗിച്ചത് അദ്ദേഹത്തിന്റെ ഭാഷയല്ല. അദ്ദേഹത്തിന്റെ പേരുമല്ല. സ്വീകരിച്ച പേര് കുട്ടികൃഷ്ണൻ എന്നല്ല. Richnesss of a culture സംസ്കാരത്തിന്റെ അഭിവൃദ്ധി ആണത്. വ്യത്യസ്തമായ ഗന്ധങ്ങൾ, ഭാഷകൾ, പ്രയോഗങ്ങൾ ഒക്കെ ദൈനംദിന അനുഭവങ്ങളെ കൂടുതൽ നിറക്കും - സമ്പന്നമാക്കും എന്നാണ് പറയേണ്ടത്. ഞാനതു പറയില്ല - എന്ന തോന്നലാണത്.

ബഷീർ സമൂഹ പരിഷ്കരണം ഉദ്ദേശിച്ചിരുന്നോ? സമുദായം, മതം, ജാതി എന്നിവ പരിഷ്കരിക്കുക എഴുത്തുകാരുടെ ചുമതലയാണോ? ബഷീറിനേയും ചേകന്നൂർ മൗലവിയേയും കൂട്ടിമുട്ടിക്കുന്നുണ്ട് ആഷാ മേനോൻ.

നമ്മൾ ഇരിക്കുകയാണെങ്കിൽ ഇരിക്കുന്ന ഇടവും ചുറ്റുപാടും ഒന്നു പൂർത്തിയാക്കും. ബഷീർ എവിടെപ്പോയാലും വാടക വീട്ടിലാണ് താമസിക്കുക. ഒരു വീട്ടിലും അധികകാലം താമസിക്കില്ല. ഞാനൊരഞ്ചാറ് വീട്ടില് അദ്ദേഹത്തിന്റെ അടുത്തടുത്ത് താമസിച്ചിട്ടുണ്ട്. വീടിന്റെ ചുറ്റും എന്തെങ്കിലും ചെടിയൊക്കെ നടും. ചെടി നടുന്നത് ചെടി നശിക്കുന്നതു വരെ അവിടെ താമസിക്കാനല്ല. ചെടി നട്ടാൽ പൂവുണ്ടാകും. അതാളുകൾ കണ്ടോട്ടെ എന്നു വിചാരിച്ചിട്ടാണ്. എന്നിട്ടങ്ങു പോവുകയാണ്. ചെമ്പരത്തി കുത്തുക എന്നാണ് പറയുക. ചെമ്പരത്തി കുത്തുന്നത് അവസാനത്തെ പൂവുണ്ടാകുന്നതുവരെ ഇവിടെയിരുന്നു കാണണം എന്ന് കരുതീട്ടല്ല. അത് വെറുമൊരു പ്രവൃത്തിയാണ്. ഒരു ആത്മപ്രകാശനം. ഈ ലോകത്ത് ഒരു പൂവുണ്ടാകട്ടെ എന്ന ആഗ്രഹം. ഇത് ഗംഭീരമായിട്ടു പറയാം. സാധാരണ നിലയിലും പറയാം. ഇതാണ് മരം നടുന്നതിന്റേയും കാര്യം. അങ്ങനെയാണ് ലോകം നന്നാക്കുന്നകാര്യവും. ചില കാര്യങ്ങൾ ചെയ്താൽ ലോകം അങ്ങു നന്നായിപ്പോകും. അതിൽ താൽപര്യം ഉള്ളവരും ഇല്ലാത്തവരും ഉണ്ടാകാം. ഞാനെന്തിനവന്റെ പറമ്പിൽ ചെടി നടണം എന്നു വിചാരിക്കുന്നവരുമുണ്ടാകാം. എന്റേതല്ലല്ലോ സ്ഥലം എന്ന് വിചാരിക്കും. എല്ലാ സ്ഥലവും എന്റേതാണെന്നും വിചാരിക്കാം. ഭൂമിയുടെ അവകാശികളിൽ അതാണ് ബഷീർ പറയുന്നത്. ഒരു മനോഭാവമാണത്. ഈ ലോകം പാമ്പിന്റേതും പ്രാവിന്റേതും

പരുന്തിന്റേതും എന്റേതും പെരുച്ചാഴിയുടേതും സബ് രജിസ്ട്രാറുടേതും എല്ലാവരുടേതും ആണെന്ന വിചാരം. ലോകത്തെ നന്നാക്കുന്നതിന്റെ അർത്ഥം നിങ്ങൾ ജീവിച്ചുകൊണ്ടിരിക്കുക എന്നതാണ്. അല്ലാതെ നന്നാക്കാൻ നടക്കുക എന്നല്ല. നിങ്ങൾ ജീവിക്കുമ്പോൾ അതിന്റെ കൂട്ടത്തിൽ നിങ്ങൾ നന്നാവുന്നു ചീത്തയാകുന്നു. അതിന്റെ കൂടെ ലോകവും മാറിപ്പോവുന്നു എന്നുള്ളതാണ്. മതപരിഷ്കരണത്തിനൊന്നും ബഷീർ പോയിട്ടില്ല. അങ്ങനെയൊന്നും പറഞ്ഞിട്ടില്ല. ബാക്കി പല തൊഴിലും ചെയ്യുന്നപോലെ അരിവെക്കുന്ന പോലെ, പാത്രം കഴുകുന്നപോലെ ഒരു പണിയാണ് സാഹിത്യമെഴുത്തും എന്നേ പറഞ്ഞിട്ടുള്ളൂ. അത് ശരിയാണ്. അരിവെച്ചു നോക്കിയാലറിയാം. സാഹിത്യമെഴുതിയാലറിയില്ല. അരി അടുപ്പത്തു വച്ചിട്ട് പത്തു മിനുട്ട് കഴിഞ്ഞാൽ അരിയെന്താകും. ചോറെന്താകും എന്നറിയുന്നവർക്ക് രണ്ടും ഒന്നാണ്. അതിനാണു പാകം എന്ന് പറയുന്നത്. ഈ പാകം സാഹിത്യത്തിലും അരിവെക്കുന്നതിലും വേണം. ഇപ്പോൾ കേരളത്തിലെ സാഹിത്യകാരൻമാർ വാങ്ങുന്നതിലും കൂടുതൽ പ്രതിഫലം വാങ്ങുന്നത് കേരളത്തിലെ പാചക വിദഗ്ധരാണ്.

ജീവചരിത്രവും ബദൽ ജീവചരിത്രവും ഉണ്ടല്ലോ? മാഷിന് എന്താണ് പറയാനുള്ളത്.

എല്ലാവരുടെ ജീവചരിത്രവും ബദൽ ജീവചരിത്രമാണ്. ഏതെങ്കിലും ഒരാളുടെ ജീവചരിത്രം ശരിക്കെഴുതിയതായിട്ട് പറയാമോ? രണ്ടാളെഴുതിയ ജീവചരിത്രം ഒരുപോലെ ആയിട്ടില്ല. ആരെങ്കിലും അവനവനു സംഭവിച്ചത് ആത്മകഥയിൽ എഴുതിയിട്ടുണ്ടോ? ആത്മകഥയിൽ ആരെങ്കിലും സത്യം എഴുതാറുണ്ടോ? ജവഹർലാൽ നെഹ്റുവിനെപ്പറ്റി മത്തായി ഒന്നു പറയുന്നു. ബ്രഷർ ഒന്നു പറയുന്നു. ഓരോരുത്തരും ഓരോന്നല്ലെ പറയുന്നത്. മത്തായി പറയുന്ന നെഹ്റുവാണോ ബ്രഷർ പറയുന്ന നെഹ്റുവാണോ എന്നു ചോദിച്ചാൽ എന്താണ് പറയുക? ചങ്ങമ്പുഴയുടെ Date of birth ഇപ്പോഴും അറിഞ്ഞു കൂടല്ലോ. ബൈചാൻസ് കൃസ്ത്യൻസിനു മാത്രമേ ഏറെ കൃത്യമായിട്ട് ജനനത്തിയ്യതി അറിയൂ. ഞാൻ ബഷീറിന്റെ ജീവചരിത്രം പറഞ്ഞിട്ടേയില്ല. എനിക്ക് യാതൊന്നും അറിയുകയുമില്ല. ഞാൻ ബഷീറിന്റെ ജീവചരിത്രത്തിൽ ഗവേഷണവും നടത്തിയിട്ടില്ല. ബാല്യകാലസഖി വായിച്ചിട്ട് വാചകം മാറിപ്പോയതൊന്നുമല്ല. ബഷീർ ജീവചരിത്രം എഴുതിയിട്ടുമില്ല. ബാല്യകാല സഖിയിൽ പറഞ്ഞിട്ടുള്ളത് 75 ശതമാനം ആത്മകഥയാണ് എന്ന് സർട്ടിഫൈ ചെയ്തിട്ടുണ്ട് എല്ലാവരും. അപ്പോ ഞാൻ പറഞ്ഞതിലും 75 ശതമാനം വാസ്തവം ഉണ്ടാകുമല്ലോ. അപ്പോൾ ഫസ്റ്റ് ക്ലാസിനേക്കാൾ കൂടുതലായില്ലേ. ബഷീർ ജീവചരിത്രത്തിൽ പറഞ്ഞു

എന്ന് എഴുതിയിട്ടില്ല, ബാല്യകാല സഖിയിലെ വാചകമാണ് കോട്ട് ചെയ്തിരിക്കുന്നത്. അത് വ്യക്ത്യനുഭവത്തിന്റെ ഒരു പ്രോജക്ഷനായിട്ടാണ് പറയുന്നത്. ഇത് കേസരി ബാലകൃഷ്ണപ്പിള്ള അദ്ദേഹത്തെക്കുറിച്ചെഴുതി. ഇതെല്ലാ സമയത്തും ബഷീർ തന്നെ Refuse (തള്ളിക്കളയുക) ചെയ്തിട്ടുള്ളതാണ്. ബഷീറിനു പിതാവുമായുള്ളത് ദ്വന്ദ്വാത്മക ബന്ധമാണെന്ന് കേസരി പറഞ്ഞിട്ടുണ്ട്. അങ്ങനെയൊന്നുമല്ല. എനിക്ക് ഉപ്പയോട് ഒരു വഴക്കുമില്ലെന്ന് ബഷീർ തിരുത്താറുമുണ്ട്. പക്ഷേ ഞാൻ കല്ലെറിഞ്ഞപ്പോൾ ഓന്റെ തലക്കൊന്നും കൊണ്ടിട്ടില്ല, എനിക്കൊരു പാട് അടികിട്ടി, കുറ്റം ചെയ്യാത്ത എന്നെയാണ് ഉപ്പ ശിക്ഷിച്ചത് എന്ന് പറഞ്ഞിട്ടുണ്ട്. കുറ്റം ചെയ്യാത്ത എന്നെ എന്തിനാണ് ശിക്ഷിക്കുന്നത് എന്ന് യഹോവയോട് ഇയ്യോബ് ചോദിക്കുന്നത് പഴയ നിയമത്തിലുള്ള ഒരധ്യായമാണ്. ഇതേ പ്രശ്നം തന്നെയാണ് ബഷീറിനുള്ളത്. ചെയ്യാത്ത കുറ്റത്തിന് ഞാനെന്തിന് ശിക്ഷിക്കപ്പെട്ടു. ഈ പ്രശ്നം ബഷീറിന്റെ ജീവചരിത്രത്തിൽ നിന്നല്ല ഞങ്ങൾ എടുക്കുന്നത്. മനുഷ്യവർഗ്ഗത്തിന്റെ ജീവചരിത്രത്തിൽ നിന്നാണ്. ഇത് ബഷീറിനെ ഉപ്പ അടിച്ചു എന്നുള്ളതു മാത്രമല്ല. തലമുറകൾ തമ്മിലുള്ള ബന്ധമാണ്. പിതൃപുത്ര ബന്ധമാണ്. ദൈവവും മനുഷ്യനും തമ്മിലുള്ള ബന്ധത്തെക്കുറിച്ചുള്ള പ്രാഥമികമായ ചോദ്യമാണ്. ഇത് എല്ലാ സെമെറ്റ് മതങ്ങളും ചോദിക്കുന്ന ചോദ്യവുമാണ്. വീട് വിട്ടു പോവുക എന്ന സിൻഡ്രോം ഇപ്പോഴില്ല. ഇപ്പോൾ കുട്ടികളാരും വീടുവിട്ടു പോവാറില്ല. കാരണം അത് പിതൃപുത്ര ബന്ധത്തിൽ വന്ന അയവുകൊണ്ടാണ് കർശനമായ പിതൃപുത്രബന്ധം ഇപ്പപ്പോഴില്ല. കുട്ടികൾക്ക് ഓട്ടോറിക്ഷ വാങ്ങിച്ചു കൊടുക്കും. തോക്ക് വേണേൽ അത് വാങ്ങിക്കൊടുക്കും. കൊക്കക്കോള വരെ വാങ്ങിക്കൊടുക്കും.

മാഷ് ബഷീറിന്റെ യാത്രയെ വല്ലാതെ പൊലിപ്പിക്കുകയായിരുന്നു.

അതെ, പൊലിപ്പിക്കാറുണ്ട്. പൊലിപ്പിക്കുക എന്നതു നമ്മൾ സാധാരണ ചെയ്യാറുള്ള കാര്യമല്ലേ. പൊലിപ്പിക്കാനല്ലേ പുസ്തകത്തിന് Title ഇടുന്നത്. ടൈറ്റിൽ വലിയ അക്ഷരത്തിലല്ലേ എഴുതുന്നത്. ഇഷ്ടപ്പെട്ട ആളുടെ പടം എൻലാർജ് ചെയ്തു വെക്കുക. വെണ്ടക്ക അക്ഷരത്തിൽ എഴുതുക. എല്ലാം പൊലിപ്പിക്കലാണ്. Exaggeration. 1939ൽ ഒരു രാമായണപഠനം വന്നിരുന്നു. അതിൽ ഒരു അധ്യായം ഹനുമാന്റെ ചാട്ടം ആയിരുന്നു. ഹനുമാൻ ലങ്കയിലേക്കു ചാടിയത്. ചാട്ടത്തിന്റെ ദൂരവും സമയവും ഗണിച്ചുനോക്കിയിട്ട് പറയുകയാണ്. ഒന്നുകിൽ ഹനുമാൻ കത്തിപ്പോകണം. ഇത്ര ദൂരം ഇത്രസമയം കൊണ്ട് ചാടാൻ പറ്റില്ല. അന്തരീക്ഷ മർദ്ദം കാരണം ശരീരം കത്തിപ്പോകും.

അല്ലെങ്കിൽ അടുത്തെവിടേക്കെങ്കിലുമാണ് ചാടിയത്. ഫിസിക്സ് പഠിച്ച ആളുടേതാണ് പഠനം. സമയവും ദൂരവും വച്ചിട്ട് അളക്കുകയാണ്. പക്ഷേ ഇപ്പോഴും രാമായണം ആളുകൾ വായിക്കുന്നുണ്ട്. എൻ.ബി. എസിൽ ആകെ വിറ്റുപോകുന്നത് രാമായണമാണ്. അത്രയേ ഉള്ളൂ കാര്യം.

അതൊക്കെ വായനയെ ബാധിക്കുന്നതല്ലേ.

വായനയെ ബാധിക്കുകയോ? എന്നു വെച്ചാലോ. ബഷീറിന്റെ പുസ്തകമല്ലേ വായിക്കുന്നത്. ബാല്യകാല സഖിയല്ലേ വായിക്കുന്നത്. ജീവചരിത്രം വായിക്കുന്നയാള് ജീവചരിത്രമാണ് വായിക്കുക. പാത്തുമ്മയുടെ ആട് വായിക്കുന്ന ആള് ജീവചരിത്രം അടുത്തു വച്ചിട്ടല്ല അത് വായിക്കുന്നത്. നിഘണ്ടു അടുത്തു വച്ചിട്ടുമല്ല. അങ്ങനെ വായിക്കുന്നവരെ ആർക്കും രക്ഷിക്കാനും കഴിയില്ല.

നൊസ്റ്റാൾജിയ ബഷീറിൽ തീരെ ഉണ്ടായിരുന്നില്ല. എം.ടി.യിലും മറ്റും അത് വളരെയുണ്ടല്ലോ.

തലയോലപ്പറമ്പിലേക്കു പോവാൻ ആഗ്രഹിച്ചില്ല. പോയില്ല. പഴയ ഒന്നിലേക്കും തിരിച്ചുപോവാൻ ആഗ്രഹിച്ചില്ല. നഷ്ടപ്പെട്ടുപോയ ഒരു കാര്യത്തെക്കുറിച്ചും ദുഃഖിച്ചില്ല. കാലം മാറുന്ന സമയത്ത് രണ്ടു തരത്തിലാകാം. ഒന്ന് പഴയകാലത്തിലേക്കു മടങ്ങിപ്പോകാൻ ആഗ്രഹിക്കാം. അല്ലെങ്കിൽ പഴയ വൃത്തികേടൊക്കെ പോയല്ലോ എന്ന് സമാധാനിച്ചിരിക്കാം. Past നെക്കുറിച്ച് അങ്ങനെ രണ്ട് attitude ഉണ്ട്. അതിൽ കേരളത്തിലെ പാവപ്പെട്ടവർക്ക് നൊസ്റ്റാൾജിയ ഉണ്ടാവില്ല. ഒരു ദളിത് നൊസ്റ്റാൾജിയ ഉണ്ടാവില്ല. കാരണം ഒരു ദളിതന് അയവിറക്കാനല്ല വായിൽ വന്നത് തുപ്പിക്കളയാനാണ് തോന്നുക. നേരെമറിച്ച് എന്റെ ആലു പോയല്ലോ, അമ്പലവും പോയല്ലോ, പൂണൂല് പോയല്ലോ, സ്ഥാനമാനങ്ങൾ പോയല്ലോ എന്നൊക്കെയുള്ളവർക്ക് നൊസ്റ്റാൾജിയ ഉണ്ടാകും. അതായത് മാറ്റംവരുന്ന സമയത്ത് നഷ്ടപ്പെടുന്നവരും നഷ്ടപ്പെടാത്തവരുമുണ്ട്. പാവങ്ങൾക്ക് നഷ്ടപ്പെടാൻ ഒന്നുമില്ല. അതാണ് മാർക്സ് പറഞ്ഞത്. അവർക്ക് നൊസ്റ്റാൾജിയ ഒന്നുമുണ്ടാവില്ല. ഉണ്ടെങ്കിൽ അടികൊണ്ടത് ചെരിപ്പില്ലാതെ നടന്നിട്ട് കാലുപൊള്ളിയത് ഒക്കെ ആയിരിക്കും.

ബഷീറിനെയും വിജയനെയും തരംതിരിക്കുന്നതിനെക്കുറിച്ച് എന്തു പറയുന്നു.

എഴുത്തച്ഛന്റെ രാമായണം ലോകത്തിൽ ഏറ്റവും റബ്ബിഷ് ആയ പുസ്തകമാണെന്നു പറഞ്ഞതു കുട്ടികൃഷ്ണമാരാരാണ്. ഇപ്പോൾ പറയുന്നത് ഞങ്ങളൊക്കെ അങ്ങനെ പറഞ്ഞു എന്നാണ്. കുട്ടികൃഷ്ണ മാരാരാണ് പറഞ്ഞത് വാൽമീകി രാമായണം എത്ര വലുതാണ്. ഇയാളുടെ ഈ പീറ·പുസ്തകം. അങ്ങനെ തോന്നാം. ടോൾസ്റ്റോയി കൃതികൾ മോശ മാണെന്നും മാരാർ പറഞ്ഞിട്ടുണ്ട്. അതിലങ്ങനെ ബലം പിടിക്കേണ്ട കാര്യമൊന്നുമില്ല. വിജയൻ പൈങ്കിളിയാണെന്ന് ഒരാൾ പ്രസംഗിക്കു ന്നതു കേൾക്കാൻ ഞാനും ഉണ്ടായിരുന്നു. കോഴിക്കോട് ടൗൺഹാളിൽ.

ബഷീറിനെ മാഷ് ഏതു നിരയിലാണ് നിർത്തുക

വിദ്യാഭ്യാസത്തിലൊക്കെ ഇപ്പോഴതു വന്നിട്ടുണ്ടല്ലോ. ഗ്രേഡിങ്ങ്. സാഹിത്യത്തിലും ഗ്രേഡിങ്ങ് ആവാം. ഒന്ന് രണ്ട് എന്നു പറഞ്ഞാൽ കുഴപ്പമാണ്. ഏ.ബി. എന്നു പറയാം. അക്കങ്ങൾ ഉപേക്ഷിക്കുക. അക്ഷ രങ്ങൾ ഉപയോഗിക്കുക. എന്നുള്ളതാണിപ്പോൾ പരിഷ്കാരം.

ബഷീർ ഇനിയെങ്ങനെയാണ് വായിക്കപ്പെടുക. ഒരു ഫോക്ക്, നാടോടിക്കഥകളുടെ വായന ഉണ്ടാകുമോ ?.

അത് ബഷീറിനെ മാത്രം ആശ്രയിച്ചിരിക്കുന്ന കാര്യമല്ല. ഇനി വരുന്ന സമൂഹത്തിന്റെ താൽപര്യങ്ങളെ ആശ്രയിച്ചിരിക്കുന്ന കാര്യമാണ്. ഇപ്പോ ഒരുപാട്ട് പെട്ടെന്ന് വന്നില്ലേ. ഇതാരാ പ്രവചിച്ചത്. യേശുദാസിനു സ്വീകരണം കൊടുക്കുന്നതു നിർത്തിയില്ലേ ആളുകൾ. ഇന്നലെ വരെ കൊടുത്തിരിക്കുന്നതാണ്. അത് പാട്ടിന്റെ ഗുണദോഷം മാത്രമല്ല. ജനങ്ങളുടെ താൽപര്യങ്ങൾ കൂടിയുണ്ടതിൽ. മനുഷ്യനുള്ളതു പോലെ മതിവരലും മടുക്കലും സംസ്കാരത്തിനുമുണ്ട്. ഒരുപാട്കാലം വായിക്കണമെന്ന് കരുതിയിട്ടല്ല, ബഷീർ എഴുതിയത്. വായിക്കപ്പെടാൻ ഒരുപാട് കാരണങ്ങളുണ്ടെന്നു പറയാം. ഈ വഴക്കും വക്കാണവും ഒരു കാരണമാണ്. വിവാദം ഉണ്ടായാൽ വായിക്കും. ചീത്തയാണെന്നു പറഞ്ഞാലും വായിക്കും. അശ്ലീലമാണെന്നു പറഞ്ഞാലും വായിക്കും. നല്ലതാണെന്നു പറഞ്ഞാൽ ആരും വായിക്കുമെന്നു തോന്നുന്നില്ല.

എഴുത്തുകാർ സാഹിത്യ സിദ്ധാന്തങ്ങളുമായി വരുന്നതാണ് കാണുന്നത്. മാധവൻ അതാണ് ചെയ്യുന്നത്.

എഴുത്തുകാരുടെ സാഹിത്യസിദ്ധാന്തങ്ങൾ മിക്കവാറും ഉണ്ടാകു ന്നത് അവരുടെ വരാൻപോകുന്ന കൃതികളെ ന്യായീകരിക്കാനാണ്.

ഞാനെഴുതുന്ന കവിതയുടെ വഴിയാണ് ശരിയെന്നു സ്ഥാപിക്കാൻ ഒരു കവിതാ സിദ്ധാന്തം നേരത്തെ ഉണ്ടാക്കി വെക്കും. എലിയറ്റ് കവിത എഴുതുന്ന കൂട്ടത്തിൽ ഉണ്ടാക്കിവെച്ചു. ഈ കാലഘട്ടത്തിലെ ഏറ്റവും വലിയ തിയറി. തിയറികളൊക്കെ ഈ തരത്തിലുള്ള ജസ്റ്റിഫിക്കേഷൻസ് ആയിത്തീരും. പ്രമാണിത്തം കാണിക്കാൻ തലപ്പാവുവെക്കുന്ന പോലെയാണത്. തലപ്പാവു പല ആവശ്യത്തിനും വെക്കാം.

തയ്യാറാക്കിയത്:

റഫീഖ് തിരുവള്ളൂർ/ ചന്ദ്രിക വാരാന്തപ്പതിപ്പ് 2004 ജൂലൈ 4

www.ingramcontent.com/pod-product-compliance
Lightning Source LLC
LaVergne TN
LVHW060121051026
849517LV00007B/2356
9789390404100